கிருஷ்ணா கிருஷ்ணா

இந்திரா பார்த்தசாரதி

கிருஷ்ணா கிருஷ்ணா

இந்திரா பார்த்தசாரதி

கிழக்கு

கிருஷ்ணா கிருஷ்ணா
Krishna Krishna
by *Indira Parthasarathy* ©

Kizhakku First Edition: September 2006
Previous Editions: 1994, 2000
216 Pages

ISBN 978-81-8368-080-6
Title No. Kizhakku 081

Kizhakku Pathippagam
177/103, First Floor,
Ambal's Building, Lloyds Road,
Royapettah, Chennai 600 014.
Ph: +91-44-4200-9603

Email : support@nhm.in
Website : www.nhm.in

Author's Email: nadaadur2k@yahoo.com

Kizhakku Pathippagam is an imprint of New Horizon Media Private Limited

பதிப்பாசிரியர் குறிப்பு

'கிருஷ்ணா கிருஷ்ணா'வின் முதல் பதிப்பு நவம்பர் 2003-ல் 'மித்ர' வெளியீடாக வந்தது. திருத்திய, பிழைகள் அற்ற செம்பதிப்பாக இப்போது கிழக்கு பதிப்பகம் மூலம் வெளியிடப்படுகிறது.

இந்நாவலில் கையாளப்பட்டிருக்கும் ஏராளமான சமஸ்கிருத பிரயோகங்களுக்குப் பிழை திருத்தம் செய்து, அவற்றின் உச்சரிப்பு மற்றும் அர்த்தங்களைச் சரிபார்த்து உதவியவர் கவிஞர் ஹரிகிருஷ்ணன்.

அழகிய கோட்டோவியங்களால் நாவலுக்குப் புதுப் பரிமாணம் தந்திருப்பவர் ஓவியர் ஆதிமூலம்.

இவர்களுக்கு கிழக்கு பதிப்பகம் தன் நன்றியைத் தெரிவித்துக் கொள்கிறது.

'கிருஷ்ணா கிருஷ்ணா'வின் மலையாள மொழி பெயர்ப்பை கரண்ட் புக்ஸ், திருச்சூர், ஏப்ரல் 2005-ல் வெளியிட்டிருக்கிறார்கள். மொழிபெயர்த்திருப்பவர் பி.கே. சீனிவாசன்.

முன்னுரை

உலக இலக்கியங்களிலே காணமுடியாத பன்முகப் பரிமாணங் களுடைய கதாபாத்திரம் கிருஷ்ணன்.

ஒவ்வொருவருக்கும் அவருடைய அடிமனத்திலே நிறை வேறாத, நிறைவேற்றப்பட முடியாத இலட்சியங்களோ, சின்னச் சின்ன ஆசைகளோ இருக்கக் கூடும். அவற்றின் ஒட்டு மொத்தமான உருவகம்தான் கிருஷ்ணன்.

அதனால்தான் இன, பால் வேறுபாடின்றி குழந்தைகளிலிருந்து பெரியவர்கள் வரை அனைவராலும் தங்களைக் கிருஷ்ணனுடன் அடையாளப்படுத்திக் கொள்ள முடிகிறது.

கிருஷ்ணனை எந்த யுகத்திலும், அந்தந்தக் காலத்திய மதிப்பீடு களுக்கேற்ப அர்த்தப்படுத்திக்கொள்ள முடியும் என்பதே அவன் தனிச் சிறப்பு.

பாகவதம், ஹரிவம்சம், விஷ்ணுபுராணம், மஹாபாரதம் ஆகிய நூல்களை நாம் படிக்கும்போது அவற்றில் நம்மை ஈர்க்கும் கதாபாத்திரம் கிருஷ்ணன். ஆனால் இவற்றில் எந்த நூலிலும் அவன் கதைத் தலைவனல்லன்.

அவன் குழந்தைப் பருவத்திலிருந்தே களவாடத் தொடங்கி விடுகின்றான். வெண்ணையிலிருந்து தொடங்கி, மகளிர் உள்ளம் வரை, அனைத்தையும் கொள்ளை கொள்கிறான். ஆனால், சராசரி உலகத்துக்கென்று விதிக்கப்பட்டுள்ள ஒழுக்க அளவுகோல்களை வைத்துக்கொண்டு அவனை யாரும் மதிப்பிட முயற்சி செய்வதி ல்லை. 'சராசரி உலகம்' மட்டுமன்று, 'காவியக் கதாநாயகர் களுக்கு' நிர்ணயிக்கப்பட்டுள்ள ஒழுக்க அளவுகோல்கள் கூட அவனைப் பொறுத்த வரையில் பொருந்தாமல் போகின்றன.

வரையறுக்கப்பட்டுள்ள குணாம்சங்களை உடைய காவியத் தலைவர்கள் இந்த இந்தச் சூழ்நிலையில் இப்படி இப்படித்தான் நடந்து கொள்வார்கள் என்று நம்மால் அறுதியிட்டுக் கூற முடியும். அவர்கள் நம் எதிர்பார்ப்புக்குள் அடங்குபவர்கள் (predictable). ஆனால் நம் எதிர்பார்ப்புக்குள் அடங்காமல் போய், கணந்தோறும் தன்னை ஒரு புது வியப்பாகக் காட்டிக் கொள்ளும் கிருஷ்ணனின் அப்பொழுதைக்கு அப்பொழுதைய புதுமைதான் அவன் கவர்ச்சியின் கால்கோள்.

யார் எவ்வாறு அவனைக் காண விரும்புகின்றார்களோ அவ்வாறே அவன் அமைகின்றான். ஒவ்வோர் ஆயர் குலத்துப் பெண்ணின் உடைய அடிமனமும், அவனைத் தன்னுடைய பிரத்யேகக் கனவில் விளையும் கண்ணனாகக் காண்கின்றது.

ஒரு குறிப்பிட்ட ஆசிரியரின் படைப்பாகக் கிருஷ்ணனைக் கொள்ள முடியாது. அவன் ஒரு சமுதாயக் கனவு. பாகவதத்தில் தீராத விளையாட்டுப் பிள்ளையாக வருகின்ற கிருஷ்ணன், பாரதத்தில் ஒரு முழு நேர அரசியல்வாதியாக வருகின்றான். ஆழ்வார் பாடல்களில் பேசும் பொற்சித்திரமாகவும், காதலனாக வும் வருகின்றான். நாயக - நாயகி பாவம் (Bridal Mysticism) என்ற கோட்பாட்டுக்கு ஊற்றுக்கண் கிருஷ்ணன்.

உலக இலக்கியங்களில் அறிய முடியாத இப்படிப்பட்ட ஒரு கதாபாத்திரத்தின் செய்தியை நாவல் வடிவத்தில் எழுத வேண்டு மென்று எனக்குத் தோன்றிற்று. இக்காலத்துக்கும் அர்த்தப் படுகின்ற ஒருவனாக அவனைக் காட்ட வேண்டுமென்பது என் விருப்பம். இதனால்தான் நாரதரைக் கொண்டு வந்தேன். நாரதர் எக்கால மொழியிலும் பேசவல்லவர்.

பாகவதத்தில், வியாஸர் கதையை சுகருக்குச் சொல்கிறார். சுகர் பரீட்சித்துக்குச் சொல்கிறார். என் கதையில், கிருஷ்ணன் தன் கதையை ஜரா என்கிற வேடனுக்குச் சொல்கிறான். ஜரா என்கிற வேடன் நாரதருக்குச் சொல்கிறான். நாரதர் நமக்குச் சொல்கிறார். இன்னும் ஏழு நாள்கள்தாம் உயிருடன் இருக்க முடியும் என்று அறிகின்ற பரீட்சித், இவ்வேழு நாள்களில், இவ்வுலகில் அறிய வேண்டியவற்றை எல்லாம் அறிவதற்காக சுகரை நாடிச் செல்கின்றான். அவர் அவனுக்கு பாகவதத்தை உபதேசிப்ப தாகப் புராணங்கள் சொல்கின்றன. அறிய வேண்டியவற்றின் எல்லை நிலம், கிருஷ்ணன்.

பக்தியினால் பரவசப்பட்டு எழுதப்பட்ட நாவல் என்று இதைச் சொல்ல முடியாது. 'ஆசையினால் அறையலுற்ற' (கம்ப ராமாயணம்) கதை. வித்தியாசமான நடையில் எழுதப்பட்ட நாவல். உபதேசம் என்று எதுவுமில்லாமல் மிகக் கவனமாக எழுதியிருக்கிறேன். பகவத் கீதையை அருளிய கிருஷ்ணனின் வரலாற்றை, உபதேசம் செய்யாமல் எப்படி எழுத முடியும் என்று நீங்கள் கேட்கக் கூடும். பகவத் கீதை, வெவ்வேறு கொள்கை களையுடைய, வெவ்வேறு திறப்பட்ட உலகின் அனைத்து மக்களுடைய தலைகளுக்கும் பொருந்துகின்ற குல்லாய். இதில் உபதேசமென்று எதுவும் கிடையாது. நம்மை நாமே கண்ணாடி யில் பார்த்துக் கொள்கிறோம், அவ்வளவுதான்.

- இந்திரா பார்த்தசாரதி

1

ஜரா என்கிற வேடனுக்கு மிகவும் பசித்தது. காட்டிலிருந்த மிருகங்களெல்லாம் எங்குப் போய்விட்டன என்று அவனுக்குப் புரியவில்லை. ஒன்றுகூடவா கிடைக்காமல் போய்விடும்? விதி சதி செய்கின்றதா? யாருடைய விதி? இந்தக் கேள்வி எதற்காக எழ வேண்டும்? என்ன நடக்க இருக்கின்றது? அவன் மனம் குழம்பியது. நடக்கப் போகின்ற ஏதோ ஒரு சம்பவத்துக்கு தான் ஒரு கருவியாக இருக்கப் போகின்றோமோ என்ற ஒரு சந்தேகம் திடீரென்று அவனுக்கு ஏற்பட்டது.

களைத்துப் போயிருந்த அவன் உட்கார்ந்தான். இருட்டி விட்டது. இனிமேலா இரை கிடைக்கப் போகின்றது? இன்றும் பட்டினி தான்.

அவனுக்கு இருந்த பசியில், எறும்புகளைக்கூட பிடித்துத் தின்ன அவன் தயாராக இருந்தான். அவன் கையிலிருந்த தீப்பந்தத்தை ஏற்றினான்.

தரையில் தேடியபோது எறும்போ, பூச்சி புழுவோ எதையும் காணோம். அவனுக்கு இது ஆச்சரியமாயிருந்தது. என்ன ஆயிற்று? உலகமே அழிந்துபோய் அவன் மட்டுந்தான் உயிரோடு இருக்கிறானா? உயிரினம் எதுவுமே இருப்பதாகத் தெரிய வில்லையே? மரங்களின் இலைகள் அசையாமல் ஸ்தம்பித்து நிற்பன போல் அவனுக்குத் தோன்றிற்று. அவன் எழுந்து அருகி லிருந்த மரத்தை நெருங்கி இலைகளை அசைத்துப் பார்த்தான். அவை சருகுகளாக உதிர்ந்தன. அவன் திடுக்கிட்டான். சுற்றி யிருந்த மரங்கள் அனைத்தும் சடலங்களாகி விட்டனவா? அவன் கையிலிருந்த தீப்பந்தம் திடீரென்று அணைந்தது. காற்றே சிறிதும் இல்லாதபோது, பந்தம் எப்படி அணைந்தது? இருட்டு

பூதம் வாயைத் திறந்து தன்னை விழுங்கவிருக்கின்றதோ என்று அவன் நினைத்தான். தன் பசியைக் காட்டிலும் அதன் பசி அதிகமாக இருக்கக் கூடும். அப்பொழுதுதான் அவன் அதைக் கவனித்தான். இருட்டினூடே வெகுதூரத்துக்கு அப்பால் ஓர் ஒளிப்புள்ளி. கண்ணைக் கவரும் மஞ்சள் நிறம். அவன் அந்தப் புள்ளியை நோக்கி நடக்கத் தொடங்கினான்.

நடக்க நடக்கப் புள்ளியின் உருவம் பெரிதாகிக் கொண்டு போவது போல் அவனுக்குத் தோன்றிற்று. மஞ்சள் நிறத்தைப் பார்க்கும்போது அது ஒரு விலங்காக இருக்கக் கூடுமென்று அவனுக்குப் பட்டது. புலியோ? அவனுக்கிருக்கும் பசியில் எதைச் சாப்பிட்டால் என்னவென்று அவன் யோசித்தான். ஆனால், புலி மீது செலுத்தும் கணை குறி தவறாமலிருக்க வேண்டும். உயிருடனிருக்கும் ஒன்றைப் பார்த்தோமே என்று அவனுக்குச் சற்று சந்தோஷமாக இருந்தது. ஆனால், அதையும் அவன் கொல்ல வேண்டியிருக்கிறது. குறி தவறிவிட்டால்? புலியின் பசி அடங்கி விடும். அது புலிதானா? இவ்வளவு பெரிய உருவம் வேறு என்னவாக இருக்க முடியும்? அது ஆடாமல் அசையாமல் ஆழ்ந்த தூக்கத்தில் இருந்தது.

புலியைக் கொல்வதற்கான அம்பு அவனிடம் இருந்தது. மிகவும் கூர்மையான அம்பு. அவன் ப்ரபாசத்துக்குப் போனபோது, கடற்கரையருகே 'பளபள' என்று ஏதோவொன்று கீழே தரையில் கிடப்பதைப் பார்த்தான். அதை அவன் எடுத்துப் பார்த்தபோது அது இரும்பு என்று தெரிந்தது. நல்ல வலிமையான இரும்பு. அவன் அதைத் தேய்த்துத் தேய்த்துக் கூராக்கினான். அவனிட மிருந்த ஆயுதங்களில் அதுதான் மிக உயர்ந்ததாக அவனுக்குப் பட்டது.

அதைத் தொடுப்பதற்கான தருணம் வந்துவிட்டது என்று அவனுக்குத் தோன்றிற்று.

அவன் அந்த இருட்டில் ஒரு கூர்மையான பார்வையுடன், பார்வையைக் காட்டிலும் மிகக் கூர்மையாகவிருந்த அந்தக் கணையைத் தொடுத்தான்.

உடனே அவன் செவிகளைத் துளைத்தது ஒரு மனிதக் குரல். கண்ணுக்குத் தெரிந்த மஞ்சள் மேலாடை. அதற்குள் இருந்தது ஒரு மனித உருவம்! நரஹத்தி செய்துவிட்டோம் என்று

தெரிந்ததும் அவன் உடம்பு நடுங்கியது. அவன் மிக வேகமாக அந்த உருவத்தை நோக்கி ஓடினான்.

பாதத்தைத் துளைத்திருந்த அந்த அம்பைக் கையிலெடுத்துப் பார்த்துப் புன்னகை செய்து கொண்டிருந்தது அந்த மனித உருவம்.

கிருஷ்ணன்!

வேடன் ஆடிப்போய்விட்டான்.

''கண்ணா, என்னை மன்னித்து விடுங்கள். பசி வெறியில் ஏதோ மிருகம் என்று நினைத்து அம்பு எய்தினேன். என்ன பாவம் செய்திருக்கிறேன் நான்!''

கிருஷ்ணன் தொடர்ந்து புன்னகை செய்துகொண்டே இருந்தான்.

வேடன் அவன் பாதங்களைப் பற்றிக் கொண்டு கதறத் தொடங்கினான்.

கிருஷ்ணன் அவனைத் தூக்கி நிறுத்தினான்.

''ஜரா, நீ என்னைக் கொல்ல முயற்சி செய்யவில்லையென்று எனக்குத் தெரியும், கவலைப்படாதே. உலகத்துக்கு ஓர் உண்மையை உணர்த்த நீ ஒரு கருவி, அவ்வளவுதான்.''

''என்ன உண்மை, ஸ்வாமி?''

''உலகில் யாரும் வெல்ல முடியாதவர்கள் அல்லர். மாறுதல் ஏற்பட்டுக் கொண்டேயிருப்பதுதான் உயிரினத் தத்துவம்.''

ஜரா அவன் சொல்வது புரியாமல் சிறிது நேரம் அவனையே பார்த்துக் கொண்டு நின்றான்.

கிருஷ்ணன் திரும்பிப் பார்த்தான். அங்கே ஒரு கூடை இருந்தது. அதை எடுத்து வேடனிடம் கொடுத்தான்.

''பழங்கள். சாப்பிடு. உன் பசி அடங்கிய பிறகு பேசுவோம்'' என்றான் கிருஷ்ணன்.

வேடன் அவனை நன்றியுடன் பார்த்துக் கொண்டே அந்தக் கூடையைக் கையில் வாங்கிக் கொண்டான். திடீரென்று இத்தனைப் பழங்கள் எங்கிருந்து வந்தன?

அவன் கிருஷ்ணனின் அம்பு தைத்த பாதத்தைப் பார்த்தான். புண் ஆறி, வடு இருந்தது.

"ஸ்வாமி, புண் ஆறிவிட்டதே! உங்களுக்கு இனி ஓர் ஆபத்தும் இல்லையே?" என்று பழங்களைச் சாப்பிட்டுக்கொண்டே வேடன் மகிழ்ச்சியுடன் கேட்டான்.

"ஆபத்து என்று எதைச் சொல்லுகிறாய் என்று எனக்குப் புரிய வில்லை. மரணத்தை ஆபத்து என்று சொல்லாதே. தவிர்க்க முடியாதது, ஏற்பட்டுத்தான் ஆக வேண்டும்."

"என்ன சொல்லுகிறீர்கள், ஸ்வாமி?"

"என் மரணம்."

வேடன் திடுக்கிட்டான்.

"வடு, எனக்கு நினைவூட்ட, அவ்வளவுதான். பீஷ்மர் மாதிரி மரணத்தை ஒத்திப் போட்டிருக்கிறேன். உன்னுடன் நான் பேச வேண்டும். நீ ஒரு மகத்தான சாதனையைச் செய்யத் தொடங்கி இருக்கிறாய். அது முற்றுப் பெற வேண்டுமானால், நீ இன்னொரு காரியத்தையும் செய்தாக வேண்டும்."

"எனக்கு ஒன்றும் புரியவில்லை, கண்ணா."

"நீ முதலில் சாப்பிட்டு முடி" என்று கூறிவிட்டுக் கண்களை மூடிக் கொண்டான் கிருஷ்ணன்.

வேடன் பழங்களைச் சாப்பிட்டு முடித்ததும், கண்ணனின் மூடியிருந்த கண்கள் திறந்தன.

படுத்திருந்த கிருஷ்ணன் எழுந்து உட்கார்ந்து கொண்டான்.

"'புனரபி ஜனனம் புனரபி மரணம்' என்று சொன்னவன் நான். அந்த மரணத்தை எனக்கு ஞாபகப்படுத்தி அம்பு எய்தவன் நீ. இதுவே சாதனையின் தொடக்கம். இதைத் தொடர்ந்து நீ செய்ய வேண்டியதை நான் உனக்குச் சொல்லப் போகிறேன். அதுவே உன் சாதனையின் முடிவாக இருக்கப் போகிறது."

வேடனுக்கு அவன் சொன்னது புரிந்தும் புரியாமலும் இருந்தது. 'மரணத்தை ஒத்திப் போட்டிருக்கிறேன்' என்றால் என்ன அர்த்தம்? இன்னும் சிறிது நேரத்தில் இறக்கப் போகின்றானா?

அப்படியானால், தான் செய்தது எப்படி ஒரு சாதனையாகும்? யாதவகுலத் திலகத்தைக் கொன்ற பாவமல்லவா அது?

''கண்ணா, நான் கல்வியறிவில்லாத முட்டாள். நீங்கள் சொல்வது ஒன்றும் எனக்கு விளங்கவில்லை. யாதவ குலம் எனக்குச் சாபமிடப் போகிறது என்பதை மட்டும் என்னால் விளங்கிக் கொள்ள முடிகிறது.''

''யாதவ குலம் இருந்தால்தானே உனக்குச் சாபமிடப் போகிறது?'' என்று கூறிவிட்டு உரக்கச் சிரித்தான் கிருஷ்ணன்.

''அப்படியானால்?''

''யாதவ குலத்தில் நான் மட்டுந்தான் எஞ்சியிருக்கிறேன். மற்ற வர்கள் சமூகத் தற்கொலை செய்து கொண்டு விட்டார்கள், ஒருவரையொருவர் அடித்துக்கொண்டு. நீ இப்பொழுது என் மீது எய்தாயே அதே ஆயுதம்தான் அவர்கள் அழிவுக்கும் காரணம். செல்வமும் அதிகாரமும் சேர்ந்துவிட்டால் என்ன ஆகும் என்று சரித்திரம் சொல்லிக் கொண்டேயிருக்கிறது. நாம்தான் மறந்து விடுகிறோம். பெயரிட வேண்டுமென்றால், இதுதான் விதி. சரி, நடந்து போனதைப் பற்றி விவாதிப்பதில் பயனெதுவும் இல்லை. நடக்க வேண்டியது, நீ என் கதையைப் பின்னால் வரப்போகிற ஏதோவொரு சந்ததிக்குச் சொல்ல வேண்டும். அது ஆயிரமாயிரம் ஆண்டுகளுக்குப் பின்னால்கூட இருக்கலாம், அவர்களுக்கு அர்த்தப்படும்படியாக இருக்க வேண்டும். இதுதான் என் விருப்பம்.''

ஜரா திகைத்து நின்றான். தான் எழுத வேண்டுமா, என்ன சொல்லுகிறார் இவர்? எழுதப் படிக்கத் தெரியாத அவனால் என்ன எழுத முடியும்?

அவன் குழப்பத்தைப் புரிந்து கொண்டது போல், கிருஷ்ணன் புன்னகையுடன் கூறினான் : ''உன்னால் எழுத முடியுமா என்று பார்க்கிறாய். அப்படித்தானே? கிரௌஞ்ச பட்சிகளைக் கொன்ற கல்வி அறிவு இல்லாத ஒரு வேடன் ஒரு காவியத்தை இயற்றியிருக்கிறான். பறவையைக் கொன்ற ஒருவன் இதைச் செய்ய முடியுமென்றால், ஒரு மனிதனைக் கொன்ற உன்னால் ஏன் எழுத முடியாது?''

ஜரா என்கிற வேடன் கிருஷ்ணனையே பார்த்துக்கொண்டு நின்றான்.

2

ஜரா என்கிற வேடன் என்னிடம் சொன்னான், வியாஸபகவான் இயற்றிய கதையை சுகப்ரும்மம், பரீட்சித் மஹாராஜாவுக்குச் சொன்னார். அதே மாதிரி, வரப்போகிற ஏதோ ஒரு சந்ததிக்கு, அக்காலத்துக்கு ஏற்றபடி நீ ஏன் சொல்லக்கூடாது, என்று.

என்னை அவன் ஏன் தேர்ந்தெடுத்தான் தெரியுமா?

நான் யார்?

பயப்படாதீர்கள், இது தத்துவ விசாரணைக் கேள்வி அல்ல. ரேஷன் கார்ட், நீங்கள் சற்று வசதியானவர் என்றால், பாஸ்போர்ட் விண்ணப்பத்தாள் கேள்வி. நீ யார், உன் அப்பன் பேர் என்ன, உன் முகவரி என்ன, எட்ஸெட்ரா, எட்ஸெட்ரா...

நான் திரிலோக சஞ்சாரி, எனக்கு பாஸ்போர்ட், விஸா தேவை யில்லை. நான் முக்காலத்திலும் இருப்பவன். அதனால்தான், ஜரா என்கிற வேடன், அவன் இயற்றிய இந்தக் கதையைச் சொல்லும் படி என்னைப் பணித்திருக்கிறான். என் பேர் நாரதர்.

என் அப்பன் பேர் பிரம்மா என்பீர்கள். அதுதான் இல்லை.

என் அம்மா நாலாவது வர்ணத்தைச் சார்ந்தவள். பிரளயத்துக்குப் பிறகு பிரம்மாவின் மூச்சு வழியே வந்தேன் என்பதற்காக பிரம்மா என் அப்பன் ஆகிவிட முடியுமா? என் அப்பன் யார் என்று என் அம்மாவுக்குத்தான் தெரியும். அவள் பணிவிடை செய்து வந்த ஆஸ்ரமத்திலிருந்த ஏதாவது ஒரு ரிஷியாக இருக்கக்கூடும்.

வியாஸர் இந்த வகையில் கொடுத்து வைத்தவர். அப்பா பேரும் தெரியும், அம்மா பேரும் தெரியும். அப்பா பிரசித்தி பெற்ற

பராசர முனிவர். அம்மா செம்படவப் பெண் என்றாலும், அரசன் ஒருவனை மணந்ததனால் அவள் பெயர் சத்யவதி என்று எல்லாருக்கும் தெரியும்.

சரி, என் தொழில்?

இங்குதான் என் பெருமையே இருக்கிறது.

நான்தான் உலகத்திலேயே முதல் செய்திக் கலைஞன். First ever journalist!

உங்களிடம் இப்பொழுது ரேடியா இருக்கிறது, டி.வி. இருக்கிறது. இன்டர்நெட் இருக்கிறது. உலகத்தின் எந்த மூலை யிலும் என்ன நடந்தாலும் உடனுக்குடனே உங்களால் கேட்க முடிகிறது, படிக்க முடிகிறது, பார்க்க முடிகிறது.

அந்தக் காலத்தில்?

மூன்று உலகங்களுக்கும் ஓடியாடி நான்தான் செய்திகளைச் சொல்லியாக வேண்டும்.

வம்பு தும்புகளைப் பரிமாறி ஒருவரோடு ஒருவர் சண்டையிடச் செய்த கலகக்காரன் என்றுதானே என்னைப் பற்றி உங்கள் அபிப்பிராயம்? இல்லையா?

இப்பொழுது உங்கள் பத்திரிகைக்காரர்கள் என்ன செய்து வருகிறார்கள்?

கலகங்கள்தாம் வாழ்க்கையைச் சுவாரஸ்யமாக்குகின்றன. நன்மையில் முடிந்தால்.

எது நன்மை, எது தீமை?

'தீதும் நன்றும் பிறர் தர வாரா.' அவரவர் அந்தந்தக் காலத்திய சௌகரிய, அசௌகரியங்களுக்கு ஏற்றாற்போல் அர்த்தம் பண்ணிக் கொள்வதுதான் நன்மை, தீமை.

சத்தியமும் பொய்யும் சௌகரிய, அசௌகரியங்களைப் பொருத்த விஷயங்கள்தாம்.

எதையுமே கருப்பு, வெள்ளையாகப் பார்க்கக் கூடாது. கிருஷ்ணன் தன் வாழ்க்கை வரலாற்றை இந்தப் பின்னணியில்

தான் பார்க்க வேண்டுமென்று ஜரா என்ற அந்த வேடனிடம் சொன்னான்.

ஜரா சொன்னான், கிருஷ்ணன் ஒவ்வொரு காலத்துக்கும், அந்தந்தக் காலத்துக்கேற்ப அர்த்தப்படும்படியான பல பரிமாணங்களுடைய மஹாபுருஷன். நீ இந்தக் கதையைச் சொல்லும்போது, இந்த அர்த்த பரிமாணங்கள் கேட்கின்றவர்களுக்குப் புலப்பட்டால்தான், கிருஷ்ணனைப் புரிந்துகொண்டதாக அர்த்தம், என்று.

தேவர்களைப் படைத்தவனே அசுரர்களையும் படைத்திருக் கிறான். இருவருக்குமே பிரஜாபதிதான் தந்தை. எல்லாமே, வாழ்க்கையே ஓர் அலகிலா விளையாட்டு என்ற விதியில்தான் அமைந்திருக்கிறது. விளையாட இரண்டு கட்சிகள் வேண்டாமா?

தேவர்கள் அசுரர்களாகலாம், அசுரர்கள் தேவர்களாகலாம். தேவர்கள், அசுரர்கள் என்று தீர்மானமான வரையறை ஏது மில்லை. நாராயணனின் துவார பாலகர்கள் அசுரர்களாகப் பிறக்க வில்லையா?

பரீட்சித் மஹாராஜா கலி மஹாபுருஷனிடம் சொல்வான், இதோ பார், என் ஆட்சியில் சத்தியமும் தர்மமும்தான் இருக்க வேண்டும். பொய்க்கும், அதர்மத்துக்கும் இடமில்லை. நீ உன் வேலையைக் காட்டாதே, ஓடிப்போ, என்று.

கலி சிரித்துக்கொண்டே பதில் சொல்கிறான், மஹாராஜா, நீங்கள் சொல்வது சரிதான். இரண்டையுமே படைத்தவன் பகவான்தான். சத்தியத்தின் நிழல் பொய், தர்மத்தின் நிழல் அதர்மம். நான் ஒளிய வேண்டுமென்றால், அவன் இல்லாத இடமாகப் பார்த்து ஒளிய வேண்டும். நீங்கள் சொல்வதைப் பார்த்தால் அவன் பொய்யும் அதர்மமும் இருக்கிற இடத்தில் இருக்கமாட்டான். அது எங்கே இருக்கிறது சொல்லுங்கள், என்று.

பரீட்சித் பதில் சொல்லத் தடுமாறிப் போய்விட்டான். பிறகு, சமாளித்துக்கொண்டு சொல்கிறான், நான் உன்னை பகவான் இல்லாத இடமாகப் பார்த்து ஒளியச் சொல்லவில்லை. பகவானை மறந்தவர்கள் எங்கிருக்கிறார்களோ, அங்கே போ, என்று. உடனே கலி கேட்டான், பகவானை மறந்தவர்கள் எங்கிருக்கிறார்கள் சக்கரவர்த்தி, என்று. சூதாடுகின்றார்களே,

அங்கே என்றான் பரீட்சித். கலி உரக்கச் சிரிக்கத் தொடங்கி விட்டான். இதைக் கண்டதும் பரீட்சித்துக்குக் கோபம் வந்து விட்டது. ஆக்ரோஷத்துடன் கேட்டான், எதற்குச் சிரிக்கிறாய்? கலி சொன்னான், மன்னிக்கவும் அரசரே, பகவானே, கீதையில் அருளியிருப்பதை மறந்துவிட்டீர்களா, என்று. பரீட்சித் எரிச்சலுடன் வினவினான், என்ன அருளியிருக்கிறார்?

த்யூதம் சலயதாம் அஸ்மி... சூதாட்டக்காரர்களிடையே நான் சூதாட்டக் கலை.

கலியை இப்படிப் பேச வைத்திருப்பவனே பகவான்தான் என்று மனத்தைச் சமாதானப்படுத்திக் கொண்டு பரீட்சித் போய் விட்டான்.

பகவான் அருளியிருக்கும் கீதையின் மகிமை இதுதான். அது எந்தக் கட்சியின் பிரகடனமுமல்ல. ஆனால் எல்லாக் கட்சிக் காரர்களும் அதற்கு உரிமை கொண்டாடுகிறார்கள். ஒவ்வொரு கட்சிக்காரனும் கீதையிலிருந்து மேற்கோள் காட்டியே தன் கட்சியை நிறுவப் பார்க்கிறான். அவ்வாறு செய்வதிலும் தவறு ஏதுமில்லை என்கிறான் கிருஷ்ணன்.

மஹாவிஷ்ணுவின் அவதாரங்களிலேயே மிகவும் சிக்கலான அவதாரம் கிருஷ்ணாவதாரம். ராமனைச் சுலபமாகப் புரிந்து கொள்ள முடிகிறது. ஒரே நேர்க்கோட்டில் சென்ற, எல்லா நற்குணங்களும் நிரம்பிய, ஒற்றைப் பரிமாணக் கதாநாயகன். எது தர்மம் என்று நினைத்தானோ அதை விரும்பிய அளவுக்கு, அவன் மனைவியை விரும்பியதாகத் தெரியவில்லை. இவ்வளவுக்கும் அவன் ஏகபத்தினி விரதன். ஒரே மனைவி, அவளையும் இரண்டு தடவை நெருப்பில் குதிக்கச் சொல்லுகிறான்!

கிருஷ்ணனை காவிய இலக்கணத்துக்கு உட்பட்ட ஒரு கதா நாயகனாகச் சொல்ல முடியுமா? மஹாபாரதத்தில் அவனா கதா நாயகன்? பாகவதத்தில்? அக்கதைக் களஞ்சியத்தில், கிருஷ்ணன் கதையும் வருகிறது, அவ்வளவுதான்.

கிருஷ்ணன் ஓர் anti-hero. என்ன சொல்கிறீர்கள்? நான் சொல்லவில்லை, அவனே ஜரா என்கிற வேடனிடம் சொல்லி யிருக்கிறான், ராமாவதாரத்தில் ஒருவழிப் பாதையிலேயே சென்று எனக்கு அலுத்துவிட்டது. இதற்கு மாறுதலாகத்தான் கிருஷ்ணாவதாரம் எடுத்தேன். அதனால்தான் இந்த அவதாரத்தில்

பலர் என்னை அரசனாக்க முயற்சி செய்தாலும் நான் மறுத்துவிட்டேன். அரியாசனம் ஒரு சிறைக்கூடம், என் சுதந்தரத்தைக் கட்டுப்படுத்தியிருக்கும், என்று.

அதனால்தான் ராமனிடம் உங்கள் எதிர்பார்ப்பு அதிகம். சற்று ஏமாற்றம் ஏற்பட்டால்கூட பட்டிமன்றம் நடத்துகிறீர்கள். ராமன் வாலியைக் கொன்றது சரியா? அதுவும் மறைந்து நின்று கொன்றிருக்க வேண்டுமா? கிருஷ்ணன் செய்கைகள் பற்றி ஏதாவது விவாதம் நிகழ்கின்றதா? இல்லை. ஏன்? கிருஷ்ணன் வேறு விதமாக நடந்து கொண்டிருக்க முடியாது என்று நம் மனத்தில் ஏதோவொன்று சொல்கிறது. அவன் என்ன செய்தாலும் நியாயமாகப்படுகிறது. இதற்கு இன்னொரு பெயர் 'கவர்ச்சி'.

இந்தக் காலத்து மனிதர்களாகிய உங்களுக்கு நான் 'கவர்ச்சியை' பற்றிச் சொல்ல வேண்டியதில்லை. 'கவர்ச்சி' மிக்க உங்கள் அரசியல்வாதிகள் என்ன செய்தாலும் அதை நீங்கள் ஏற்றுக் கொள்கிறீர்கள். அது சரியா தப்பா என்று ஆராய்கிறீர்களா? ஆனால், கிருஷ்ணனுக்கும், இந்தக் காலத்திய உங்கள் அரசியல் வாதிகளுக்கும் என்ன வித்தியாசம் என்றால், கிருஷ்ணன் என்ன செய்தாலும் அதை லோகக்ஷேமம் கருதிச் செய்தான். உங்கள் அரசியல்வாதிகளுடைய தலையான தர்மம், அவர்களுடைய சொந்த க்ஷேமம்தான். நான் சொல்வது சரிதானே?

'ஸம்பவாமி யுகே யுகே' என்று அவன் சொல்லியிருப்பதன் பொருள் தெரியுமா? அவன் மறுபடியும் மறுபடியும் அவதாரம் எடுப்பான் என்று அர்த்தம் இல்லை. ஏற்கெனவே எடுத்துவிட்ட கிருஷ்ணாவதாரத்தின் அர்த்தப் பரிமாணங்களை அந்தந்தக் காலத்துக்கு ஏற்றபடி மனத்தில் வாங்கிக் கொண்டு அவனை உருவாக்கிக் கொள்ளுங்கள் என்றுதான் அர்த்தம்.

கிருஷ்ணன் சொன்னதை மனத்தில் வாங்கிக் கொண்டு ஜரா என்கிற வேடன் என்னிடம் சொன்னபோது அது சற்று வித்தியாச மான வேறு உருவமாக மாறியிருக்கக் கூடும். நான் அதை உங்களிடம் சொல்கிறபோது இன்னும் கொஞ்சம் வேறுபட்ட உருவம். நான் சொல்வதை நீங்கள் ஒவ்வொருவரும் உங்களுக்கு ஏற்ற வகையில் வாங்கிக் கொள்கிறீர்கள். அம்மாடி! எத்தனை கிருஷ்ணர்கள்! பிருந்தாவனத்தில் கோபிகைகளுக்கு ஏற்பட்ட அனுபவம் இப்பொழுது புரிகிறதா? ஒவ்வொரு கோபிகையும் அவரவர் கற்பனையில் விரிந்த இலட்சியப் புருஷனை,

அவளுடன் குழல் இசைத்து நடனமாடிய கிருஷ்ணனிடம் கண்டாள். அந்தக் காலத்தில் ஒவ்வோர் ஆணுக்கும் எத்தனை மனைவிகள் தெரியுமா? ஒருவனுக்கு ஆறு பெண்கள் இருந்தால், முதல் பெண்ணை மணக்கின்றவனுக்கு அடுத்த ஐந்து பெண் களும் போனஸ்! கிருஷ்ணனின் தந்தை வசுதேவருக்கு எத்தனை மனைவிகள் தெரியுமா? ஏழு! பௌரவி, ரோஹிணி, பத்ரை, மதிரை, ரோசனை, இலா, தேவகி. ஆண்கள் இப்படியிருக்கும் போது, பெண்களுக்குத் தங்கள் விருப்பப்படி கற்பனை செய்து கொள்ளக் கூடவா உரிமையில்லை? அவர்கள் கற்பனையின் வடிகாலாகத் தன்னை அவர்களுக்கு அர்ப்பணித்தான் கண்ணன்! பெண்கள் பால் அவனுக்கு இருந்த கரிசனம் இருக்கிறதே, அப்பப்பா! அதை எப்படிச் சொல்வது? பிதாமகன் பீஷ்மன் மரணப்படுக்கையில் இருந்தபோது, கிருஷ்ணனைக் கேட்டான், கண்ணா, இந்தப் போரை உன்னால் தடுத்திருக்க முடியாதா, நீ நினைத்திருந்தால் எதுதான் முடியாது, என்று.

அதற்கு கிருஷ்ணன் சொன்னான், அரை நிர்வாணத்துடன் ஒரு பெண் உன்னிடம் நியாயம் கேட்டபோது உன்னால் என்ன செய்ய முடிந்தது? இப்பொழுது நினைத்தாலும் அந்தக் காட்சி என் மனத்தை உலுக்குகிறது. பெண்களுக்குக் கொடுமை இழைத்து விட்டு யாராலும் தப்பித்துக் கொள்ள முடியாது. இதைத் தவிர வேறு தர்மம் எனக்குத் தெரியாது, என்று.

இப்பொழுது புரிகிறது. நீ ஏன் சிகண்டியை என் முன் நிறுத்தினாய் என்று. அது அவளுக்குக் கிடைக்க வேண்டிய நியாயம் என்றான் பீஷ்மன் தனக்குத் தானே சொல்லிக் கொள்வது போல்.

மஹாபாரதத்தில் வருகின்ற எல்லாப் பெண்களுமே கிருஷ்ணனை விரும்பினார்கள் என்பது ஒரு முக்கியமான விஷயம். துரியோதனன் மனைவி பானுமதி அவன் மீது ஒரு விசேஷமான ப்ரீதி கொண்டிருந்தாள் என்பது உங்களுக்குத் தெரியுமா? எல்லாருமே உன் போல் குழந்தை சுபாவத்தோடு இருந்துவிட்டால் உலகத்தில் சண்டையே இருக்காது, பானுமதி, என்கிறான் கிருஷ்ணன் அவளிடம் ஒரு சமயம். பானுமதி அவனைத் தன்னுடைய மிகவும் விருப்பத்துக்குரிய சகோதரன் என்று கொண்டாடினாள். ஹஸ்தினாபுரத்தில் நடக்கும் அரசியல் விளையாட்டுகள் அவளுக்குக் கொஞ்சம்கூடப் பிடிக்கவில்லை. கிருஷ்ணனிடம் குழந்தைத் தனமாக மன்றாடுகிறாள். கிருஷ்ணா,

என் கணவனை ஹஸ்தினாபுரத்து யுவராஜாவாக ஆக்கிவிடு, உன்னால் முடியாதது எதுவும் இல்லை. எனக்குப் பாண்டவர்களிடம் கோபம் என்று நினைத்துக் கொள்ளாதே. அவர்கள் மிகவும் நல்லவர்கள். யுதிஷ்டிரன் நிச்சயமாக இந்த ஏற்பாட்டுக்கு ஒப்புக்கொண்டு விடுவான். என் கணவன் ராத்திரியெல்லாம் தூக்கமில்லாமல் கஷ்டப்படுவதை என்னால் காணச் சகிக்க வில்லை. எனக்கு இந்த வாக்குறுதியைக் கொடு, என்று.

கிருஷ்ணன் என்ன செய்தான் என்று நினைக்கிறீர்கள்? வாக் குறுதியைக் கொடுத்ததோடு மட்டுமல்லாமல் அது நிறைவேறும் படியாகவும் செய்து விடுகிறான். நாடு துண்டாடப்படுகிறது. ஹஸ்தினாபுரத்து அரசன் துரியோதனன்!

கிருஷ்ணன் இன்னொரு பெண்ணுக்கு வாக்குறுதி அளித்துவிட்டு அதையும் நிறைவேற்றுகிறான், தெரியுமா உங்களுக்கு? அவளையும் அவன் தன் சகோதரியாக ஏற்றுக் கொள்கிறான். அவள் பானுமதியின் தங்கை ஜலந்தரா. அவளுக்கு பீமன் மீது கொள்ளைக் காதல். பீமனிடம் அவளை ஏற்றுக்கொள்ளும்படி அவன் சொன்னபோது, பீமன் அவனிடம் சிரித்துக் கொண்டே கேட்கிறான், கடவுளே, உன் சகோதரிகளின் எண்ணிக்கைக்கு முடிவே கிடையாதா, என்று.

கர்ணனின் மனைவி காஞ்சனமாலா கர்ணன் போர்க்களத்தில் மடிந்த பிறகு கிருஷ்ணனைக் கோபத்துடன் கேட்கிறாள், என் கணவன் யாருடைய மகன் என்று உனக்கு ஏற்கெனவே தெரிந்திருந்தும் அதை என்னிடம் ஏன் சொல்லவில்லை, என்று. கிருஷ்ணன் தன்னிடம் அதைச் சொல்லியிருப்பான் என்று அவள் ஏன் எதிர்பார்த்திருக்க வேண்டும்? பெண்களிடம் அக்கறை கொண்டவன் என்று பேர் பெற்றவன், கர்ணன் யார் என்று சொல்லி அவளுக்கு அவன் மீதிருந்த மனக்கசப்பைப் போக்கி யிருக்க வேண்டுமென்று அவள் எதிர்பார்க்கிறாள். கிருஷ்ணன் அதற்கு பதில் கூறுகிறான், நீ காதலிக்கவில்லை. இது நான் ஏற்றுக் கொண்டிருக்கிற தர்மத்துக்கு முரண்பட்ட விஷயம், அதனால் தான் நான் உனக்கு இதைச் சொல்லவில்லை, என்று.

இது கிருஷ்ணன், ஜரா என்கிற வேடனிடம் பிரத்யேகமாகச் சொன்ன விஷயம். இது மஹாபாரதத்தில் இருக்கிறதா, பாகவதத் தில் இருக்கிறதா, ஹரிவம்சத்தில் இருக்கிறதா, விஷ்ணுபுராணத் தில் இருக்கிறதா என்று தேடாதீர்கள். இன்னும் சொல்லப்

போனால் கிருஷ்ணன் அப்படிச் சொன்னதாக ஜரா என்கிற வேடன் என்னிடம் கூறினான். ஜரா என்கிற வேடன் என்னிடம் சொன்னதாக நான் உங்களிடம் சொல்லுகிறேன். நீங்கள் மற்றவர்களுக்குச் சொல்லும்போது உங்கள் முத்திரையும் அதில் இருக்க வேண்டும். சரித்திரம், புராணம் எல்லாவற்றின் கதையும் இப்படித்தான்.

'நாரதா, நாரதா!'

யாரோ என்னைக் கூப்பிடுகிறார்கள். உங்கள் காதில் விழுகிறதா? விழவில்லையா? எனக்குக் கேட்கிறது. என்னவென்று கேட்டு விட்டு வருகிறேன். கொஞ்சம் பொறுங்கள்.

3

ஒன்றுமில்லை. வைகுண்டத்திலிருந்து கம்ஸன் கூப்பிட்டான், அவன் கதையை நான் ஒழுங்காகச் சொல்ல வேண்டுமாம். நான் அவனிடம் சொன்னேன், கிருஷ்ணன் உன்னைப் பற்றி ஜரா என்கிற வேடனிடம் சொல்லியிருப்பதைக் காட்டிலும் நான் இன்னும் சிறப்பாகச் சொல்ல முடியாது, என்று. உங்களுக்கு ஆச்சரியமாக இருக்கும், என்ன இது? கம்ஸன் வைகுண்டத்தில் இருக்கிறானா? நாரதனுக்கு புத்தி பிசகி விட்டதா என்று நினைக்கிறீர்கள், அப்படித்தானே?

கம்ஸன் வைகுண்டத்தில்தான் - 'தானை' இன்னும் அழுத்தி உச்சரியுங்கள் - இருக்கிறான். காரணம் அவன் ஸம்ப்ரம யோகம் செய்தவன். ஸம்ப்ரம யோகம் என்றால் என்னவென்று தெரியுமா உங்களுக்கு? ஒருவனைப் பரிபூரணமாக வெறுக்க வேண்டும் என்றால், அவனைப் பற்றி எப்போதும் நினைத்துக்கொண்டே இருக்க வேண்டும். பரிபூரணக் காதலும், பரிபூரண வெறுப்பும் இந்தப் புள்ளியில்தான் ஒன்றை ஒன்று சந்திக்கின்றன. கம்ஸனுக்கு கிருஷ்ணனைத் தவிர வேறு நினைவேயில்லை. விருப்பும் வெறுப்பும் அடிப்படையில் ஒன்றுதான். ஒன்று இன்னொன்றாக மாறும் ரஸாயனத்தைப் பற்றி இந்தக் காலத்து உளவியல் அறிஞர்களைக் கேளுங்கள், நிறையச் சொல்வார்கள். பிரஹலாதனும் அவன் அப்பன் ஹிரண்யனும் வைகுண்டத்தில் இருக்கிறார்கள் இப்பொழுது புரிகிறதா?

நன்மை, தீமை என்று இருப்பதே வாழ்க்கையைச் சுவாரஸ்ய மாக்கத்தான் என்று சொன்னேன். ஞாபகம் இருக்கிறதா? எதைத் தேர்ந்தெடுத்து வாழ்க்கையை நடத்துவது என்கிற உரிமை மனிதனுக்கு உண்டு. நன்மையைத் தேர்ந்தெடுத்தால் வாழ்க்கை

முழுவதும் ஒரே மாதிரியாக, எந்த விதமான சலனமுமில்லாமல், 'சந்தோஷமாக' வாழலாம். எல்லாரும் இத்தகைய 'சந்தோஷத்தை' விரும்ப வேண்டும் என்ற அவசியமில்லை. ஆகவே தான் அவர்களுடைய அடிமனத்து உந்துதலினால் அவர்கள் 'தீமையை' மிக இயல்பாகத் தேர்ந்தெடுக்கிறார்கள். மனச் சலனம், போராட்டம் எல்லாம் அவர்களுக்குப் பிடித்திருக்கிறது.

கம்ஸன் யாதவ குலத்தைச் சார்ந்தவன்தான். யயாதியைத் தெரியுமா உங்களுக்கு? ஒரு சாபத்தினால் வயோதிகப் பருவம் பெற்று, அதைத் தன் பிள்ளைகளில் எந்தப் பிள்ளை வாங்கிக் கொள்கின்றானோ அவன்தான் தனக்குப் பிறகு பட்டம் ஏறலாம் என்கின்றானே, அந்த மஹானுபாவனைச் சொல்கிறேன். அவனுடைய மூத்தப் பிள்ளை, யது. அவன் வயோதிகப் பருவமும் வேண்டாம், பட்டமும் வேண்டாம் என்று இருந்து விடுகிறான். அந்த யதுவின் வம்சத்தினர்தாம் யாதவ குலத்தினர். அந்தகர்கள், விருஷ்ணியர், சாத்வதர்கள், போஜர்கள், மதுக்கள், சூரர்கள் என்று பல கிளைப் பிரிவுகள் இவர்களிடம் உண்டு. யது மிகச் சாதுவாக இருந்திருக்கலாம், ஆனால் அவன் சந்ததியினர் ஒருவரோடு ஒருவர் ஓயாமல் சண்டையிட்டுக் கொண்டிருந்தனர்.

அந்தகர்களுடைய கை ஓங்கியபோது, அவர்கள் அரசன் உக்கிர சேனன். அவன் தம்பி தேவகன். சூரர்களுடைய அரசன் வசு தேவன். ஒருவரோடு ஒருவர் சண்டையிடுவதைத் தவிர்க்க, உக்கிரசேனன் தம்பி தேவகனுடைய மகள் தேவகியை, வசு தேவனுக்கு மணம் செய்விக்க முடிவு செய்தனர் யாதவ குலத்துப் பெரியோர்கள்.

உக்கிரசேனனின் மூத்த மகன் கம்ஸன். அவனுக்குத் தன் தங்கை தேவகி மீது கொள்ளை ஆசை. உங்களுக்கு ஆச்சரியமாக இருக்கிறதா? இதுதான் உண்மை. வியாஸரே பாகவதத்தில் சொல்லும் தகவல் இது. கிருஷ்ணனோ, ஜரா என்கிற வேடனோ அல்லது நாரதன் என்கிற நானோ சரடு திரிக்கவில்லை. கல்யாணமாகி வசுதேவரோடு அவருடைய ஊருக்குப் போக தேவகி தேரில் ஏறியபோது, கம்ஸன் திடீரென்று தேரில் ஏறி, என் தங்கையைக் கொண்டு விட நான் தேர் ஓட்டுவேன், என்கிறான். அப்பொழுது தான் அந்த அசரீரி கேட்கிறது.

கம்ஸா, இவளுக்குத் தேர் ஓட்டுகிறாயே, இவளுடைய எட்டாவது பிள்ளையால் உன் உயிருக்கு ஆபத்து, என்று.

அது அசரீரியின் குரலா அல்லது அவன் அந்தரங்கக் குரலா, தெரியவில்லை. அது அங்கிருந்த மற்றவர்களுக்குக் கேட்க வில்லை. கம்ஸன் மாபெரும் வீரன். முரடன். அவனுடைய நெருங்கிய நண்பர்கள் எல்லாருமே வீரர்கள், முரடர்கள். அவர்கள் இந்தக் கல்யாணம் நடப்பதற்கு முன்னால் கம்ஸனிடம் எச்சரிக்கை செய்கிறார்கள், இந்தத் திருமணத்தின் காரணமாக சூரர்கள் பலம் ஓங்கிவிடக் கூடாது, என்று. ஆனால், கம்ஸன் தேவகியின் மீது அளவற்ற ப்ரீதி கொண்டிருந்ததனால் அவர்கள் சொன்னதைக் காதில் வாங்கிக் கொள்ளவில்லை.

கம்ஸன் சில கணங்கள் திகைத்து நிற்கிறான்.

மீண்டும் அசரீரி ஒலிக்கிறது.

உங்களுக்கு மாக்பெத் ஞாபகம் வருகிறதா?

அந்த நாடகத்தில் வரும் துர்தேவதைகளுக்கும் இந்த அசரீரிக்கும் என்ன ஒற்றுமை!

கம்ஸன் இந்தக் கணத்தில்தான் தேர்ந்தெடுக்கிறான். அவன் அப்படித் தேர்ந்தெடுத்திருக்காவிட்டால் நாடகம் எங்கே இருக்கிறது? வாழ்க்கையே ஒரு விளையாட்டு என்பது எப்படி அர்த்தமாகும்?

கம்ஸன் உடனே தேவகியைக் கொல்லப் பார்க்கிறான். அதுவரை அவள்பால் அவனுக்கிருந்த அன்புக்கும், தற்காப்பு உணர்வுக்கு மிடையே நிகழும் எக்ஸிஸ்டென்ஷியலிஸ பிரச்னை. உயிரைக் காப்பாற்றிக் கொண்டு அதிகாரத்தைக் கைப்பற்ற வேண்டு மென்ற வெறி. அவன் உயிருக்குயிராக நேசித்திருந்த சகோதரியின் குழந்தைகளை வரிசையாகக் கொல்கிறான்.

நான் இங்கு ஓர் உண்மையை ஒப்புக் கொண்டாக வேண்டும். கம்ஸன் முதல் சிசுக்கொலையைச் செய்யத் தயங்குகிறான். வாக்குறுதி அளித்திருந்தபடி, வசுதேவர் முதல் குழந்தையை அவனிடம் கொண்டு போனபோது, அவன் மனம் சற்று இளகி, எட்டாவது பிள்ளைதான் எனக்கு வேண்டும். இதைக் கொண்டு போங்கள் என்று சொல்லிவிட்டான்.

விளையாட்டு விதிகளை மாற்றி வேறு விதமாக விளையாட அவனுக்கு என்ன உரிமை இருக்கிறது? இதை என்னால்

பொறுத்துக் கொள்ள முடியவில்லை. நான் கம்ஸனிடம் சென்றேன். அந்தக் காலத்திலிருந்து இந்தக் காலம் வரை செய்திக் கலைஞர்களுக்கு அரசியல் வட்டாரங்களில் ஒரு தனி வரவேற்பு உண்டு. கம்ஸன் என்னை இன்முகத்துடன் வரவேற்றான்.

நான் சொன்னேன், என்ன கம்ஸா, உன் மனசு இப்படி இளகினால் கதையே மாறிப்போய்விடுமே. வசுதேவர் கொண்டு வந்த குழந்தையைக் கொல்லாமல் விட்டு விட்டாயே, என்று.

எட்டாவது குழந்தைதானே எனக்கு வேண்டும் என்றான் கம்ஸன்.

நான் சொன்னேன், கணக்கு என்பது ஒரு கற்பனை. எப்படி வேண்டுமானாலும் எண்ணலாம். எட்டு என்பதை ஒன்று என்று வைத்துக் கொண்டால், முதல் குழந்தை எட்டாவது குழந்தைதானே. அசரீரி எந்தக் கணக்கில் சொன்னது என்று யாருக்குத் தெரியும், யோசித்துப் பார், என்று.

கம்ஸன் மிகத் தீவிரமாக யோசித்திருக்க வேண்டும். தேவகியின் குழந்தைகள் மட்டுமல்லாமல் மதுராவிலும் அதன் சுற்றுப் புறங்களில் பிறக்கின்ற எல்லாக் குழந்தைகளையும் கொல்லத் தொடங்கிவிட்டான். கம்ஸன் கம்ஸனானதற்கு என் பங்கும் உண்டு என்று சொல்ல வந்தேன்.

போர்க்களத்தில் கொன்றால் அது வீரம். தனிப்பட்ட முறையில், தன்னைக் காத்துக்கொள்ள முடியாத ஜீவனின் உயிரைப் பறித்தால் அது கொலை. முதல் கொலை செய்வது சற்றுச் சிரமமான காரியம். மனசாட்சி தொந்தரவு இருக்கும். அதற்குப் பிறகு மிகச் சுலபம். வரிசையாகக் கொலை செய்து கொண்டே போகலாம். மறுபடியும் மாக்பெத் நினைவு வருகிறதா?

மாக்பெத்துக்கு அவனால் கொல்லப்பட்டவர்கள் எல்லாரும் ஆவிகளாகத் தெரிகிறார்கள். ஆனால், தன்னால் கொல்லப் படாமல் உயிருடனிருந்த ஒவ்வொரு குழந்தையும் கிருஷ்ண னாகக் கம்சனுக்குத் தெரிகிறது. உடனே அதைக் கொல்ல ஆள்களை ஏவுகிறான். ஒரு ரோமானிய முட்டாள் வீரனைப் போல் நான் என் வாளின் மீதே விழுந்து தற்கொலை செய்து கொள்ள விரும்பவில்லை. எதிரிகள் இங்கு வரட்டும், சண்டை இட்டு சாகிறேன் என்கிறான் மாக்பெத். அதுபோல், கம்ஸனும் தனக்கு அந்த எட்டாவது பிள்ளையால் சாவு என்று தெரிந்து இருந்தும், அவனைத் தன் அவைக் களத்துக்கு அழைக்கிறான்.

கிருஷ்ணன் ஜரா என்கிற வேடனிடம் சொன்னான், தப்பு செய்கின்றவர்களுக்கு, அவர்கள் இதை ஒப்புக் கொள்ளா விட்டாலும், கடைசிக் காலத்தில் தற்கொலை உணர்வு மேலோங்கி இருக்கும். அது அவர்களுக்கே தெரியாது, என்று. குளிர்ப் பருவத்தில் சோவியத் யூனியன் மீது ஹிட்லர் ஏன் படையெடுத்தான்? ஷேக்ஸ்பியர், ஹிட்லர், அது இது என்று வெளுத்து வாங்குகிறேனே என்று பார்க்கிறீர்களா? திரிலோக சஞ்சாரி, முக்காலமும் உணர்ந்தவன், செய்திக் கலைஞன், எல்லாமுந்தான் தெரிந்திருக்க வேண்டும்.

ஜரா என்கிற வேடன் கிருஷ்ணனை உடனே கேட்டானாம், நீங்கள்தான் சரி, தப்பு என்று எதுவும் இல்லை. அது அவரவர் நினைப்பதைப் பொறுத்தது என்றீர்களே, கம்ஸன் தப்பு செய்தான் என்று சொல்ல முடியுமா, என்று.

கிருஷ்ணன் சொன்னான், சரியான கேள்வி. தேவகியின் எட்டாவது பிள்ளையால் தனக்குச் சாவு என்று அசரீரியோ, அவன் அந்தரங்கக் குரலோ சொன்னவுடன், அவன் ஒன்று, வசு தேவரையும் அவளையும் தனித்தனிச் சிறையில் அடைத்திருக்க வேண்டும். தேவகி எட்டு பிள்ளைகளைப் பெறும்வரை அவன் ஏன் காத்திருந்தான். இது தப்பு இல்லையா, தப்பு செய்து விட்டோம் என்ற இந்த உணர்வுதான் அவன் அடிமனத்தில் இருந்திருக்கிறது, என்று.

ஜரா என்கிற வேடன் உடனே கேட்டான், நீங்கள் கம்ஸனைக் கொல்லத்தானே பிறந்தீர்கள், என்று. கிருஷ்ணன் உடனே பதில் சொல்லவில்லையாம். அவன் சிறிது நேரம் பேசாமல் இருந்து விட்டுப் பிறகு கூறியிருக்கிறான்.

என்ன சொன்னான் தெரியுமா? உங்களுக்குப் புரியும்படிச் சொல்கிறேன். அவனுடைய முந்தைய பெரும்பான்மையான அவதாரங்கள் instant அவதாரங்கள். ஹிரண்யாட்சனைக் கொல்ல வராக அவதாரம், அவன் தம்பி ஹிரண்யகசிபுவைக் கொல்ல நரசிம்ம அவதாரம், மஹாபலியின் பதவி மோகத்தை ஒடுக்க வாமனாவதாரம் என்கிற மாதிரி, இவற்றுக்கெல்லாம் மனித அவதாரமாகிய ராமாவதாரத்தையும் சேர்த்தால் - ஒரு... ஒரு... என்ன சொல்ல? ஒரு agenda இருந்தது. கிருஷ்ணாவதாரம் எதற்காக? கம்ஸனைக் கொல்லவா? சிசுபாலனைக் கொல்லவா? கிருஷ்ணனுடைய நேர் எதிரி ஜராசந்தன். ஆனால் கிருஷ்ணனால்

அவன் கொல்லப்படவில்லை. பாரதப் போரில் அவன் ஆயுதம் எடுத்துப் போராடவேயில்லை. பின் எதற்காக இந்த அவதாரம்? அவன் எது தர்மம் என்று நினைத்தானோ அதைச் சொல்ல, அப்படியே வாழ்ந்து காட்ட, அந்த அசுரனைக் கொல்ல, இந்த அசுரனைக் கொல்ல, என்கிற agenda எதுவும் தனக்கு இந்த அவதாரத்தில் இல்லை என்று கிருஷ்ணன் சொன்னதாக ஜரா என்கிற வேடன் என்னிடம் கூறினான்.

'வாழ்ந்து காட்டினான்' என்பதுதான் முக்கியமான விஷயம். ஒருத்தி மகனாகப் பிறந்து, ஓர் இரவில் ஒருத்தி மகனாக ஒளிந்து வளர்வதே அவனுடைய வாழ்க்கை எவ்வளவு சுவாரஸ்யமாக அமையப் போகிறது என்பதற்கு அச்சாரம். அங்குத் தீராத விளையாட்டுப் பிள்ளையாக வளர்கிறான். மாடுகளை அன்றாடம் மேய்த்துக் கொண்டு, அலுப்பைத் தரும் ஓர் இயந்திர வாழ்க்கையை நடத்தி வந்த அந்த யாதவர்களின் வாழ்க்கையில் அவன் அங்கு இருப்பதனால் திடீரென்று ஒரு மாற்றம் ஏற்படுகிறது. எப்பேர்ப்பட்ட மாற்றம்! கோடைக்காலத்தின் நடுவே, திடீரென்று வசந்த காலம் வந்து மரங்கள் எல்லாம் பூத்துக் குலுங்குவதைப் போல. கோகுலத்திலிருந்த ஒவ்வொரு பொருளும் ஒன்றோடொன்று தொடர்பு உடையதாக, அந்தத் தொடர்பே அவர்கள் வாழ்க்கைக்கு அர்த்தம் தருவதாக இருந்தது. எல்லாம் கண்ணன் வருகைக்குப் பிறகு ஏற்பட்ட மாற்றம்.

ஒருவிதமான இறுக்கத்துடன், நியதி, நேமம் தவறாமல் இருந்து வந்த யாதவ குடும்பங்களுடைய சமூகக் கட்டுப்பாட்டில் வரவேற்கத்தக்க நெகிழ்ச்சி. கண்ணன் கட்டுப்பாடுகளை எல்லாம் உடைத்தெறிந்தான். வீட்டில் அடைந்து கிடந்த பெண் களுக்கு விடுதலை. ஆடல், பாடல் போன்ற கேளிக்கைகள் எல்லாவற்றிலும் ஆண்களுக்குச் சரி நிகர் சமானமாக மனத் தடையேதுமில்லாமல் பெண்களும் பங்கேற்றனர்.

கிருஷ்ணன் ஒரு கலகக்காரன். பிராமணர்களை அழைத்து வந்து, மந்திரம் ஓதி, இந்திரனுக்கு யாதவர் செய்து வந்த பூஜையை நிறுத்தினான். மலையடிவாரம் சென்று மலைக்குப் பூஜை செய்வோம். அதுதான் நம் பசுக்களுக்குப் புல் தருகிறது. நமக்கு நிழல் தருகிறது. கூட்டுச் சோறு செய்து, மலைக்குப் படைத்து விட்டு, நாம் எல்லோரும் சேர்ந்து உண்டு, ஆடிப்பாடி மகிழ்

வோம் என்கிறான். சமயச் சடங்கு ஏதுமில்லாமல் முதல் community dinner-ஐத் தொடங்கி வைத்தவனே கிருஷ்ணன்தான். கண்ணுக்குத் தெரியாத இந்திரனைக் காட்டிலும், மனிதர்கள் கண்ணுக்குத் தெரிகின்ற, அவர்களுக்குப் பயன்படுகின்ற பொருள்களே முக்கியமானவை, வழிபாட்டுக்கு உரியவை, என்பதே கிருஷ்ணன் யாதவர்களுக்கு உணர்த்திய பாடம்.

ஜரா என்கிற வேடன் கிருஷ்ணனைக் கேட்டானாம், பிராமணர்கள் இதனால் உங்கள் மீது கோபம் கொள்ளவில்லையா, பிராமணக் கோபம் பிரசித்தமாயிற்றே, என்று.

கிருஷ்ணன் அதற்குச் சிரித்துக் கொண்டே பதில் சொன்னானாம், கோபம்தான் அவர்களுக்கு என்மீது. பிருந்தாவனக் காட்டில் அவர்கள் ஒரு சமயம் ஒரு யாகம் செய்தார்கள். நானும் என் நண்பர்களும் அவர்கள் யாகம் செய்த இடத்துக்குச் சற்றுத் தொலைவில் மாடு மேய்த்துக் கொண்டிருந்தோம். எங்களுக்கு ஒரே பசி. யாகம் நடந்து கொண்டிருப்பது எங்களுக்குத் தெரியும். நாங்கள் இடைச்சாதி என்பதால் அங்கு போகக்கூடாது என்பதும் தெரியும். நான் எங்களிடையே இருந்த ஒரு சிறுவனிடம், அங்கு பிராமணர்களுடைய பத்தினிகளும் இருக்கிறார்கள். அவர்களிடம், எங்களுக்கு மிகவும் பசிக்கிறது. கிருஷ்ணன் உங்களிடம் உணவு வாங்கி வரும்படியாகச் சொன்னான் என்று சொல் என்று அனுப்பினேன். அவன் போய்க் கேட்டிருக்கிறான். பிராமணர்களுக்கு மிகுந்த கோபம் ஏற்பட்டிருக்கிறது. அவர்கள் சீற்றத்துடன், யக்ஞப் படையல் பகவானுக்கா, கிருஷ்ணன் என்கிற இடையனுக்கா, என்று கேட்டிருக்கிறார்கள். கிருஷ்ணன் என்கிற இடையனுக்குத்தான் என்று சொல்லிக் கொண்டே எல்லாப் பிராமணப் பத்தினிகளும் பகவானுக்குப் படைக்கப்பட இருந்த உணவுகளை எடுத்துக்கொண்டு நாங்கள் இருந்த இடத்துக்கு வந்துவிட்டார்கள். கோபிகைகள் மட்டுமில்லை, எல்லாப் பெண்களுமே கட்டுப்பாட்டை விரும்பவில்லை என்று எனக்கு அப்பொழுதுதான் புரிந்தது, என்று.

வாழ்க்கையையே ஒரு ரஸாநுபவமாகப் பார்க்க வேண்டும் என்பதுதான் கிருஷ்ணனுடைய கட்சி. ஆண்களும் பெண்களும் மனத்தடை ஏதுமின்றிப் பழகினால்தான் இது சாத்தியம். முதலில் அகல வேண்டிய மனத்தடை, 'நீ ஆண், நான் பெண்', 'நீ பெண், நான் ஆண்' என்கிற பேத உணர்வு. இந்த மனத்தடை அகன்ற

நிலையில்தான் கோபிகைகளால் கிருஷ்ணனோடும், அவனால் அவர்களோடும் மிகச் சுலபமாக, சகஜமாக உறவாட முடிந்தது. என்னைப் பார்க்கும்போதெல்லாம், ஒவ்வொரு பெண்ணாலும் எந்தவிதமானத் தளைகளும் இல்லாமல், கட்டுப்பாடற்று, தான் சுதந்தரமாயிருப்பதாக ஓர் உணர்வு கொள்ள முடிந்தது என்பதே என் சந்தோஷம் என்கிறான் கிருஷ்ணன். உனக்கும் ராதாவுக்கும் என்ன உறவு என்று கேட்டிருக்கிறான் ஜரா என்கிற வேடன். கிருஷ்ணன் உடனே பதில் கூறவில்லை. கண்களை மூடிக் கொண்டு தியானத்தில் இருப்பது போல் காணப்பட்டான். பிறகு முகத்தை ஒளியேற்றிய ஒரு புன்னகையுடன் சொன்னான், ராதா நான் குழந்தையாக இருந்தபோது, கோகுலத்தில் இருந்திருக் கிறாள். அவள் தாய் இறந்த பின், பர்சனாவில் பாட்டியுடன் இருந்து விட்டு பன்னிரண்டு வயதில் பிருந்தாவனம் வந்தாள். எனக்கு அப்பொழுது ஐந்து வயது. பிருந்தாவனத்துக்குப் புதியதாக வந்தவள் என்பதால் மற்றையப் பெண்கள் முதலில் அவளுடன் நெருங்கிப் பழகவில்லை. நான் அப்பொழுதுதான் குழல் வாசிக்கத் தொடங்கியிருந்தேன். குழலில் ஒலி வந்ததே தவிர, இசை வரவில்லை. ஒரு நாள், நான் குழலோடு மன்றாடிக் கொண்டிருந்தபோது, ராதா என் அருகில் வந்தாள். மாலை நேரம். அவள் வருவதைப் பார்த்துவிட்டு, நான் குழலுடன் நடந்த என் போராட்டத்தை நிறுத்திவிட்டு அவளை நோக்கினேன். அப் பொழுது அவள் என்னைப் பார்த்து வசீகரமாகப் புன்னகை செய்தது இன்னும் என் மனக்கண் முன் நிற்கிறது. வாசி, என்றாள் அவள். வாசித்தேன். என்ன ஆச்சரியம், இசையாக அவள் எனக்குள் ஊடுருவிப் பரவிவிட்டாள். அற்புதமான இசை, இதுதான் என் குழலிசையின் சரித்திரம். எனக்கும் ராதாவுக்கும் உள்ள உறவு, என்று.

என்ன இது, அவனைவிட ராதா ஏழு வயது மூத்தவள். இன்னொருவனுக்கு நிச்சயிக்கப்பட்டவள். கிருஷ்ணன், ராதா இருவருக்குமே தங்கள் திருமணம் நடைபெற சாத்தியமில்லை என்று தெரியும். அப்படியிருக்கும்போது இந்த உறவு சரியா என்று நீங்கள் கேட்கலாம். உணர்வுகள் காலண்டர் கணக்கைப் பார்ப்ப தில்லை. உடலுறவு, காதலைத் தெரிவிக்கும் பல மொழிகளில் ஒன்று. அவ்வளவுதான். சரீர உறவு கொள்கின்ற தம்பதிகள் ஒருவரிடத்து ஒருவர் காதல் கொண்டிருக்க வேண்டுமென்ற அவசியமில்லை. ‘ஓங்கி வரும் ஊற்று’ ‘ஒட்டும் இரண்டு உளத்தின் தட்டு’ என்கிறானே பாரதி, அதுதான் காதல். உடலுறவு

கொண்டிருக்கலாம், கொள்ளாமல் இருந்திருக்கலாம். காதல் என்கிற மகோன்னத உணர்வு முன் இது மிகச் சாதாரண விஷயம்.

கிருஷ்ணன், தன் ஆருயிர் நண்பன் பார்த்தனிடம் என்ன சொன்னான் தெரியுமா உங்களுக்கு? எனக்கு எட்டு மனைவிகள். ஆனால் ஒரே காதலி என்று. அவனால்தான் இதைப் புரிந்து கொள்ள முடியும் என்று கிருஷ்ணனுக்குத் தெரியும்.

ராதாவைப் பற்றி வியாஸர் ஏன் பாகவதத்தில் சொல்லவில்லை என்று யாரோ ஒருவர் கேட்பது என் காதில் விழுகிறது. சொல்லி இருக்கிறார். மிகத் துல்லியமாக. கிருஷ்ணன் ஆயர்குலப் பெண் களுடன் ஆட்டமும் பாட்டமும் நிகழ்த்திவிட்டு, திடீரென்று ஒரு குறிப்பிட்ட பெண்ணுடன் பிருந்தாவனக் காட்டில் மறைவதாகச் சொல்கிறாரே, அந்தப் பெண் யாரென்று நினைக்கிறீர்கள்? ராதாதான். வியாஸர் அந்தப் பெண்ணின் பெயரைக் குறிப்பிட வில்லை. கண்ணன், ஜரா என்கிற வேடனிடம் சொன்னான். நான் அதை உங்களுக்குச் சொல்கிறேன்.

தமிழ்க் காப்பியம் சிலப்பதிகாரம் படித்திருக்கிறீர்களா? ஆழ்வாராதிகளுடன் உங்களுக்குப் பரிச்சயம் உண்டா? அந்த ஆயர்குலப் பெண்ணை அவர்கள் நப்பின்னை என்கிறார்கள். இந்த நூல்களின்படி, நப்பின்னையைக் கிருஷ்ணன் மணந்திருக் கிறான். நந்தகோபாலன் மருமகளே என்கிறாள் ஆண்டாள். கிருஷ்ணனை அவள் காணும் சித்திரம் அற்புதமானது.

> குத்து விளக்கு எரியக் கோட்டுக்கால் கட்டில்மேல்
> மெத்தென்ற பஞ்சசயனத்தின் மேல் ஏறிக்
> கொத்து அலர் பூங்குழல் நப்பின்னை கொங்கைமேல்
> வைத்துக் கிடந்த மலர் மார்பா! வாய் திறவாய்!

திருமணம் ஆகியும் இருவரிடையேயும் காதல் நீடிக்கின்றது. அதுதான் விசேஷம்! நப்பின்னையும் ராதாவும் ஒருவர்தானா என்று நான் கிருஷ்ணனைக் கேட்டிருக்கிறேன். ஆமாம். ஆனால், தமிழ் மரபின்படி அவளை எனக்குக் கல்யாணம் செய்து விட்டார்கள் தமிழர்கள் என்று சிரித்துக் கொண்டே பதில் சொன்னான் கிருஷ்ணன். உனக்கு இது குறித்து ஆட்சேபணை ஏதுமில்லையா என்றேன் நான்.

இப்படிச் செய்வதுதான் அவர்கள் கலாசாரத்துக்கு உகந்த செயல் என்று அவர்கள் கருதினார்களானால், எனக்கு என்ன

ஆட்சேபணை? ராதாவாக இருந்தால் என்ன, நப்பின்னையாக இருந்தால் என்ன, திருமணம் செய்து கொண்டால் என்ன, செய்து கொள்ளாவிட்டால் என்ன? எங்கள் இருவருக்குமிடையே இருந்த உணர்வுதான் முக்கியமான விஷயம், என்றான் கிருஷ்ணன்.

கிருஷ்ணனைத் தங்கள் தங்கள் சுதந்தரத்தின் எல்லை நிலமாக ஒவ்வொரு பெண்ணும் கண்டதனால்தான் பிருந்தாவனத்தில் இருந்த கோபிகைகள் அனைவரும் அவனிடம் உரிமை கொண்டாடினார்கள். அவர்கள் வாழ்க்கைக்கு ரஸம் ஊட்டுவதற் காகவே அவன் பல தீம்புகள் செய்கின்றான். ஆயிரக்கணக்கான பசுக்களையுடைய நந்தகோபன் மகன், மற்றவர் வீடுகளில் போய் ஏன் வெண்ணெய் திருட வேண்டும்? ஒரு பணக்கார வீட்டுப் பிள்ளை திருடுகிறான் என்கிற செய்தி விளம்பரத்தோடு மட்டு மல்லாமல், அவர்கள் ஒவ்வொருவரும் உள்ளத்தில் பொங்கி வரும் உவகையோடு அவன் அன்னையிடம் சென்று செல்லமாக முறையிடுவதற்கான வாய்ப்பைத் தருகிறான். கண்ணன் இவ்வாறு செய்திராவிட்டால், இந்திய இலக்கியம், இசை, ஓவியம், நடனம் எல்லாம் இன்று வறட்சியாகத்தான் இருந் திருக்கும். ஒப்புக்கொள்கிறீர்களா, இல்லையா?

4

'இதைச் செய்யாதே, இதைச் செய்' என்பது போன்ற நீதி வாய்ப் பாடுகளைச் சொல்வதற்குத்தான் இலக்கியம் இருக்கின்றது என்று நீங்கள் நினைத்தீர்களானால், அது தப்பு. இலக்கியம், கலைகள் எல்லாமே வாழ்க்கையில் ஈடுபாடும் சுவாரஸ்யமும் ஏற்படுத்தித் தருவதற்குத்தான். கிருஷ்ணன் செய்தது சரியா, தப்பா என்ற ஆராய்ச்சியில் நாம் இறங்கி விடக் கூடாது. பாகவதக் கதையைச் சுகர் சொல்கிறபோது, பரீட்சித் குறுக்கிட்டுக் கேட்கிறான், ஸ்வாமி, கிருஷ்ணன் ஆயர்பாடியில் கன்னிகை களோடும் கல்யாணமான பெண்களோடும் ஆடிப்பாடி விளையாடியதெல்லாம் சரி என்கிறீர்களா, என்று. சுகருக்குத் தெரியும், பரீட்சித்தால் சரி, தப்பு என்று தர்ம சாஸ்திரங்கள் வகுத்திருக்கும் ஒரு குறுகிய வட்டத்துக்குள்தான் சிந்திக்க முடியும். அதைத் தாண்டிப் பார்க்கக் கூடிய கற்பனையோ, கலை ரசனையோ அவனுக்குக் கிடையாது, என்று. நீ சொல்வது சரிதான். தர்ம சாஸ்திரங்கள் சொல்லியிருப்பதெல்லாம் சாதாரண மனிதர்களுக்கு. கிருஷ்ணன் மானுட அவதாரமாக இருந்தாலும், அவன் பகவான். மனிதர்களுக்கு விதிக்கப்பட்டுள்ள சரி, தப்பு அளவுகோல்களை வைத்துக்கொண்டு அவனை நாம் எடை போடக்கூடாது, என்கிறார் சுகப்பிரும்மம்.

கிருஷ்ணன் குழலோசையைக் கேட்டு ஆயர்பாடியே கடிகாரத்தை மறந்து, காலண்டரை மறந்து, அந்தக் கணத்தின் நிரந்தரத்துவத்தில் ஆழ்ந்து ஸ்தம்பித்து விடுகிறது என்கிறார் வியாஸர், பாகவதத்தில். ஆயர்பாடி என்றால், அங்குள்ள சேதன, அசேதனப் பொருள்கள் அனைத்தும், குறிப்பாகப் பெண்கள். அவர்கள் ஒவ்வொருவரும் கிருஷ்ணன் இசைக்கும் கீதத்தின் ஒவ்வொரு ஸ்வரமாக மாறி கிருஷ்ணன் தங்களையே மீட்டிக்

கொண்டிருப்பதாக நினைக்கிறார்கள். இந்த அற்புதமான கற்பனையை, புண்ணிய பாவ தராசில் போட்டுப் பார்த்தால் எப்படி அபஸ்வரமாக ஒலிக்கும் என்று யோசித்துப் பாருங்கள்! சுருதி பேதமற்ற இவ்விசை ஒழுங்கில், பால் பேதம் என்ற தன்னுணர்வு தோன்றுவதற்கு இடமே இல்லை. கோபிகைகள் என்ற ஸ்வரங்கள், கிருஷ்ணன் என்ற பிரபஞ்ச கானத்தோடு இசைந்து ஒன்றுபடுகின்றன. இந்த அற்புதமான தெய்வீக மைதுனத்தை, மனித நிலைக்குக் கொண்டு வந்து அர்த்தப் படுத்திப் பார்க்கும்போதுதான், அழகியல் உணர்வோடு கூடிய உன்னதமான இலக்கியம் உருவாகிறது. ஆயர்பாடி கிருஷ்ணன் இல்லாவிட்டால், பாகவதம், பெரியாழ்வார், குலசேகரர், ஜெயதேவர் பாடல்களோ தோன்றியிருக்கக் கூடிய சாத்தியம் உண்டா? இதுதான் அடியேன் நாரதனுடைய கேள்வி. அப்படித் தோன்றியிருக்காவிட்டால், இலக்கியத்துக்கு எப்பேர்ப்பட்ட இழப்பு! ஆண்களுடன், சரிநிகர் சமானமான அந்தஸ்தை சமுதாயத்தில் பெற்றறியாத பெண்களின் அடிமனத்து ஒட்டு மொத்தமான கற்பனையாகத் தன்னைக் காட்டித் தருகிறான் கிருஷ்ணன். அவர்களுடைய வெண்ணெய், ஆடை, இதயம் அனைத்தையும் திருடு கிறான் கிருஷ்ணன். அவர்களுடைய வாழ்க்கையாகவும், வாழ்க்கையின் சாரமாகவும் அவன் இருக்கிறான். உண்ணும் சோறும், பருகும் நீரும், தின்னும் வெற்றிலையெல்லாம் கண்ணன் என்கிற திருவாய்மொழி வரிகள் நினைவுக்கு வருகிறதா? ஜீவிக்க சோறும், போகத்துக்கு வெற்றிலையும் என்று விளக்கம் தருகின்றது ஈடு. நான் வேண்டுவன ஒரு ரொட்டித் துண்டும் ஒரு ரோஜா மலருந்தான் என்றானாம் ஒரு கவிஞன். ரொட்டித்துண்டு புரிகிறது. ரோஜா மலர் எதற்கு என்று கேட்டிருக்கிறான் அவன் நண்பன். வாழ் வதற்கு ரொட்டித்துண்டு, வாழ்வதற்கான அர்த்தத்தைக் கற்பிக்க ரோஜா மலர் என்று பதில் கூறினான் அந்தக் கவிஞன். தின்னும் வெற்றிலை என்பதற்கு அர்த்தம் இப்பொழுது புரிகிறதா?

பெரியாழ்வார் தீம்புகள் செய்யும் விஷமக்காரக் கிருஷ்ணனை அப்படியே படம் பிடித்துக் காட்டுகிறார். இது பற்றி அவன் தாய் யசோதையிடம் போய் அவன் மீது குற்றம் சாட்டும் பெண் களுக்குத்தான் என்ன குதூகலம்! அவன் மேலும் மேலும் இத்தகைய குறும்புகளைச் செய்ய வேண்டும் என்ற ஆவல் அவர்கள் குரலிலே தொனிக்கிறது!

சொல்லில் அரசிப் படுதி, நங்காய்!
சுழல் உடையன் உன்பிள்ளைதானே,
இல்லம் புகுந்து என்மகளைக் கூவிக்
கையில் வளையைக் கழற்றிக் கொண்டு,
கொல்லையில் நின்றும் கொணர்ந்து விற்ற
அங்கு ஒருத்திக்கு அவ்வளை கொடுத்து,
நல்லன நாவற் பழங்கள் கொண்டு,
நான் அல்லேன் என்று சிரிக்கின்றானே!

அவர்கள் வைகறைப் பொழுதில் ஆற்றில் நீராடும்போது, அவர்கள் துகில்களை எடுத்துக் கொண்டு, கரையருகே இருக்கும் ஒரு பெரிய மரத்து உச்சாணிக் கொம்பில் உட்கார்ந்து கொண்டு அவர்களை அலைக்கழிக்கிறான். நம் உடலைக் கண்டு நாமே வெட்கப்பட வேண்டியதில்லை என்ற என்ன அற்புதமான உண்மை இது தெரியுமா? நம் உடலைக் கண்டு நாமே வெட்கப் படும்போதுதான், மனத் தடைகளும் மனக் களங்கங்களும் ஏற்படுகின்றன என்று இப்பொழுது உங்கள் உளவியல் அறிஞர்கள் கூறுகிறார்கள். Strip tease industryயின் மூலதனமே இந்த மனத்தடை உணர்வுதான் என்கிறார்கள் அவர்கள்! Paradise Lost படித்திருக்கிறீர்களா? அதில், கள்ளமற்ற ஏவாள் மனத்தில் களங்கம் உண்டாக்க ஈடன் தோட்டத்து ஆப்பிளைச் சாப்பிடும் படிக் கூறுகிறான். அவளும் சாப்பிடுகிறாள். Satan போனதும் ஆதாம் அங்கு வருகிறான். ஏவாள் என்ன செய்கிறாள் தெரியுமா? இதுவரை பிறந்தமேனிக்கு இருந்த அவள், தழைகளால் தன் மானத்தை மறைக்க முயல்கிறாள். மனத்தில் உண்டான களங்கம் மான உணர்வைத் தூண்டி விடுகிறது!

இதற்கு மேல் இதைப் பற்றிப் பேசக்கூடாது. ஜரா என்கிற வேடன் கோபத்தில் என் மீதும் அம்பு எய்து விடுவான். அப்புறம் கதை பாதியிலேயே நின்றுவிடும்.

பெண்கள் அடக்கி வைக்கப்பட்டிருந்த சமுதாயத்தில், ஒவ்வொரு பெண்ணுக்கும் தன் கற்பனைக் காதலன் எப்படி யிருக்க வேண்டுமென்று நினைத்துப் பார்ப்பது கூடவா தவறு? அவர்கள் ஒவ்வொருவருக்கும் தன்னைக் கற்பனைக் காதலனாக அர்ப்பணித்துக் கொள்கிறான் கிருஷ்ணன். இயந்திர ரீதியாக, நடந்து கொண்டிருந்த வாழ்க்கையில், கிருஷ்ணன் ஓர் அற்புதக் கனவாக அவர்களுக்குத் தோன்றினான். ஆணாதிக்கமுடைய

அக்காலத்துச் சமுதாயத்தை பெண்கள் எப்படி வெறுத்தார்கள் என்பது ஆண்டாள் சொல்வதிலிருந்து தெரியவில்லையா? மானிடவர்க்கென்று பேச்சுப்படில் வாழகில்லேன் என்கிறாள். அவள் கற்பனைக் காதலன், தெய்வ மானிடன். அவன்தான் கிருஷ்ணன். தெய்வத் தன்மையும் வேண்டும், மானிடனாகவும் இருக்க வேண்டும்.

முழுநிலா பூத்த நள்ளிரவில், ரம்மியமான நந்தவனத்தில் நீரருவி அருகே நின்றுகொண்டு, உள்ளமுருக்கும் தெய்வ கானத்தைக் குழல் வழியே கிருஷ்ணன் ஸ்வரமலர்களாகத் தூவியபோது, ஆயர்பாடிப் பெண்கள் அனைவரும் அவனருகே வந்து ராஸக்ரீடைக்குத் தயாராக நிற்கின்றனர். கிருஷ்ணன் கேட்கிறான், என்ன எல்லாரும் இங்கு வந்து விட்டீர்களே, உங்களுக்குக் கணவர்கள் இல்லையா? குழந்தை குட்டிகள் இல்லையா? நீங்கள் அனைவரும் கன்னிப் பெண்களா? உங்களுக்கென்று கடமைகள் இல்லையா, என்று. எல்லாரும் ஒரே குரலில் என்ன சொல்கிறார்கள் தெரியுமா? கண்ணா, கடமையை மறக்கத்தான் கற்பனையைத் துரத்திக் கொண்டு வந்திருக்கிறோம், என்று. அவர்கள் ஒவ்வொருவரும், அவரவர் ரஸனைக்கும் கற்பனைக்கும் வயதுக்கும் ஏற்றபடி, ஒவ்வொரு கிருஷ்ணனைப் பெறுகின்றனர். பாட விரும்புகின்றவர்களோடு பாடுகின்றான். ஆட விரும்புகின்றவர்களோடு ஆடுகின்றான். அவன் அருகில் அமர்ந்து அமைதிப் பெரு வெள்ளத்தில் ஆழ விரும்புகின்ற வர்களுக்கு அவ்வமைதியைத் தருகிறான் கிருஷ்ணன். இரவு முழுவதும் மகிழ்ச்சிப் பேரின்பம்!

கட்டுப்பாடு ஏதுமற்ற இக்கனவுகளைக் காணும்போது, சமூகம் விதித்திருக்கும் அறக்கோட்பாடு விதிகளுக்கு இடமேயில்லை. கண்ணன் என்ற நெட்டைக் கனவில் தளைகள் யாவும் அறு கின்றன. குலசேகரர் போன்ற இராமபக்தரே, கிருஷ்ணனைப் பற்றிப் பாடும்போது என்ன சொல்கிறார் தெரியுமா?

> கருமலர்க் கூந்தல் ஒருத்தி தன்னைக்
> கடைக்கணித்து, ஆங்கே ஒருத்தி தன்பால்
> மருவி மனம் வைத்து, மற்றொருத்திக்கு
> உரைத்து, ஒரு பேதைக்குப் பொய் குறித்து,
> புரிகுழல் மங்கை ஒருத்தி தன்னைப்
> புணர்தி, அவளுக்கும் மெய்யன் அல்லை,

மருது இறுத்தாய்! உன் வளர்த்தியூடே
வளர்கின்றதால் உன்தன் மாயைதானே!

எல்லாமே உன் மாயை என்கிறார் குலசேகரர். அதாவது illusion, கனவு என்று அர்த்தம். கிருஷ்ணன் சமூகத்தின் மேல்வரிச் சட்டங்களாக இவற்றை அறிவிக்கவில்லை. இவை கனவுகள்தான். மனித உள்ளத்து அடிமன உணர்வுகள்தான். கனவுகளாகப் பூக்கின்றன. இவற்றைக் கனவுகளாக ரஸிக்கும்போது அறக் கோட்பாட்டுச் சிந்தனைகள் தேவையில்லை என்கிறான் கிருஷ்ணன். உங்கள் ஃபிராய்ட் புதிதாக ஒன்றும் சொல்லிவிட வில்லை என்பது புரிகிறதா? பிருந்தாவனத்தில் எல்லாரையும் சந்தோஷமாக இருக்கச் செய்கிறான் கிருஷ்ணன்.

5

பிருந்தாவனத்தில் இப்படி சந்தோஷமாக இருக்கிற - தான் மட்டுமில்லை, மற்றவர்களும் சந்தோஷமாக இருக்கச் செய்த - பிள்ளையின் வாழ்க்கையில் அரசியல் புகுந்து விளையாடுகிறது. தேவர்கள், ரிஷிகள் இருக்கிறார்களே, அவர்கள் எப்பொழுதுமே kill-joys.

பிருந்தாவனத்தில் ஆயர்கள் மகிழ்ச்சியாக இருப்பதை அவர்களால் பொறுத்துக்கொள்ள முடியவில்லை. கிருஷ்ணனை இப்படி விட்டால் அவன் குதூகலமாக பிருந்தாவனத்திலேயே இருந்து விடுவான் போலிருக்கிறதே. அப்புறம் கம்ஸனை யார் கொல்வார்கள் என்ற கவலை அவர்களுக்கு. என்னைக் கூப்பிட்டு அனுப்பினார்கள். போனேன். நாரதா, கம்ஸனுக்கு நீ போய்தான் சொல்ல வேண்டும். யார் அந்த எட்டாவது பிள்ளையென்று. அவன் இருட்டில் கல்லெறிவது போல, ஆட்களை அனுப்பிக் கொண்டே இருக்கிறான். கிருஷ்ணன் அவர்களைக் கொல்வதை ஒரு பொழுதுபோக்காகக் கொண்டு, விளையாடிக் கொண்டிருக்கிறான். கம்ஸனுக்கு உன்னிடத்தில்தான் கொஞ்சம் மரியாதை இருக்கிறது, போ என்றார்கள்.

எனக்கும் வேடிக்கையாகத்தான் இருந்தது, கம்ஸன் செய்து வந்தது. உங்கள் சினிமாவில் நீங்கள் பார்க்கிறீர்களே, கதா நாயகனுடன் சண்டை போட குண்டு குண்டாக ஒவ்வொரு எக்ஸ்ட்ராவும் தனித்தனியாக வருவான். கதாநாயகன் அவனை அடித்து நொறுக்குவான். அந்த மாதிரி, கம்ஸன், பேட்டை ரௌடிகளை ஒவ்வொருவராக அனுப்ப அனுப்ப, கோபிகை களை impress செய்ய இதை ஒரு வாய்ப்பாகக் கொண்டு, அவர்களைக் கொன்று குவிக்கிறான் கிருஷ்ணன்.

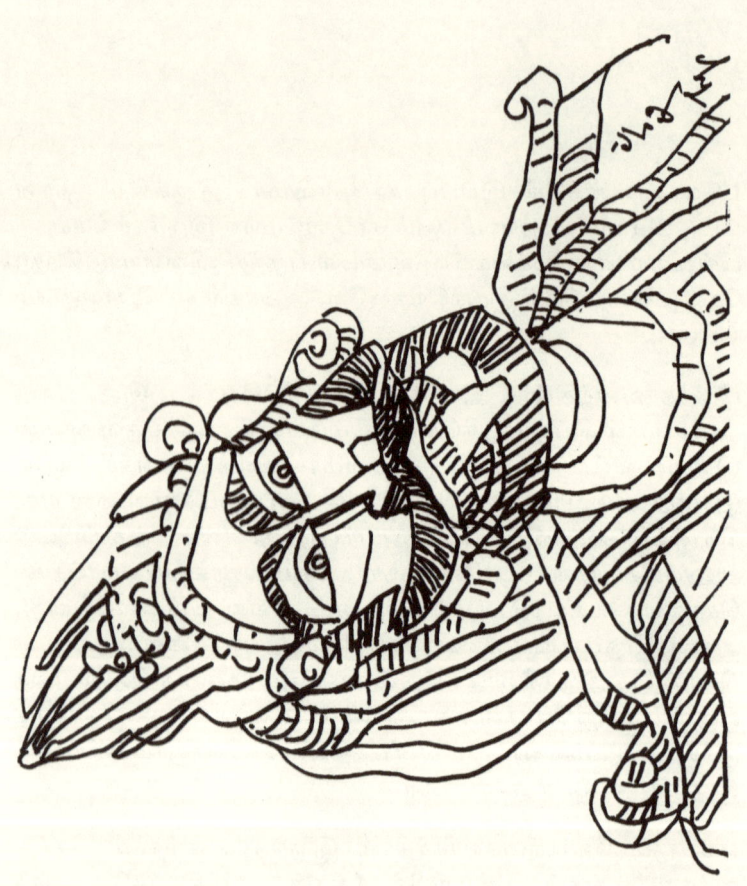

நான் கம்ஸனிடம் சென்றேன். அவன் மிகச் சோகமாக உட்கார்ந்து இருந்தான். என்னைக் கண்டதும் வரவேற்றானே தவிர குரலில் சுரத்தில்லை. ஏன் சோர்ந்திருக்கிறாய், கம்ஸா என்று கேட்டேன்.

என் காதில் ஒலித்தது அசரீரி குரலா என்ற சந்தேகம் எனக்கு வந்துவிட்டது. வேறு யாருக்கும் கேட்கவில்லை என்கிறார்கள். என் நெருங்கிய நண்பர்கள் அது அசரீரி குரல்தான் என்கிறார்கள். அப்படி அது அசரீரி குரல் இல்லையென்றால், வீணாக எத்தனை சிசுக்களைக் கொன்றிருக்கிறேன் என்று கவலை என்னை வாட்டு கிறது. முதல் கொலையைச் செய்த பிறகு, கொடுங்கோலனாக மாறுவது எவ்வளவு சுலபமாக இருக்கிறது. யாதவர்களில் பலர் என்னை வெறுக்கத் தொடங்கி விட்டதனால், என் மாமனார் மகத தேசத்துச் சக்கரவர்த்தி ஜராசந்தனுடைய படைவீரர்கள் எனக்கு அந்தரங்கக் காவலர்களாக இருக்கிறார்கள் என்பதைப் பற்றி நான் பெருமைப்பட முடியுமா? எனக்குத் தூக்கம் போய்விட்டது. இரவெல்லாம் குழந்தைகளின் அழுகுரல். அந்த எட்டாவது பிள்ளையைத் தேடிப் பிடியுங்கள் என்று அனுப்பிய ஆட்களில் ஒருவராவது திரும்பி வரவில்லை. முகம் தெரியாத அந்தச் சிறுவ னின் சிரிப்பொலி எனக்குக் கேட்டுக் கொண்டே இருக்கிறதே தவிர, அவனை என்னால் பார்க்க முடியவில்லை. சோகமாக இல்லாமல் நான் எப்படி இருக்க முடியும் என்றான் கம்ஸன்.

நான் சொன்னேன், கம்ஸா, உன் பிரச்னை எனக்குப் புரிகிறது. நீ தேடும் எட்டாவது பிள்ளை, நந்தகோபன் மகன் கிருஷ்ணன். நீ பிருந்தாவனத்துக்குப் போய்... நான் சொல்லி முடிப்பதற்குள், அவன் இடைமறித்தான். அவன்தானா அந்த எட்டாவது பிள்ளை? அழகான பையன், அற்புதமாகக் குழல் ஊதுகிறான் என்று கேள்விப்பட்டிருக்கிறேன். எனக்கு தேவகியின் எட்டா வது பிள்ளையினால் அல்லவா ஆபத்து. நந்தகோபன் மகனை எட்டாவது பிள்ளை என்கிறீர்களே, என்று.

கிருஷ்ணன்தான் தேவகியின் எட்டாவது பிள்ளை. அவன் பிறந்த போதே சிசுமாறாட்டம் நடந்திருக்கிறது. அவன் கோகுலத்துக்கு எடுத்துச் செல்லப்பட்டிருக்கிறான். கோகுலத்தில் யசோதைக்குப் பிறந்த பெண் குழந்தை இங்கு கொண்டுவரப்பட்டிருக்கிறது. அதைப் பற்றி இப்பொழுது விசாரிப்பதில் எந்தப் பிரயோஜனமும் இல்லை, ஆக வேண்டிய காரியத்தைப் பார், என்றேன் நான்.

கம்ஸன் சிறிது நேரம் யோசனையில் ஆழ்ந்தான். பிறகு சொன்னான், சரி, நந்தகோபனுக்கு இரண்டு மகன்கள். இருவரையும் நான் செய்ய இருக்கிற தனுர்யாகத்துக்கு அழைக்கிறேன். தேவகியின் அந்த அழகான எட்டாவது மகனால் நான் சாக வேண்டுமென்றால், நேருக்கு நேர் அவனோடு சண்டை போட்டுச் சாகிறேன். என் பிரியத்துக்குரிய சகோதரி தேவகியின் அழகான பிள்ளையை நான் சாவதற்கு முன் பார்க்க முடிந்த சந்தோஷம் எனக்கு. நான் அவனைக் கொன்றுவிட்டால், நான் கேட்டது அசரீரி இல்லை. அது என் அந்தரங்கக் குரல். அநியாயமாக தேவகியின் மகனைக் கொன்றதற்குப் பிராயச்சித்தமாக, நான் முடி துறந்து வசுதேவனைப் பட்டமேற்றுவேன், என்று.

அக்ரூரனை அனுப்பு. அவனிடத்தில்தான் எல்லாருக்கும் மதிப்பு. அவன் சென்று கூப்பிட்டால் நிச்சயம் இரண்டு சகோதரர் களையும் அனுப்பி வைப்பான் நந்தகோபன், என்றேன் நான்.

பிருந்தாவனத்திலுள்ள எல்லா ஆயர்களையும் தனுர்யாகத்துக்கு அழைக்கப் போகிறேன் நான், என்றான் கம்ஸன்.

தற்கொலை செய்து கொள்ளப் போகிறேன் என்கிறான், நான் யார் அதைத் தடுப்பதற்கு? பேசாமல் திரும்பி விட்டேன் நான்.

எனக்கு என்ன ஆச்சரியம் என்றால், நான் தேவர்கள், ரிஷிகள் சொல்லி, கம்ஸனிடம் போனது, கிருஷ்ணனுக்கு எப்படித் தெரியுமென்று. தெரிந்துதானே, அவன் இதை ஜரா என்கிற வேடனிடம் சொல்லி, அவன் என்னிடம் சொன்னான். கிருஷ்ணன் பகவானாயிற்றே. அவனுக்குத் தெரியாததா என்று கேட்பீர்கள். பகவான் என்ற நினைவை உங்கள் மனத்திலிருந்து நீங்கள் அகற்றினால்தான், பகவான் வேஷம் கட்டி ஆடும் நாடகத்தை உங்களால் ரஸிக்க முடியும். Instant அவதாரங்களில் நடந்தது போல, உடனே கம்ஸன் முன்னால் வந்து அவனைக் கொன்றிருக்க முடியாதா என்ன? Instant அவதாரங்களில் கூட வேஷம் கட்டித்தான் வருகிறார். சிங்கமாக, பன்றியாக, குறளனாக. வாழ்க்கையே ஒரு விளையாட்டு, ஒரு நாடகம் என்று உணர்த்தத்தான் ஒருத்தி மகனாகப் பிறந்து, ஒருத்தி மகனாக எட்ஸெட்ரா... எட்ஸெட்ரா... புரிகிறதா?

அக்ரூரன் மிகவும் நல்லவன். கம்ஸன், அவன் அறிவுரைகளைக் கேட்காவிட்டாலும், அவனிடம் மதிப்பு வைத்திருந்தான்.

அக்ரூரன், கம்ஸன் கேட்பான் என்றும் எதிர்பார்க்கவில்லை. இருந்தாலும், அவனுக்குக் கொடுக்கப்பட்டிருந்த நாடகப் பாத்திரத்தை அவன் ஒழுங்காகச் செய்ய வேண்டுமே, அவன் கம்ஸனுக்கு அறிவுரை கூறுவதை நிறுத்தவில்லை. கம்ஸன், கிருஷ்ணனைக் கொல்லவிருக்கிற தன் திட்டத்தையும் விவரமாக அவனிடம் கூறுகிறான். அவன் இந்தத் திட்டத்தை நந்த கோபனிடம் சொல்லி எச்சரிக்கையாக இருக்கும்படி கூறுவான் என்றும் அவனுக்குத் தெரியும்.

அக்ரூரன் பிருந்தாவனம் சென்று நந்தகோபனிடம் ஆயர்கள் அனைவரையும் தனுர்பூஜைக்குக் கம்ஸன் அழைக்கிறான் என்று சொன்னான். கம்ஸனுடைய உள்நோக்கத்தையும் அவனுக்குப் புலப்படுத்துகிறான். கிருஷ்ணன் யாருடைய மகன் என்று சொல்ல வேண்டிய தருணம் வந்துவிட்டது என்கிறான் அக்ரூரன். அந்தப் பொறுப்பை அக்ரூரனிடமே ஒப்படைத்து விடுகிறான் நந்தகோபன்.

கிருஷ்ணனையும் பலராமனையும் தனியே அழைத்துச் சென்று அவர்களுடைய உண்மையான பெற்றோர் யார் என்று கூறுகிறான் அக்ரூரன். அவர்கள் ஆயர்பாடியில் வளர்வதற்கான காரணம் என்னவென்றும் விளக்கமாக எடுத்து உரைக்கிறான். கம்ஸன் அவர்களை மதுராவுக்கு அழைத்து அவர்களைக் கொல்ல இருப்பதாகவும் சொல்கிறான். கிருஷ்ணா, நீ பிருந்தாவனத்தை சொர்க்கபூமியாக ஆக்கியிருக்கிறாய். நீ மதுராவை விட்டு வர விரும்ப மாட்டாய் என்றும் எனக்குத் தெரியும். ஆயர்களும் அனுமதிக்க மாட்டார்கள். சிறையிலிருக்கும் உன் பெற்றோர் களை விடுவிக்க வேண்டுமென்றால், நீ மதுரா வந்து கம்ஸனைக் கொன்றால்தான் அது சாத்தியம். அங்கு வந்த பிறகு உன்னால் திரும்ப பிருந்தாவனத்துக்கு வர முடியாமல் கூடப் போகலாம். முடிவு எடுக்க வேண்டிய பொறுப்பு உன்னுடையது என்கிறான் அக்ரூரன். பின்னால் குருக்ஷேத்திரத்தில், அர்ஜுனனுக்கு எவ்வளவு சுலபமாக அவனால் உபதேசிக்க முடிந்தது என்று இப்பொழுது புரிகிறதா உங்களுக்கு.

அர்ஜுனனைப் போல இதை ஓர் 'எக்ஸிஸ்டென்ஷியலிஸ'ப் பிரச்னையாக கிருஷ்ணன் கருதவில்லை. பிருந்தாவன நினைவு களை உடனுக்குடனே தன் மனத்திலிருந்து அவனால் அகற்றி விட முடிந்தது. இதுதான் ஒரு தலைவனுக்கு அடையாளம்.

ஒட்டிக்கொள்ளவும், வெட்டிக்கொள்ளவும் தெரிந்திருக்க வேண்டும். தயை, தாட்சண்யமே இருக்கக் கூடாது. சரி, வருகிறேன், போகலாம் கிளம்புங்கள் என்கிறான் கிருஷ்ணன் அக்ரூரனிடம்.

அவன் போகக்கூடாது என்று கோபிகைகள் எவ்வளவோ மன்றாடுகிறார்கள். கிருஷ்ணா, உன்னை நாங்கள் போகவிட மாட்டோம். பிருந்தாவனத்தின் உயிரே நீதான்; உன்னை மையமாகக் கொண்டுதான் எங்கள் வாழ்க்கையை நாங்கள் அமைத்துக்கொண்டு இருக்கிறோம். நீ இல்லாத வேறு விதமான வாழ்க்கையை எங்களால் எதிர்கொள்ள முடியாது என்கிறார்கள். உலகில் யாருமே இன்றியமையாதவரில்லை. உங்களால் இன்னொரு கிருஷ்ணனை உருவாக்கிக் கொள்ள முடியும். மாறுதல்கள் ஏற்பட்டுக் கொண்டேதான் இருக்கும். தவிர்க்க முடியாததை ஏற்றுக்கொண்டு அனுசரித்துப் போவதுதான் வாழ்க்கைத் தத்துவம். நான் போவது என்று முடிவு செய்து விட்டேன். முடிவு செய்தபிறகு, அதைப் பற்றி மறுபரிசீலனை செய்வது விவேகமில்லை என்கிறான் கிருஷ்ணன்.

ஜரா என்கிற வேடன் உடனே கேட்டிருக்கிறான், பாசம் இருக்கக் கூடாது என்கிறீர்களா, என்று. செயலுக்குப் பாசம் தடையாக இருக்குமானால், அதை ஓர் அசட்டு உணர்வாகத்தான் கொள்ள வேண்டும் என்று சொன்னான் கிருஷ்ணன்.

அதாவது செயல் என்று வரும்போது sentimentகளுக்கு இட மில்லை என்று அர்த்தம். யோசித்து முடிவு எடுக்க வேண்டும். முடிவு எடுத்த பிறகு யோசிக்கக் கூடாது. இப்பொழுது புரிகிறதா, இக்காலத்திய corporate குருக்கள் ஏன் பகவத் கீதை படிக்கிறார்கள் என்று?

கம்ஸன் அவர்களை அழைத்துவரத் தேர் அனுப்பியிருக்கிறான். அதுதானே protocol? அக்ரூரனோடு கிருஷ்ணனும் பலராமனும் தேரில் ஏறுகிறார்கள். நந்தகோபனும் இன்னும் பல ஆயர்களும் அவர்களைப் பின் தொடர்கிறார்கள்.

6

மதுராவுக்குச் சென்றடைந்ததும், கிருஷ்ணன் சொல்கிறான், நீங்கள் எல்லாரும் அரண்மனைக்குப் போங்கள். நானும் அண்ணனும் மதுராவைச் சுற்றிப் பார்த்துவிட்டு அரண்மனை வந்து சேர்கிறோம், என்று. நந்தகோபனுக்கு பயம், கிருஷ்ணனைத் தனியாக விட. ஏதாவது வம்பு தும்புகளில் மாட்டிக்கொள்ளப் போகிறானே என்று. முதலில் அனுமதி மறுக்கிறான். ஆனால் கிருஷ்ணன் கேட்கவில்லை. காட்டுப் பையனாகிய எனக்கு, இவ்வளவு பெரிய ஊரைப் பார்க்க ஆச்சரியமாயிருக்கிறது. எவ்வளவு பெரிய கடை வீதிகள், என்ன கூட்டம், நெரிசல். நாங்கள் யாரென்று இங்குள்ள மக்களுக்குத் தெரியாது. கம்ஸனைக் கொன்ற பிறகு, பிரபலமாகி விட்ட நிலையில் நிம்மதியாக ஊரைச் சுற்றிப் பார்க்க முடியாது. நீங்கள் போங்கள், கவலைப்படாமல் போங்கள், என்கிறான் கிருஷ்ணன்.

அவர்கள் போன பிறகு, கிருஷ்ணன் புன்னகை செய்கிறான். எதற்குச் சிரிக்கிறாய் என்கிறான் பலராமன். நம் தந்தை இருந் தால் வம்பு தும்புகளில் மாட்டிக்கொள்ள முடியாது. அதற்காகத்தான் அவரைப் போகச் சொன்னேன், என்கிறான் கண்ணன்.

என்ன செய்யப் போகிறாய் என்கிறான் பலராமன். அதோ பார், எவ்வளவு பெரிய கடை, எத்தனைப் பட்டாடைகள், நகர்ப்புற நாகரிகத்தை நாம் அனுசரிக்க வேண்டாமா, அதுவும் சக்கர வர்த்தியைப் பார்க்கப் போகிறோம். அதுக்குத் தகுந்த உடை களுடன் அல்லவா செல்ல வேண்டும். பணம் இல்லை என்று கவலைப்படாதே. இது ராஜாங்கச் செலவு என்று சொல்லிக் கொண்டே, அந்தக் கடையில் நுழைந்துவிட்டான் கிருஷ்ணன்.

இது அரசர்களுக்கும் பிரபுக்களும் உடைகள் தயாரித்துத் தரும் கடை, நாட்டுப்புறத்துப் பையன் நீ. இங்கு உள்ளே வரக்கூடாது என்கிறான் கடைக்காரன். அவன் வாட்டசாட்டமாக முறுக்கிய மீசையுடன் இருந்தான். அவனருகே, அவனுக்குத் துணையாக, அவனைவிட பலசாலிகளாக இரண்டு முரடர்கள் நின்று கொண்டிருந்தனர்.

கடைக்காரன் சொன்ன எதுவும் கிருஷ்ணன் காதில் விழுந்ததாகத் தெரியவில்லை. அவன் அங்கிருந்த விலையுயர்ந்த பட்டாடை களை வாரி மூட்டையாகச் சுற்றிக் கொண்டான். பலராமன் அவனுக்குத் துணையாக அருகில் நின்றான். அவனைத் தாக்க வந்த முரடர்களுக்கு என்ன நடந்தது என்று தெரியவில்லை. அவன் மீது பாய்ந்த அடுத்த கணம், அவர்கள் கடைவாசலில் வீதி மண்ணைக் கவ்விக் கொண்டிருந்தனர். எதுவும் நடக்காத மாதிரி, சகோதரர்கள் இருவரும் புதிய பட்டாடையில் தெருவில் நடந்து சென்றனர்.

எல்லாருடைய கவனத்தையும் ஈர்க்க வேண்டும் என்பதுதானே உன் எண்ணம் என்றான் பலராமன். கிருஷ்ணன் புன்னகை செய்தான்.

அவர்கள் சிறிது தூரம் சென்றதும், சுற்றிலும் எங்கும் நறுமணம். இதயத்தை இதமாகத் தடவுவது போன்ற நறுமணம். கிருஷ்ணன் சுற்றுமுற்றும் பார்த்தான். பூக்கடை ஏதுமில்லை. எங்கிருந்து வருகிறது இந்த வாசனை?

அவர்கள் எதிரே ஒரு பெண் வந்து கொண்டிருந்தாள். இளம் பெண். அழகான பெண். ஆனால் முதுகில் ஒரு பெரிய கூன். அவள் கையில் ஒரு பெரிய பை. துணிக் கடையிலிருந்த முரடர் களை வீதியில் தூக்கி எறிந்த சகோதரர்களின் சாகஸத்தினால், ஒரு பெரிய 'விசிறி'ப் படை அவர்கள் பின்னால் வந்து கொண்டி ருந்தது. அந்தப் பெண் அவர்களை வியப்புடன் நோக்கினாள்.

அந்தப் பெண் யார் தெரியுமா? அவள் பெயர் திரிவக்ரா. அதாவது மூன்று இடத்தில் கூன்.

இவ்வளவு அழகான பெண்ணுக்கு இப்படியொரு குறைபாடா என்ற வருத்தத்துடன் அவளை நோக்கிச் செல்கிறான் கிருஷ்ணன்.

அருமையான நறுமணம், நீ வாசனைப் பொருள்கள் விற்பவளா என்று கேட்கிறான் அவன்.

சந்தனம், அகில் போன்ற பொருள்களை கம்ஸ மஹாராஜா வுக்காகத் தயாரிப்பவள். பொது விற்பனைக்கில்லை என்கிறாள் அவள்.

நாங்கள் கம்ஸ மஹாராஜாவைத்தான் பார்க்கப் போகிறோம். எங்களுக்கு உன் நறுமணப் பொருள்களைக் கொடு என்று புன்னகையுடன் கேட்கிறான் கிருஷ்ணன்.

அவளும் அவன் புன்னகையினால் ஈர்க்கப்பட்டுக் கூடையையே அவனிடம் கொடுத்து விடுகிறாள்.

அவன் அவள் முதுகைத் தடவிக் கொடுக்கிறான்.

கூன் போன இடம் தெரியவில்லை. நளினமான பெண் ஒருத்தி, நன்றிப் பெருக்குடன் அங்கு நின்று கொண்டிருந்தாள்.

வீதியிலிருந்த அனைவரும் இக்காட்சியைக் கண்டு வியப்பில் ஆழ்ந்தனர்.

இந்த இடத்தில், ஜரா என்கிற வேடனிடம் கிருஷ்ணன் சொல்லியிருக்கிறான். நான் என்னை பகவானாக அடையாளப் படுத்திக்காட்ட இந்த மாய, தந்திர வேலையெல்லாம் செய்ய வில்லை. அவை அவ்வளவு பெரிய முக்கியமான விஷயங்களும் அல்ல. நாராயணனாகச் செய்தவற்றைக் காட்டிலும் நரனாகச் செய்தவற்றைப் பற்றித்தான் நான் பெருமைப்படுகிறேன். திரிவக்ரா என்கிற ஒரு நல்ல பெண்ணின் நட்பு எனக்குக் கிடைத்தது என்பதுதான் ஒரு முக்கியம் விஷயம் என்று.

குவலயாபீடம் என்ற யானை அவனைக் கொல்ல வருகிறது இந்தத் தருணத்தில். இது கம்ஸனுடைய ஏற்பாடு. அந்த யானையைக் கொல்கிறான் கிருஷ்ணன். இதுவும் அவனுக்கு ஒரு முக்கியமான சாகஸமாகப்படவில்லை. பொதுஜன ஈர்ப்புக்கும் கவர்ச்சிக்கும் இவை தேவையாயிருந்தனவே தவிர, கிருஷ்ணா வதாரச் செய்திகள் இவை அல்ல, என்று சொன்னான் கிருஷ்ணன் ஜரா என்கிற வேடனிடம். கிருஷ்ணாவதாரச் செய்திதான் என்ன, என்று கேட்டிருக்கிறான் ஜரா என்கிற வேடன். கிருஷ்ணா வதாரச் செய்தி கிருஷ்ணன்தான், என்றானாம் கிருஷ்ணன்.

புரிகிறதா உங்களுக்கு? முன்னால் சொன்னேனே ஒன்று, அதைத் திருப்பிப் படியுங்கள். நாராயணனாகச் செய்தவற்றைக் காட்டிலும் நரனாக... எட்ஸெட்ரா... எட்ஸெட்ரா...

இப்பொழுது ஒன்று உங்களுக்குச் சொல்லப் போகிறேன். இது... இது... உங்கள் பத்திரிகைகாரர்கள் என்ன சொல்வார்கள்? Exclusiveதான்.

கிருஷ்ணன் மதுரா வருவதற்கு முதல் நாள் இரவு கம்ஸனுக்குத் தூக்கமே வரவில்லை. கிருஷ்ணனைப் பற்றியே நினைவு. அப்பொழுது கிருஷ்ணன் அவன் கனவில் தோன்றுகிறான். இருவருக்குமிடையே சம்வாதம் நடக்கிறது.

இது, கிருஷ்ணன், ஜரா என்கிற வேடனுக்குச் சொன்ன பிரத்யேகச் செய்தி. வியாஸர் தம் மகன் சுகப்ரும்மத்துக்குச் சொன்னாரோ இல்லையோ தெரியவில்லை. சுகப்ரும்மம் பரீட்சித்துக்குச் சொல்லவில்லை. கிருஷ்ணன், ஜரா என்கிற வேடனிடம் சொன்னான். இருவருக்குமிடையே நிகழ்ந்த உரையாடலை அப்படியே தருகிறேன். நாரதனுக்குக் கொஞ்சம் நாடகத்தைப் பற்றிக் கூடத் தெரியும்!

கிருஷ்ணன் (மிருதுவான குரலில்) - கம்ஸா, கம்ஸா. கம்ஸன் சுற்றுமுற்றும் பார்க்கிறான்.

புன்னகையுடன் கிருஷ்ணன் நிற்பதைப் பார்க்கிறான். திடுக்கிடுகிறான்.

கம்ஸன் : நீதான் கிருஷ்ணனோ?

கிருஷ்ணன் புன்னகையோடு தலை அசைக்கிறான்.

கம்ஸன் : உன்னால் நான் எத்தனை சிசுக்களைக் கொன்ற பாவி, தெரியுமா?

கிருஷ்ணன் : உலகில் பாவிகள் என்று யாருமே இல்லை.

கம்ஸன் : (ஆச்சரியத்துடன்) என்ன சொல்லுகிறாய்?

கிருஷ்ணன் : பாவிகள், பாவம் செய்யும்படி சபிக்கப் பட்டவர்கள், அசுரர்கள். சபிப்பவர்கள் முனிவர்கள். சபிப்ப வர்களும் தங்கள் தவப் பலனை இழக்கிறார்கள். சபிப்ப வர்களும் சபிப்பிக்கப்பட்டவர்களும் இருவருமே தண்டிக்கப் படுகிறார்கள். முனிவர்களும் அசுரர்களாகலாம். நம் மரபில் யாரும் பாவத்தைச் செய்ய வேண்டும் என்பதற்காகச் செய்வ தில்லை.

கம்ஸன் : என் உயிருக்குயிரான தேவகியின் எட்டாவது மகனால் எனக்குச் சாவு என்று ஏன் அசரீரி ஒலிக்க வேண்டும். இது யாருடைய சாபம்?

கிருஷ்ணன் : அது அசரீரி இல்லை. கம்ஸா, சூரர்கள் கை ஓங்கி விடுமே என்கிற பயத்தின் காரணமாக ஒலித்த உன் ஆழ்மனக் குரல். பயம், ஒருவனைக் கோழையாகவோ, வெறியனாகவோ ஆக்கிவிடுகின்றன. நீ வெறியனாக ஆனது உன் துரதிர்ஷ்டம். நீ என்ன செய்ய வேண்டுமென்று தேர்ந்தெடுக்கின்றாயோ அதைப் பொறுத்து உன் அதிர்ஷ்டமும் துரதிர்ஷ்டமும்.

கம்ஸன் : பாவம், புண்ணியம் என்று எதுவுமே கிடையாதா?

கிருஷ்ணன் : சொல்வழக்கிலே உண்டு. பொருள் வழக்கில் இல்லை. நமக்கு அவ்வப்பொழுது ஏற்படும் சௌகரிய, அசௌகரியங்களை வைத்துதான் இது பாவம், இது புண்ணியம் என்கிறோம்.

கம்ஸன் : நான் உன்னால் கொல்லப்படுவேன் என்பது நிச்சயம்தானா?

கிருஷ்ணன் : நீ ஆட்டத்தைத் தப்பாக ஆடிவிட்டாய். நீ இறந்து தான் ஆக வேண்டும். ஆனால், மரணம் உனக்கு விடுதலை. கொல்லப்படுகின்ற எல்லா அசுரர்களும் சொர்க்கத்துக்குப் போவதுதான் நம் மரபின் விசேஷம்.

கம்ஸன் கனவு கலைகிறது. அவன் திடுக்கிட்டு எழுந்திருக் கிறான். கனவை நினைத்துக்கொண்டு அவையில் உட்கார்ந்திருக் கும் கம்ஸனிடம் அவன் ஆள்கள் கிருஷ்ணனும் பலராமனும் மல்லர்களைக் கொன்று விட்டார்கள் என்ற செய்தியைக் கூறுகிறார்கள். எங்கே அந்தக் கிருஷ்ணன் என்கிறான் கம்ஸன்.

கிருஷ்ணன் புன்னகையுடன் அவன் முன் நிற்கிறான்.

....

....

....

ஏன் கதையை நிறுத்திவிட்டாய், அப்புறம் என்ன ஆயிற்று என்று கேட்கிறீர்களா?

இதுதானய்யா, கதை சொல்லும் நவீன உத்தி. முடிவு வந்து உங்கள் முகத்தில் அறைய வேண்டும். கம்ஸனை அறைந்தது போல. (சிலேடைக்கு மன்னிக்கவும்).

கிருஷ்ணன் தன் பெற்றோர்களைச் சிறையிலிருந்து விடுவிக்கிறான். சிறை என்றதும், கையிலும் காலிலும் விலங்கு பூட்டி ஒரு சிறிய அறையில் கம்பி எண்ண வைத்திருந்தான் என்று நினைக்காதீர்கள். அவ்வாறு விலங்கு பூட்டியிருந்தால், எட்டுப் பிள்ளைகளை எப்படிப் பெற்றிருப்பாள் தேவகி? கம்ஸன் அவர்களை ஓர் அரண்மனையில்தான் வைத்திருந்தான். அவனுக்கு ஓரவஞ்சனை கிடையாது. தன்னுடைய தந்தையாகிய உக்கிரசேனனையும் அவன் சிறையில் அடைத்திருந்தான். அவனையும் விடுவிக்கிறான் கிருஷ்ணன்.

கிருஷ்ணன் ஜரா என்கிற வேடனிடம் சொன்னான், எல்லோரும் என்னை வற்புறுத்தினார்கள், நான் முடிசூட வேண்டுமென்று. நான் மறுத்துவிட்டேன். அரசாள்வதைக் காட்டிலும் அரசர்களை ஆக்கி, அவர்களை ஆள்வது எவ்வளவோ மேலானது, என்று. இப்பொழுது புரிகிறதா, உங்கள் அரசியல்வாதிகளுக்கு யார் முன்னோடி என்று?

அன்று முதல் கிருஷ்ணன் முழுநேர அரசியல்வாதியானான்.

7

கொஞ்சம் அமிர்த சாந்தி செய்துவிட்டு வரலாமென்று போயிருந்தேன், நேரமாகி விட்டது. என்ன விழிக்கிறீர்கள்? நாங்கள் தேவர்கள், என் அம்மா நாலாவது வர்ணமாக இருக்கலாம். ஆனால் எப்பொழுது நான் பிரம்மாவின் மூச்சிலிருந்து வந்தேனோ, அப்பொழுதே தேவனாக ஏற்றுக்கொள்ளப்பட்டு விட்டேன். நாங்கள் தாகமெடுத்தால் அமிர்தம்தான் குடிப்போம். நீங்கள் இப்பொழுது மினரல் வாட்டர் குடிப்பது போல.

சரி, என்ன சொல்லிக் கொண்டிருந்தேன்? கிருஷ்ணன் முழுநேர அரசியல்வாதி ஆகிவிட்டான். அவனை எதிர்கொண்ட முதல் பிரச்னை... பெயர் ஜராசந்தன். இவனுக்கும் நம் வேடன் ஜராவுக்கும் எந்தவிதமான சம்பந்தமும் இல்லை.

ஜராசந்தன் மகத தேசத்து சக்கரவர்த்தி. கம்ஸனுடைய மாமனார். அவனுடைய இரண்டு பெண்களும் கம்ஸனின் மனைவிகள். இப்பொழுது விதவைகள். பெண்களை wholesale ஆகக் கட்டிக் கொடுத்தால் இதுதான் பிரச்னை.

ஒரு சாம்ராஜ்யத்தை ஆள்கின்றவனின் மகள்கள் ஒரே சமயத்தில் கணவனை இழந்து வீடு திரும்பினார்களானால், அவனால் இதை எப்படிப் பொறுத்துக் கொண்டிருக்க முடியும்? அதுவும் ஜராசந்தனைப் போன்ற அதிகாரச் செருக்கும், அசாத்திய ஆணவமும் கொண்ட அரசனால். கம்ஸனை மருமகனாகக் கொண்டதில் அவனுக்குக் கொள்ளமாளாப் பெருமை வேறு.

ஒன்று கூற மறந்துவிட்டேன். ஜரா என்கிற வேடன் இதைத் தெளிவாகச் சொல்லச் சொன்னான். ஜராசந்தனுக்கு ஏன் இந்தப் பெயர் வந்தது என்பது பற்றி.

அவன் அப்பா பெயர் ப்ரிஹத்ரதன். அவன் காசி மன்னனின் இரு பெண்களை மணந்திருந்தான். மறுபடியும் wholesale. பல ஆண்டுகளாகியும் குழந்தை பிறக்கவில்லை. காட்டுக்குப் போய் சந்தகௌசிகர் என்ற ரிஷியைச் சந்தித்தான். தன் குறையைச் சொன்னான். அவர் அவனுக்கு ஒரு பழத்தைத் தந்து, அதை அவன் மனைவி சாப்பிட வேண்டுமென்று சொல்லியிருக்கிறார். அவனுக்கு எத்தனை மனைவிகள் என்று அவருக்குத் தெரியாது. கேட்கவும் இல்லை. சந்தி செய்வதற்காக அவர் புறப்பட்டுக் கொண்டிருந்த நேரத்தில் அவன் போயிருக்கிறான்.

அரண்மனைக்குத் திரும்பிய பிறகுதான் அவனுக்குக் குழப்பம் தோன்றியது. இரு மனைவிகளில் யாருக்கு அந்தப் பழத்தைக் கொடுப்பது என்று. பாதியாக வெட்டி இருவருக்கும் கொடுத்து விட்டான். ஒரு உடம்பின் இரண்டு பாதிகளில் ஒவ்வொன்றாக இருவருக்கும் பிறந்தன. அரசனுக்குக் கோபம் வந்துவிட்டது. அவற்றைக் காட்டுக்குப் போய் வீசி எறியும்படி கட்டளை இட்டிருக்கிறான். காவலர்களும் அரசக் கட்டளையை நிறை வேற்றி விட்டனர்.

அந்தக் காட்டிலே ஒரு பேய். குழந்தை உடம்பின் இரு பாதி களையும் பார்த்து, சிற்றுண்டிக்கு நல்ல உணவு கிடைத்தது என்று ஓடி வந்திருக்கிறது. இந்தக் குறிப்பிட்ட பேய்க்கு மனிதர்களைக் காட்டிலும் இரக்க சுபாவம் அதிகம். பேய் மனம் இரங்கி, அந்த இரண்டு பாதிகளையும் ஒட்டியிருக்கிறது.

விளைவு - ஓர் அழகான குழந்தை. அதை எடுத்துக்கொண்டு போய் அரசனிடம் தந்திருக்கிறது அந்தப் பேய். அரசன் மகிழ்ந் தான். ஜரா என்றால் பேய். முனிவர் பெயரையும் மறக்காமல், குழந்தைக்கு ஜராசந்தன் என்று பெயரிட்டான். பேய், முனிவர் இரண்டு பேர் பேரையும் வைத்ததினாலோ என்னவோ, ஜராசந்தனுடைய கோபம் ஜகப் பிரஸித்தம்.

அறிமுகம் போதுமா?

ஆறரை அடி உயரம். கதவு அகலத்து மார்பு. தோளென்ற பெயர் பூண்டு, உருண்டு திரண்டிருந்த இரண்டு குன்றுகள். சிவப்பேறிய கண்கள். நெருங்கி, அடர்ந்து, நுனிகள் கூர்த்து, புதர் போல் மண்டியிருந்த மீசை. இவன்தான் ஜராசந்தன்.

இவனுக்கு ஒரு hobby உண்டு. அதையும் சொன்னால்தான் அவனைப் பற்றி நீங்கள் நன்றாகப் புரிந்து கொள்ள முடியும். அவன் வெற்றி கொண்ட அரசர்கள் சரணடைந்து கப்பம் செலுத்த மறுத்தால், அவர்களைச் சிறை செய்து, அவன் நாட்டுக்குக் கொண்டு வந்து, கூண்டில் அடைத்து விடுவது அவன் வழக்கம். அவர்களைப் பட்டினி போட்டு, அவனும் அவன் விருந்தினர் களும் அவர்களெதிரே அறுசுவை உண்டி சாப்பிடுவார்கள். கூண்டுகளிலிருந்து அவர்கள் மிருகங்களைப் போல் பார்த்துக் கொண்டிருப்பார்கள்.

உங்களுக்கு தைமூர் நினைவு வருகிறதா? அவன்தான் பாரசீக மன்னனைத் தோற்கடித்து, கூண்டில் அடைத்து, அவன் எங்குச் சென்றாலும் கூடவே கொண்டு போனான் என்பார்கள்.

ஹஸ்தினாபுரம், பாஞ்சாலம் ஆகிய இரண்டு தேசங்களை ஆண்ட மன்னர்களைத் தவிர மற்றைய பாரத தேசத்து அரசர்கள் அனைவரும் ஜராசந்தனைக் கண்டு நடுங்கினார்கள்.

இவ்வளவு புகழ் வாய்ந்த ஜராசந்தனுக்கு அளவற்ற சினம் ஏற்பட்டதென்றால், அதன் அர்த்தம் என்னவென்று யோசித்துப் பாருங்கள். அவையிலிருந்த அனைவரும் அடுத்தது அவன் என்ன செய்யப் போகிறான் என்று தெரியாமல் பயந்து அவனையே பார்த்துக் கொண்டிருந்தனர்.

மாடு மேய்க்கின்ற பொடியன்களுக்கு இவ்வளவு திமிரா, வசுதேவன் பிள்ளைகளா, பெயர் என்ன, கிருஷ்ணன், பலராமனா, கொசுக்களை நசுக்குவது போல் நசுக்கி விடுவோம். உக்கிரசேனன் என்ன செய்து கொண்டிருந்தான். மதுராவைத் தீக்கிரையாக்குவோம். ஒரு மாபெரும் சைன்யத்தைக் கூட்டிக் கொண்டு போவோம். சால்வ நாட்டு அரசன் சால்வன், அவந்தி இளவரசர்கள் விந்தன், அனுவிந்தன், சேதி அரசன் தமகோஷன், விதர்ப மன்னன் பீஷ்மகன் ஆகிய அனைவருக்கும் செய்தி அனுப்புங்கள், என்றான் ஜராசந்தன். அவன் போட்ட சப்தம். அவன் குறிப்பிட்ட தேசங்களிலிருந்த அரசர்களுக்குக் கூடக் கேட்டிருக்க வேண்டும்!

கிருஷ்ணன், ஜரா என்கிற வேடனிடம் சொன்னானாம். இந்தச் செய்தி வந்ததும், மதுராவிலிருந்த யாதவர்கள் நடுநடுங்கிப் போய்விட்டார்கள். உக்கிரசேனர் அவையைக் கூட்டினார். என்

தந்தை வசுதேவர், அவர் தம்பி தேவபாகர், அக்ரூரர், கோட்டைத் தலைவர்கள், பலராமன் எல்லோரும் கூடியிருந்தார்கள். கம்ஸன் இருந்த வரை பகைவர் பயம் இல்லாமலிருந்தது. அவன் பயம்தான் நமக்கு இருந்தது. கம்ஸன் படைவீரர்களில் பாதிப் பேர் கிருஷ்ணன், பலராமனால் கொல்லப்பட்டு விட்டனர். இன்னும் பாதிப்பேர் ஓடிவிட்டார்கள் என்றார் விக்கத்ரு என்ற அந்தக் கோட்டைத் தலைவர். கிருஷ்ணன்தான் நம்மைக் காப்பாற்ற வேண்டுமென்றார் உக்கிரசேனர். நான் சொன்னேன், படைபலம் இல்லாமல் நம்மால் ஒன்றும் செய்ய முடியாது. ஜராசந்தன் என்னையும் பலராமனையும் கொல்லத்தான் வருகிறான். நாங்கள் இருவரும் ஓடிப்போய் விடுகிறோம். நாங்கள் தென்மேற்கில் ப்ரவர்ஷணம் என்ற குன்று நோக்கி ஓடுகிறோமென்ற தகவலையும் சொல்லி விடுங்கள். அவன் உங்களை ஒன்றும் செய்ய மாட்டான். எங்களைத் துரத்திக் கொண்டு வருவான். இதுதான் ஒரே வழி மதுராவைக் காப்பாற்ற, என்று.

அவன் இவ்வாறு சொன்னதும் எல்லாரும் திடுக்கிட்டார்கள் என்றும் கிருஷ்ணன் சொன்னான். ஜரா என்கிற வேடன் உடனே சொல்லியிருக்கிறான், அவர்கள் மட்டுமல்ல, நானும் திடுக்கிடுகிறேன். கம்ஸனைக் கொன்ற நீங்கள் ஜராசந்தனைக் கண்டு ஓட வேண்டுமா, பகவானாகிய உங்களால் கொல்லப்பட முடியாதவர்கள் யார் இருக்கிறார்கள், இதென்ன விளையாட்டு, என்று.

நீயே சொல்லிவிட்டாய், இது விளையாட்டுதான், திரும்பத் திரும்பச் சொல்கிறேன். வாழ்க்கை ஓர் அலகிலா விளையாட்டு. பிரபஞ்சத்தில் உள்ள அனைவரும், அனைத்தும் கடவுள் உள்பட, சேர்ந்து ஆடும் விளையாட்டு. நாடகம், ஆட்ட விதிகளுக்கேற்ப ஆட வேண்டும். நான் பகவான், என்னால் செய்ய முடியாத காரியம் எதுவுமே இல்லை என்றாகிவிட்டால், வியாஸர், வால்மீகி இவர்கள் எல்லாரும் வேலை இல்லாமல் தவிதவித்துப் போயிருப்பார்கள். கிருஷ்ணன் வேஷம் கட்டி நான் ஆடிய இவ்வாட்டத்தில், கம்ஸனை என்னால் கொல்ல முடியும். ஜராசந்தனை என்னால் கொல்ல முடியாது. ஏன்? இதன் மூலம் நான் ஓர் உண்மையைச் சொல்லவிருக்கிறேன். வாழ்க்கையில் பதுங்கவும் தெரிந்திருக்க வேண்டும். பாயவும் தெரிந்திருக்க வேண்டும். ஒரு பெரிய சைன்யத்தைத் திரட்டிக்கொண்டு வருகிற

ஒருவனை, ஜெயித்துக் காட்டுகிறேன் பார் என்று சொல்வது அரசியல் தற்கொலை, இந்தச் சூழ்நிலையில் பதுங்குவதுதான் விவேகம் என்பதை அவர்கள் புரிந்துகொள்ள வேண்டுமென்பது அவசியமில்லையா, என்றான் கிருஷ்ணன்.

இப்பொழுது நீங்கள் என்ன சொல்கிறீர்கள்? கிருஷ்ணன் சொன்னது, நடத்திக் காட்டியது எல்லாமே எல்லாக் காலத்துக்கும் உரியது என்பதை ஒப்புக்கொள்கிறீர்களா? அரசியல்வாதிகளுக்குத் தேவையான அரிச்சுவடி, பதுங்குவதும் பாய்வதும்.

பிரஹத்பலா என்கிற யாதவன் கேட்டானாம், ஜராசந்தன் நீங்கள் ஓடிவிட்ட கோபத்தில், மதுராவைத் தரைமட்டமாக்கக் கூடிய ஆபத்தும் இருக்கிறது இல்லையா, என்று.

இல்லை, நீயே ஜராசந்தனிடம் சென்று விஷயத்தை விளக்கிச் சொல். நான் உங்களைக் கைவிட்டுவிட்டேன் என்று நீ குற்றம் சாற்றினால் கூட எனக்கு ஆட்சேபணை இல்லை. உன்னை அவன் நம்பக்கூடும். நீ உக்கிரசேனரின் விருப்பத்துக்குரிய பேரன். நான் கம்ஸனைக் கொன்றதனால் உனக்கு என் மீது கோபம் இருக்கலாம் என்பதை ஜராசந்தன் நம்பலாம் என்றான் கிருஷ்ணன்.

இதற்குமேல் இதைப்பற்றி கிருஷ்ணன் பேச விரும்பவில்லை. பலராமனும் அவனும் புறப்பட்டு விட்டார்கள். பிருந்தாவனக் காட்டிலிருந்து வந்த அவனுக்கு ப்ரவர்ஷணக் குன்றைப் பற்றி எப்படித் தெரியும் என்று நீங்கள் கேட்பது என் காதில் விழுகிறது. அக்குன்றைப் பற்றி வியாஸர் அக்ரூரனிடம் நிறையச் சொல்லி யிருக்கிறார். அக்குன்றருகே உள்ள மகேந்திர மலை அடி வாரத்தில் பரசுராமர் இருக்கும் தகவலையும் கூறியிருக்கிறார். வியாஸரிடமிருந்து அக்ரூரன் அறிந்த இன்னொரு செய்தி, அக்குன்றில் உள்ள பூர்வ குடிமக்களிடம் ஓர் அபூர்வமான ஆயுதம் இருக்கிறது. சக்கரம் போன்ற வடிவம், அதைக் கொண்டுதான் அவர்கள் வேட்டையாடுகிறார்கள். அதை எறிகின்றவர் கைக்கு அது திரும்பி வந்துவிடும், என்பதுதான். கிருஷ்ணனுக்கு அந்தப் பூர்வகுடி மக்களைப் பார்க்க வேண்டுமென்ற ஆசையுடன் அது என்ன ஓர் அதிசய ஆயுதம் என்று அறிய ஆவலும் ஏற்பட்டது. ஆஸ்திரேலியா பூர்வகுடி மக்களிடம் இருக்கிற boomerang மாதிரி என்று வைத்துக் கொள்ளுங்களேன்.

இங்கே நீங்கள் ஒன்று கேட்கலாம். பரசுராமர் என்கிறீர்களே, பரசுராமர், கிருஷ்ணன் இரண்டு பேருமே விஷ்ணுவின் அவதாரங்கள் இல்லையா, overlapping ஆக உங்களுக்குப் பட வில்லையா என்று. நியாயமான கேள்வியாக உங்களுக்குப் படலாம். காரணம், எல்லாவற்றையும் நீங்கள் சரித்திரப் பார்வை யுடன் அணுகுகிறீர்கள். இதற்குப் பின் அது, அதற்குப் பின் இது என்கிற நேர்க்கோட்டுப் பார்வை. Linear thinking. இது மேல் நாட்டுச் சிந்தனை உங்களுக்குக் கற்றுக்கொடுத்த பாடம். நம்முடைய பாரம்பரியத்தில், அந்தக் காலத்தில் கணித ரீதியான வரலாற்று நோக்கு இருந்ததாகத் தெரியவில்லை. ஒரே காலகட்டத்தில் இரண்டு மூன்று அவதாரங்களை, ஏன், பத்து அவதாரங்களையுமே எண்ணிப் பார்க்கக் கூடிய நோக்கு நமக்கு அன்றிருந்தது. முரண்பாடு என்ற பார்வையே நமக்குக் கிடையாது. எதுவும் மற்றதற்கு முரண் இல்லை, complementary தான். அவதாரங்கள் பத்து என்று யார் சொன்னார்கள்? அவதாரங்கள் எண்ணற்றவை என்றும் புத்தர், கல்கி உள்ளிட்ட பத்து அவதாரங்களே பிரபலமானவை என்று அக்னி புராணமும் வராக புராணமும் கூறுகின்றன. கருட புராணம் பத்தொன்பது அவதாரங்களைக் கூறுகிறது. இதில் வேடிக்கை என்ன தெரியுமா? கருட புராணத்தின்படி நாரதனாகிய நானும் ஓர் அவதாரம்! மச்சபுராணமும் ஹரிவம்ஸமும் வியாசரையும் ஓர் அவதாரமாகக் குறிப்பிடுகின்றன!

ஜரா என்னைக் கோபித்துக் கொள்ளப் போகிறான், கதை சொல்வதற்குப் பதிலாக, நான் அவதார ஆராய்ச்சியில் இறங்கி விட்டேன், என்று.

என்ன சொல்லிக் கொண்டிருந்தேன்?

கிருஷ்ணனும் பலராமனும் ப்ரவர்ஷணம் என்ற குன்றை நோக்கிச் சென்றார்கள்.

மகேந்திர மலை அடிவாரத்தில் பரசுராமரைச் சந்திக்கின்றார்கள். வணங்குகின்றார்கள். கிருஷ்ணன், அவர்கள் அங்கு வர வேண்டிய காரணத்தை எடுத்துக் கூறுகிறான். பரசுராமர் மௌனமாகக் கேட்கிறார்.

கிருஷ்ணன் புன்னகையுடன் வினவுகிறான். உங்கள் தந்தை ஜமதக்னியைக் கொன்றான் என்பதற்காக இருபத்தியொரு

க்ஷத்திரியத் தலைமுறைகளைக் களை பிடுங்கிவிட்டு இப்பொழுது நீங்கள் ஓய்வு எடுத்துக் கொண்டிருப்பதனால்தானே ஜராசந்தன் போன்ற அரசர்கள் உலகை நாட்டாண்மை செய்து வருகிறார்கள்? க்ஷத்திரியன் மீதுள்ள பிராமணக் கோபம் இவ்வளவுதானா, என்று. பரசுராமர் சொன்னார், தசரதராமன் என்ற க்ஷத்திரியன் பிராமணக் கோபத்துக்கு ஒரு முற்றுப்புள்ளி வைத்துவிட்டான். நீ தர்மத்தைக் காக்கத்தானே பிறந்திருக்கிறாய் நாலாவது வர்ணத்தில், என்று. எனக்குத் தனிப்பட்ட முறையில் யாரிடத்தும் கோபமில்லை. நான் போகும் பாதைதான் தர்மத்துக்கும் பாதை என்றான் கிருஷ்ணன்.

நீ குறும்புக்காரன், உன்னிடம் பேசிப் பயனில்லை. ப்ரவர்ஷண குன்று ஏற ஒரு குறுக்கு வழி இருக்கிறது. வாருங்கள் காட்டு கிறேன், என்றார் பரசுராமர்.

போகும்போது அவர் அந்தப் பழங்குடி மக்களைப் பற்றி விரிவாகச் சொன்னார், வாழ்க்கையை ரஸித்து வாழ்கின்றவர்கள். கண்ணா, உன்னை அவர்களுக்கு மிகச் சுலபமாகப் பிடித்துவிடும். ஆனால், எச்சரிக்கையுடன் இருங்கள். மதுராவிலிருந்து ஜராசந்தன் இங்கு விரைவில் வந்துவிடுவான், என்று. பரசுராமர் சொன்னபடியே அந்தப் பூர்வகுடி மக்களுக்கு கிருஷ்ணனையும் பலராமனையும் மிகவும் பிடித்துவிட்டது. அவர்களுக்குப் புதிய புதிய நடனங்களைக் கற்றுக் கொடுத்தான் கிருஷ்ணன். அவர்களுடைய நடனங்களை அவன் கற்றுக் கொண்டான். பலராமனுக்குப் பெரிய உடம்பு. நடனங்களைக் கற்றுக் கொள்ளாவிட்டாலும் அவர்களுடைய பானங்களைச் சுவைத்துக் குடித்தான். மிருக வேட்டைக்கு என்று அவர்கள் வைத்திருந்த அந்தச் சக்கராயுதத்தில் பல மாற்றங்களைச் சொல்லி அதை இன்னமும் கூர்மையாக்கி மனிதர்களைத் தாக்குவதற்கான ஆயுதமாக ஆக்கிவிட்டான் கிருஷ்ணன். ஆண்கள் மட்டும் உபயோகித்து வந்த அவ்வாயுதம், பெண்கள் கைகளிலும் ஏறியது, கிருஷ்ணன் வருகையினால்.

யாரோ குறுக்கிட்டு ஏதோ கேட்பது போல் தெரிகிறது. என்ன வேண்டும்? ஓ! ஜராசந்தனை மகத தேசத்திலேயே விட்டுவிட்டு, கிருஷ்ணனைத் தொடர்ந்து வந்து கொண்டிருக்கிறீர்களே என்கிறீர்கள், அப்படித்தானே? என்ன செய்வது, கிருஷ்ணனின் கவர்ச்சி அப்படி! கிருஷ்ணன் ப்ரவர்ஷண குன்று நோக்கிப் போனபோது, ஜராசந்தன் ஒரு பெரிய படையைத் திரட்டிக்

கொண்டு மதுராவுக்குச் செல்கிறான். அவனுடன் சால்வன், விந்தன், அநுவிந்தன், தமகோஷன், பீஷ்மகன் போன்ற அவன் ஆட்சிக்குக் கட்டுப்பட்ட சிற்றரசர்களும் போகின்றனர்.

மதுரா எல்லையை அடைந்ததும், அவனுக்காக அங்கே காத்துக் கொண்டிருக்கிறார்கள் பிரஹத்பலாவும் மற்றைய யாதவர்களும். அவனைக் கண்டதும் அவ்வளவுதான்; எல்லாரும் சாஷ்டாங்க நமஸ்காரம். ஒன்றும் புரியாமல் விழிக்கிறான் ஜராசந்தன். சில விநாடிகள் அப்படியே இருந்தவன் பிறகு கர்ஜிக்கிறான். எங்கே அந்த மாடு மேய்க்கிற பயல்?

சக்கரவர்த்தி! கிருஷ்ணன், பலராமன் இரண்டு பேரும் தென் மேற்கு நோக்கி, ப்ரவர்ஷண குன்றுக்குச் சொல்லாமல் கொள் ளாமல் ஓடிவிட்டார்கள். நாங்கள் சரணடைய வந்திருக்கிறோம். எங்களை ஒன்றும் செய்யாதீர்கள், என்றான் பிரஹத்பலா. உன் சொந்த மாமனைக் கொன்றிருக்கிறான் அந்த இடையன். நீ பார்த்துக் கொண்டு சும்மாவா இருந்தாய். மதுராபுரி மக்களுமா அதை வேடிக்கைப் பார்த்துக் கொண்டிருந்தனர். இதற்காக வாவது மதுராவைத் தரைமட்டமாக்க வேண்டும் என்று சீறினான் ஜராசந்தன்.

மதுராவை நீங்கள் தரைமட்டமாக்கிக் கொண்டிருந்தால், அந்த நேரத்தில் அவர்கள் இருவரும் வேறு எங்கேனும் தப்பித்துக் கொண்டு போய்விடுவார்கள். உங்களுக்கு அந்தக் கொலை காரர்கள்தானே வேண்டும், என்றான் பிரஹத்பலா.

சரி, நான் என் படைவீரர்களோடு ப்ரவர்ஷணத்துக்குப் போகிறேன், அவர்களுக்கு நாற்பது நாள்களுக்குத் தேவையான உணவுப் பொருள்கள் கொடு, என்றான் ஜராசந்தன்.

என்ன சொல்வார்கள், தலைக்கு வந்தது தலைப்பாகையுடன் போயிற்று என்றா? அதே மாதிரி, தப்பித்தது போதுமென்று அதற்கு இசைந்துவிட்டான் பிரஹத்பலா.

ஒரு மாபெரும் படை ப்ரவர்ஷண குன்று நோக்கிப் புறப்பட்டது.

கிருஷ்ணன் அவர்களை எதிர்பார்த்துக் கொண்டு போருக்குத் தயாராக இருந்தான். அமைதியாக, வாழ்க்கையை ரஸித்துக் கொண்டிருந்த மலைவாசி மக்களுக்குப் போர்ப் பயிற்சி கொடுத்தது சரியா என்று ஜரா என்கிற வேடன் கேட்டிருக்கிறான்.

அதற்குக் கிருஷ்ணன் சொன்னானாம், மனிதர்கள், மிருகங்களைக் காட்டிலும், மனிதர்களைக் கண்டுதான் பயப்பட வேண்டும். ஆகவே என்றைக்கும் இந்தப் பூர்வகுடிமக்களுக்கு நாகரிகம் உற்றவர்களாகக் கருதப்படுகின்றவர்களிடமிருந்து ஆபத்து இருக்கிறது என்பதால் அவர்களுக்குப் போர்ப்பயிற்சி கொடுத்தேன். அவர்களுக்குத் தங்களைக் காத்துக்கொள்ளத் தெரிந்திருக்க வேண்டாமா, என்று.

கிருஷ்ணனுடைய இணைபிரியாத நண்பன் உத்தவன் எப்படியோ ப்ரவர்ஷண குன்றைக் கண்டுபிடித்துக் கொண்டு அங்கே வந்துவிட்டான். உத்தவன் யார் தெரியுமா? வசுதேவனின் சகோதரன் தேவபாகனின் மூன்றாவது மகன். கிருஷ்ணனுடன் ஆயர்பாடியில் வளர்ந்தவன். கிருஷ்ணனின் நிழல் என்று அவனைச் சொல்லலாம். ஜராசந்தன் வருவதற்கு முன்னால் மிக வேகமாக ஒரு குதிரையில் அவன் வந்துவிட்டான். மதுராவில் நடந்தவற்றைக் கிருஷ்ணனிடம் கூற.

அவன் இன்னொரு தகவலையும் சொன்னான், வியாஸர் அவனிடம் சொன்ன தகவல், ப்ரவர்ஷண குன்றுக்கு மேற்கே கடலில் ஒரு தீவு இருக்கிறது. அற்புதமான நிலப்பரப்பு, அதைக் கிருஷ்ணனும் பலராமனும் பார்த்து விட்டு வரவேண்டும், என்று. கிருஷ்ணன் சிறிது நேரம் யோசனையில் ஆழ்கிறான். ஏன் சொன்னார் என்று புரிகிறது என்கிறான் கிருஷ்ணன். ஏன் சொன்னார் என்று கேட்கிறான் பலராமன். ஜராசந்தன் தொல்லையிலிருந்து நம்மைக் காத்துக் கொள்ள வேண்டுமென்றால், ஒரு புதிய நாட்டை நாம் உருவாக்கிக் கொள்ள வேண்டும். அதற்கு ஏற்ற இடம் இந்தத் தீவு என்கிறார். சரி உத்தவா, நீ திரும்பிப் போய், மதுராவிலுள்ள மக்களிடம் மதுராவைக் காலி செய்ய வேண்டிய அவசியத்தைப் பற்றிச் சொல். நான்கு பக்கமும் எதிரிகளோடு யாதவர்களால் மதுராவில் இருக்க முடியாது. ஒரு புதிய இடத்துக்குத்தான் போக வேண்டும். ஜராசந்தன் விவகாரத்தை முடித்துவிட்டு நான் இங்கிருந்து அந்தத் தீவுக்குப் புறப்பட்டுப் போகிறேன், என்கிறான் கிருஷ்ணன்.

சொந்த நாட்டை விட்டு, புதிய இடத்துக்குப் போக இசைவார்களா மக்கள் என்று கேட்கிறான் பலராமன்.

எது நமக்கு சௌகர்யமாக இருக்கிறதோ அதுதான் நம் சொந்த இடம் என்கிறான் கிருஷ்ணன்.

நீங்களும் இப்பொழுது அதைத்தான் சொல்லிக் கொண்டிருக் கிறீர்கள், இல்லையா? Globalization என்பது உங்கள் தாரக மந்திரமான பிறகு, எந்த இடம் நமக்கு செல்வத்தைத் தந்து, நம்முடைய நுகர்பொருள் அசுரப் பசியைத் தணிக்கின்றதோ அதுதான் நம் சொந்த இடம் என்பீர்கள். சொந்த மண் பற்றிய ஓர் அசட்டு உணர்வு இருக்கக் கூடாது என்று கிருஷ்ணன் சொல்வது எப்படி ஒரு நவீனக் கண்ணோட்டமாக இருக்கிறது பாருங்கள்! ஆனால் அவன் நுகர்பொருள் கலாசாரத்தை வரவேற்கவில்லை என்றுதான் எனக்குத் தோன்றுகின்றது. தேவைக்கு மீறிய செல்வத்தை அள்ளிக் குவித்த எந்த நாகரிகமும் நிலைத்ததாக உலக சரித்திரத்தில் இல்லை. யாதவர்கள் அழிவையே பார்த்துக் கொள்ளுங்களேன்!

கிருஷ்ணனால் அவர்கள் அழிவைத் தடுத்திருக்க முடியாதா?

ஜரா சத்தம் போடுகிறான், உன் அபிப்பிராயத்தை யார் கேட்டார் கள். கதையைச் சொல், என்று. சொல்கிறேன், சத்தம் போடாதே!

உத்தவன் திரும்பிப் போய்விட்டான்.

சில நாள்களுக்குப் பிறகு, ஒரு நாள் சூரியன் மறைந்து கொண்டிருக்கும் வேளையில், குன்றுக்கு மிகத் தொலைவான தூரத்தில், மின்மினிப் பூச்சிகளைப் போல், மங்கலான ஒளி. ஒரு பூர்வகுடிப் பெண் பார்த்துவிட்டு, உடனே கிருஷ்ணனிடம் வந்து தெரிவித்தாள். கிருஷ்ணனுக்குப் புரிந்துவிட்டது, ஜராசந்தன் வந்து கொண்டிருக்கிறான், என்று.

அவன் உடனே அந்தப் பூர்வகுடி மக்களிடம் கூறியிருக்கிறான், நான் எதிர்பார்த்த எதிரி வந்து கொண்டிருக்கிறான். உங்களுடைய கடம்ப பானத்தை அவர்கள் இதுவரை குடித்திருக்க மாட்டார்கள். ஒரு சொட்டு குடித்தாலே வைகுண்டம் தெரிகிறது, உங்களில் சிலர் கீழே சென்று, அவர்களை வரவேற்று உபசரியுங்கள். நாங்கள் இங்கிருக்கிறோம் என்பதையும் சொல்லுங்கள். உங்கள் தலைவன் எங்களை விருந்தினராக ஏற்றுக் கொண்டிருப்பது பிடிக்காமல் கீழே வந்துவிட்டதாகச் சொல்லுங்கள். காலையில் எங்களைப் பிடித்துத் தருவதாக வாக்களியுங்கள். அவர்களுக்கு வேண்டிய உணவும், கடம்ப பானமும் கொடுங்கள். அவர்கள் குடித்து, உண்டு, உறங்கும் வேளையில், நாங்கள் மற்றதைப் பார்த்துக் கொள்ளுகிறோம், என்று.

ஜராசந்தன் முதலில் அவர்கள் சொல்வதை நம்பவில்லை. அவர்களைச் சந்தேகத்துடன்தான் பார்த்திருக்கிறான். ஆனால் அவன் படையினர் உணவையும் குடிவகைகளையும் ஏக்கத்துடன் பார்த்துக் கொண்டிருப்பதைக் கண்டான் ஜராசந்தன். இரவில் குன்றின் மீது ஏறுவது என்பது சாத்தியமில்லை. அவர்களுடைய விருந்தோம்பலை ஏற்றுக் கொண்டான்.

நன்றாகக் குடித்துவிட்டு உண்டபிறகு எல்லாரும் நல்ல தூக்கத்தில் ஆழ்ந்தனர்.

திடீரென்று சக்கரங்கள் பறந்து வந்தன. திடுக்கிட்டு எழுந்தவர்கள், சக்கரங்கள் தலைகளைக் கொய்தபிறகு திரும்பிப் போகும் அதிசயக் காட்சியைக் கண்டனர். அவர்கள் உடம்பு பதறத் தொடங்கியது. இது ஏதோ பேய், பிசாசு வேலை போல் அவர்களுக்குத் தோன்றிற்று. அச்சத்தில் அங்கும் இங்கும் ஓடத் தொடங்கினார்கள்.

ஜராசந்தன் விழித்துக்கொண்டு, ஒன்றும் விளங்காமல், ஏன் ஓடுகிறீர்கள் என்று கூப்பாடு போட்டான்.

அவர்கள் பதில் சொல்லத் தேவையில்லை. அவனே அக் காட்சியைப் பார்த்தான். பிரகாசமான சக்கரங்கள் குன்றிலிருந்து வேகமாகச் சீறி வந்து, அவன் படையினரின் தலைகளைச் சாய்த்துவிட்டுத் திரும்பிப் போய்க் கொண்டிருந்தன.

அவன் வீரர்கள் தலை தெறிக்க ஓடிக்கொண்டிருந்தார்கள். ஜராசந்தனால் அவர்களைக் கட்டுப்படுத்த முடியவில்லை.

மாட்டுக்காரப் பயல் ஏதோ மந்திர வேலை செய்கிறான் என்றான் ஜராசந்தன் சிற்றரசர்களிடம். மந்திரமும் இல்லை, தந்திரமும் இல்லை. நேருக்கு நேர் போராட வருகிறாயா என்று கூறிக் கொண்டே அவன் முன் வந்து நின்றான் பலராமன்.

பலராமா, அவனை விட்டுவிடு, பாவம் என்று கூறிக்கொண்டே ஜராசந்தன் எதிரில் வந்து நின்றான் கிருஷ்ணன்.

ஜராசந்தன் அவனையே சில கணங்கள் உற்றுநோக்கினான்.

ஓ! நீதானா என் பெண்களை விதவைகளாக்கியவன், என்றான் ஜராசந்தன்.

கம்ஸனைக் கொன்றது பற்றி நான் வருத்தப்படவில்லை. உன் இளம் பெண்கள் விதவைகள் ஆகிவிட்டார்களே என்று வருந்துகிறேன், என்றான் கிருஷ்ணன்.

ஜராசந்தன் அவன் மீது எல்லையற்ற சினத்துடன் சீறிப் பாய்ந்தான். கிருஷ்ணன் வெகு லாகவமாகத் தள்ளி நின்றான். ஜராசந்தன் கீழே விழுந்துவிட்டான்.

ஜராசந்தா! இக்குன்றில் ஆயிரக்கணக்கான பூர்வகுடிமக்கள், இப்பொழுது உன் வீரர்களைக் கொன்றதே, அந்தச் சக்கராயுதத் துடன் நிற்கிறார்கள். உயிர் பிழைக்க வேண்டுமானால் ஓடிப்போய்விடு. இந்த ஆயுதத்தை வெல்லும் வலிமை உனக்கு இப்பொழுது இல்லை, என்றான் கிருஷ்ணன்.

ஜராசந்தன், அவன் கூட வந்த சிற்றரசர்களைத் திரும்பிப் பார்க்கிறான். அவர்களெதிரே தான் அவமானப்பட்டு நிற்பதை அவனால் தாங்க முடியவில்லை. திரும்பிப் போகும் முடிவை அவன் எடுக்காமல், அவர்களில் யாராவது ஒருவர் எடுக்க வேண்டுமென்று அவன் எதிர்பார்க்கிறான். அவன் எதிர்பார்ப்பு வீண்போகவில்லை. சேதி நாட்டரசன் தமகோஷன் சொன்னான், உங்களுடைய அசாத்தியத் துணிச்சலைப் பற்றி எங்களுக்குச் சந்தேகமில்லை. ஆனால் இந்தச் சூழ்நிலையில் திரும்பிப் போவதே உசிதம் என்று எனக்குப்படுகிறது, என்று.

மற்ற மன்னர்களும் தலையசைத்து அவனை ஆமோதிக் கின்றனர்.

ஜராசந்தன் கிருஷ்ணனிடம் கூறுகிறான், நீ செய்திருப்பது அதர்மப் போர். எங்களைக் குடிக்க வைத்து, உறங்கும் சமயத்தில், அந்தப் பூர்வகுடி மக்களுடைய நூதன ஆயுதத்தைப் பயன்படுத்தி எங்களைத் தோற்கடித்திருக்கிறாய். தூங்கும் சமயத்திலே ஒருவனோடு போராடுவது என்ன தர்மம், என்று.

தர்மத்தைப் பற்றிப் பேச உனக்கு என்ன தகுதி இருக்கிறது. உன்னிடம் சரணடைய மறுக்கிற அரசர்களைக் கூண்டில் அடைத்துச் சித்திரவதை செய்கிறாயே, அது என்ன தர்மம், உனக்கேற்ற தர்மத்தைத் தேர்ந்தெடுத்துப் போராடுவதில் தவறு ஒன்றுமில்லை. ஒவ்வோர் எதிரியும் அவன் தகுதிக்கேற்ப போராட்ட தர்மத்தைப் பெறுகிறான், என்கிறான் கிருஷ்ணன்.

நம் சண்டை இப்பொழுதுதான் தொடங்குகிறது. இதை நீ நினைவு வைத்துக் கொண்டால் போதும் என்று சொல்லிவிட்டுப் போகிறான் ஜராசந்தன்.

இப்பொழுது நாம் துவாரகைக்குப் போகிறோம். துவாரகையா? அது எங்கே இருக்கிறது என்று கேட்கிறீர்களா? அதுதான் அந்தத் தீவு, உத்தவன் குறிப்பிட்ட இடம். விரிந்து கிடந்த கண்களைப் பசுமை ஆக்கிய நிலப்பரப்பு. இந்த இடத்தில் குடியேறாமல், மக்கள் எப்படி விட்டு வைத்தார்கள் என்பது கிருஷ்ணனுக்குச் சற்று ஆச்சரியமாக இருந்தது. அவன் ப்ரவர்ஷண குன்றின் பூர்வகுடிமக்கள் சிலருடன் வந்திருந்தான். பார்ப்பதற்குப் பச்சையாக இருக்கிறதே தவிர, இச்செடிகள், கொடிகள், புற்கள் எல்லாமே காளான்கள்; விஷ வர்க்கம் என்றான் அவர்களில் ஒருவன். கிருஷ்ணனுக்கு இப்பொழுது புரிந்தது. ஏன் அந்தத் தீவில் குடியேறாமல், மக்கள் விட்டு வைத்திருக்கிறார்கள் என்று. அப்பொழுது நான் அங்கே கிருஷ்ணன் முன் பிரசன்னமானேன். ஆமாம், நான்தான், நாரதனாகிய அடியேன்தான்!

'நாராயணா நாராயணா' என்று அடிக்கடி உச்சரித்துக் கொண்டே திரிவதாக உங்கள் திரைப்படங்களில் என்னை stereotype ஆக்கி விட்டீர்கள். அந்த உருவத்துக்கும் எனக்கும் எந்தவிதச் சம்பந்தமும் கிடையாது. நான் உங்கள் பத்திரிகைகாரர்களைப் போல், 'Hi! What's happening?' என்று கேட்பவன்தான்! கிருஷ்ணன் யாதவர்கள் குடியேற ஒரு புதிய இடத்தைப் பார்வையிடுகிறான் என்பது news இல்லையா? மதுராவிலிருந்து ஒட்டுமொத்தமான exodus! எகிப்திலிருந்து வெளியேறிய யூதர்களைப் போல்! யாதவர்களுடைய promised land துவாரகை!

எங்கே வந்தாய் இங்கு என்று சற்று எரிச்சலுடன் கேட்டான் கிருஷ்ணன். பத்திரிகைக்காரர்களைக் கண்டால் அரசியல் தலைவர்களுக்குக் கொஞ்சம் உள்ளூர பயம்தானே?

ஜராசந்தனிடம் போய்ச் சொல்ல மாட்டேன், பயப்படாதே... இங்கு குடியேறத் திட்டமா என்றேன் நான்.

யார் சொன்னார்கள் என்றான் கிருஷ்ணன். வியாஸ முனிவர் உனக்கு உதவி செய்யும்படி அனுப்பினார் என்றேன் நான்.

என்ன உதவி செய்வாய் என்றான் கிருஷ்ணன்.

புதிய இடம் வளமும் வசதிகளும் இருந்தால்தான் அங்குக் குடியேற மக்கள் சம்மதிப்பார்கள். அப்படியோர் இடமாக இந்த இடத்தை நீ முதலில் செய்தாக வேண்டும் என்று சொல்லிவிட்டு அதற்கு ஏன் யோசனையும் சொன்னேன். கிருஷ்ணன் சிறிது நேரம் சிந்தனையில் ஆழ்ந்தான். பிறகு சொன்னான், கூடியவரை மனிதனாக இருந்து என்னால் செய்ய முடிந்தவற்றை நான் செய்யப் பார்க்கிறேன். நீ இப்பொழுது சொல்வது எனக்குச் சரியாகத்தான் படுகிறது. விஸ்வகர்மாவை அழைத்து, இந்த இடத்தை ஓர் அற்புதமான இடமாக ஆக்கினால்தான் மதுராவை விட்டு யாதவர்கள் வருவார்கள். ஆகவே விஸ்வகர்மா உதவி தேவை, என்றான் கிருஷ்ணன்.

ஜரா என்கிற வேடனிடம் இதைப் பற்றிச் சொல்லும்போது, கிருஷ்ணன் கூறியிருக்கிறான், அற்புதத்தைச் செய்து காட்டி என்னை நிரூபித்துக் கொள்வதற்காக நான் இதைச் செய்ய வில்லை. இந்த இடத்தில் தேவையாக இருந்தது, செய்தேன். தெய்வத் தச்சன், விஸ்வகர்மாவைக் கூப்பிட்டு, துவாரகை என்ற ஒரு புதிய பட்டணத்தை அங்கு உருவாக்கச் சொன்னேன். க்ஷண நேரத்தில் உருவாயிற்று. விஷச் செடிகள் மறைந்தன. கண்ணுக் கெட்டிய தூரம் வரை, மாட மாளிகைகள், கூட கோபுரங்கள், பசுஞ்சோலைகள், நீரூற்றுகள், திடீரென்று பறவைக் கணங்கள் ஒலிக்கும் இசை. புகுகின்ற புதிய நாடு, இடையறா இன்பத்தைத் தரும் இடமாக இருந்தால், தாய் மண்ணாவது, தகப்பன் மண்ணாவது. மதுரா காலியாயிற்று. அத்தனை யாதவர்களும் துவாரகைக்குக் குடிபெயர்ந்து விட்டார்கள், என்று.

இந்தக் குடிப்பெயர்ச்சிக்கு முன்னால் சில சுவாரஸ்யமான நிகழ்ச்சிகளைச் சொல்ல மறந்துவிட்டேன். நீயே முன்னால், பின்னால் என்ற சரித்திர அணுகுமுறை colonial hangover என்று சொல்லிவிட்டு, இப்பொழுது வரலாற்று ரீதியாகச் சொல்ல வேண்டுமென்று ஏன் கஷ்டப்படுகிறாய் என்று கேட்கிறீர்களா? நீங்கள் கேட்பது சரிதான்.

சரி, விஷயத்துக்கு வருவோம். விஷயம் என்ன? ருக்மணி கல்யாணம்!

8

ஜராசந்தனால் ப்ரவர்ஷ்ண குன்று அடிவாரத்தில் அவனுக்கு ஏற்பட்ட அவமானத்தைப் பொறுத்துக் கொள்ள முடியவில்லை. இந்த மாட்டுக்காரப் பயலுக்கு எப்படியாவது பாடம் கற்பித்தாக வேண்டும்! என்ன வேடிக்கை என்றால், கிருஷ்ணனைத் தன் கையினால் கொல்வதில்லை என்று ஜராசந்தன் தீர்மானித்து விட்டான்! காரணம், கிருஷ்ணனால், ப்ரவர்ஷ்ண குன்று அடிவாரத்தில் அவனைக் கொன்றிருக்க முடியும், ஆனால் கொல்லவில்லை. ஆகவே தன் கையினால் அவனைக் கொல்லக் கூடாது என்ற முடிவுக்கு வந்தான் ஜராசந்தன்.

ஜராசந்தனுக்குக் கூட கொள்கைகள் உண்டா என்று நீங்கள் ஆச்சரியப்படலாம். இதுபற்றி நான் ஏற்கெனவே சொல்லி இருக்கிறேன். உலகத்தில் முழு நல்லவர்கள், முழு கெட்டவர்கள் என்று யாருமில்லை. இது ஒன்று, இன்னொன்று, ஜராசந்தன் பிறக்கும்போதே இரண்டு பாதியாகப் பிறந்தவன். Split personality ஆகவும் இருக்கக் கூடும். நீங்கள் இப்பொழுது என்ன சொல்வீர்கள்? Schizophrenic, *சரியா?* அதனால்தான் பின்னொரு சமயம், கிருஷ்ணன், அர்ஜுனன், பீமன் ஆகிய மூன்று பேரும் அவன் அரண்மனைக்குச் சென்று அவனைச் சண்டைக்கு அழைத்தபோது, அவன் கிருஷ்ணனோடு போரிடத் தயாராக வில்லை. பீமனோடு மல்யுத்தம் செய்கிறான். கிருஷ்ணனுக்குத் தன் கையால் மரணம் ஏற்பட்டு விடக்கூடாது என்பதில் அவன் எச்சரிக்கையாக இருக்கிறான். ஆனால், பீமன் அவனைக் கொல்கிறான் என்பது வேறு விஷயம். அதுவும் கிருஷ்ணன் உபயத்தினால். கிருஷ்ணனும் ஜராசந்தனைத் தன் கையால் கொல்ல விரும்பவில்லை!

கிருஷ்ணனைக் கொல்ல விரும்பாவிட்டாலும், அவமானத்தினால் மனம் குன்றி, கிருஷ்ணன் வேதனைக்குள்ளாக வேண்டும் என்பது ஜராசந்தன் திட்டம்.

விதர்ப தேசத்து அரசன் பீஷ்மகன் அவனுடைய சிற்றரசன். அவன், ஜராசந்தனைக் கண்டு பயந்தானே தவிர, அவனைத் துளிக்கூட விரும்பவில்லை. அவன் பெண்தான் ருக்மிணி. அழகும் துணிச்சலும் கொண்ட அற்புதமான பெண். கிருஷ்ணனின் சாகஸங்களைக் கேட்டு, அவன்தான் தன் வருங்காலக் கணவன் என்று அவள் தீர்மானித்து விடுகிறாள்.

அவள் மூத்த சகோதரன் ருக்மி. ஜராசந்தன் அவனைத் தன்பக்கம் வளைத்துப் போட்டு விடுகிறான். தன் பேத்தியை அவனுக்குத் திருமணம் செய்து தருவதாக வாக்களிக்கிறான். இதற்கு நன்றிக் கடனாக அவன் என்ன செய்ய வேண்டும்? ருக்மிணி கிருஷ்ணனை மணக்கக் கூடாது. அவள் மனத்தை மாற்றி, சேதி நாட்டரசன் தமகோஷனின் மகன் சிசுபாலனை அவள் மணக்க வேண்டும். அவள் சிசுபாலனை மணக்க மறுத்தால், ஒரு சுயம்வரம் ஏற்பாடு செய்து, அதில் அவள் அவனைத்தான் தேர்ந்தெடுக்க வேண்டும் என்று அவளை வற்புறுத்த வேண்டும். சுயம்வரம் என்ற இந்தக் கண்துடைப்பு எதற்காக என்றால், சுயம்வரத்தில் அரசர்கள் அல்லது இளவரசர்கள் அன்றி வேறு யாரும் பங்கு கொள்ள இயலாது. பார்த்தீர்களா, ஜராசந்தனின் மூளை! கிருஷ்ணன் அரசனோ அல்லது இளவரசனோ இல்லை. தான் மாடு மேய்க்கிறவன் என்று அவனே பெருமையுடன் சொல்லிக் கொள்கிறான். ஆகவே அவனால் இந்தச் சுயம்வரத்தில் பங்கேற்க முடியாது!

கிருஷ்ணன் தன்னுடைய தங்கையைத் திருமணம் செய்து கொள்ளக்கூடாது என்பதில் ருக்மி உறுதியாக இருக்கிறான். இது அவனுடைய personal agendaவுக்கு ஒத்துவராது. ஜராசந்தனின் ஒரே மகன் அரசனாக வரவேண்டுமென்று விரும்பவில்லை. மது, மாதுவைத் தவிர அவனுக்கு வேறு ஈடுபாடு இருப்பதாகத் தெரியவில்லை. அவனுடைய ஒரே மகளை மணந்தால், ஜராசந்தனுக்குப் பிறகு சாம்ராஜ்யத்தை ஆளும் உரிமை தனக்குத்தான் என்று நினைத்தான் ருக்மி. சேதி நாட்டு இளவரசன் சிசுபாலன் அவனுடைய நெருங்கிய நண்பன். மகத தேசத்துக்குக் கப்பம் செலுத்தும் நாட்டின் இளவரசன். அவனுடைய உதவியுடன், இன்னும் பெரியதொரு சாம்ராஜ்யத்துக்கு தான் அதிபதி

யாகலாம். பிறகு ஹஸ்தினாபுரம், பாஞ்சாலம் ஆகிய நாடு களையும் வெல்ல முடியும். இதுதான் ருக்மியின் கனவு.

ருக்மிணியோ கிருஷ்ணனைத்தான் மணக்க வேண்டும் என்பதில் உறுதியாக இருந்தாள். ஆயர்பாடியில் அவன் அடித்த கொட்டங்கள், கம்ஸனைக் கொன்றது, ஜராசந்தனைப் ப்ரவர்ஷ்ண குன்றில் இருந்து விரட்டியது ஆகிய கிருஷ்ணனைப் பற்றிய எல்லாச் செய்திகளும் அவளுக்குத் தெரியும். அந்தக் காலத்தில் அவளுக்கு இவையெல்லாம் தெரியும்படியாக இருந்த network ஏது என்று கேட்கிறீர்களா? அடியேன்தான் அந்த network. அவள் தந்தை பீஷ்மகனை நான் பார்க்கப் போகும்போதெல்லாம் கிருஷ்ணனைப் பற்றிப் பேசிக் கொண்டிருப்பேன்; அதுவும் குறிப்பாக, ருக்மிணி அங்கு இருக்கும்போது. ஆகவே நான் அங்கே போகும்போதெல்லாம் ருக்மிணியும் அவள் அப்பா அருகில் உட்கார்ந்திருப்பாள்!

கிருஷ்ணனுக்கு ருக்மிணியைப் பற்றி ஒன்றும் தெரியாது. நான்தான் அவனிடம் சென்று ருக்மிணியைப் பற்றிச் சொன் னேன். ஜராசந்தன் என்ன திட்டமிட்டுக் கொண்டிருக்கிறான் என்று கூறினேன். கிருஷ்ணன் மௌனமாகக் கேட்டுக் கொண்டிருந்தான். என்னிடம் பதில் ஒன்றும் சொல்லவில்லை.

பிறகு, தன் கதையை ஜரா என்கிற வேடனிடம் சொல்லும்போது கூறியிருக்கிறான், நாரதர் வந்து ருக்மிணியைப் பற்றிச் சொன்ன பிறகுதான் அவளைப் பற்றி நான் சிந்திக்கத் தொடங்கினேன். ராதாவைப் போல் சற்று ஆண்மை கலந்த அழகான பெண் என்று அறிந்தேன். ஜராசந்தன் தந்திரத்தை முறியடிக்க வேண்டுமென்று தீர்மானித்தேன், என்று.

கிருஷ்ணனை அறிந்து கொண்டால், அவன் ஏன் இந்த விவகாரத் தில் அக்கறை கொண்டான் என்பது விளங்கும். முதலில், ஒரு பெண்ணின் விருப்பத்துக்கு மாறாக ஒரு மோசடி சுயம்வரம் நடத்துவது அவன் ஏற்றுக்கொண்டு இருக்கும் தர்மத்துக்கு விரோதமானது என்று அவன் கருதினான். இரண்டு, நிலவிய அரசியல் சூழ்நிலையில் ஜராசந்தன் - ருக்மி - சிசுபாலன் ஆகியோரின் ஐக்கிய முன்னணி ஆபத்தானது என்ற முடிவுக்கு வந்தான்.

தந்திரத்தைத் தந்திரத்தால்தான் முறியடிக்க வேண்டுமென்றும் தீர்மானித்தான்.

பீஷ்மகனுக்குத் தன் மகன் ருக்மி செய்வது பிடிக்கவில்லை. இருந்தாலும் அவனால் ஒன்றும் செய்ய முடியவில்லை. ஜராசந்தன் ஒரு சாம்ராஜ்யத்துப் பேரரசன். அவனைப் பகைத்துக் கொள்ள முடியாது. கிருஷ்ணன் தன் மருமகனாக வரவேண்டு மென்பதுதான் அவன் உள்ளூர விருப்பம். ஆனால் என்ன செய்வது? மாயாஜாலக் கிருஷ்ணன் ஏதாவது செய்ய மாட்டானா என்பது அவன் நம்பிக்கை.

சுயம்வரத்துக்கு அழைப்பிதழ்கள் அனுப்பப்பட்டன. ஆனால், மதுராவுக்கு அழைப்பில்லை. காரணம், மதுராவில் யாரும் யுவராஜனாக அறிவிக்கப்படவில்லை. உக்கிரசேனன் என்ன செய்வது என்று கிருஷ்ணனைக் கேட்டான். பிரஹத்பலனுக்கு யுவராஜாவாக ஆசை என்று கிருஷ்ணனுக்குத் தெரியும். ஆனால் அதற்குத் தகுந்த வீரம் அவனுக்கில்லை என்பதும் கண்ணன் அறிவான். சித்திரகேது, உக்கிரசேனனின் மூத்த பேரன். அவனுக்கு அரசனாக வரவேண்டுமென்ற ஆசையில்லை. கோயில், குளம் என்று சுற்றிக் கொண்டிருந்தான். அவனுக்குத் தன் தம்பி அரசனாக வருவதில் ஆட்சேபணை எதுவுமில்லை. தன் அண்ணன் தன்னை ஆதரிப்பான் என்கிற நம்பிக்கை பிரஹத்பலனுக்கு உண்டு.

கிருஷ்ணன் ஒரு பயங்கர... நீங்கள் இப்பொழுது என்ன சொல்வீர்கள், political strategist. ஒரே கல்லில் பல மாங்காய்கள்! கிருஷ்ணன் உக்கிரசேனனிடம் கூறுகிறான், பிரஹத்பலனை யுவராஜாவாக அறிவித்து பீஷ்மகனுக்குச் செய்தி அனுப்புங்கள், என்று.

இவ்வாறு அவன் சொல்லிக் கொண்டிருக்கும்போது, பிரஹத்பலன் அங்கு வருகிறான். கிருஷ்ணன் தன்னை ஆதரித்துப் பேசுவான் என்று அவன் எதிர்பார்க்கவில்லை. கிருஷ்ணனுக்கு, அவன் எதிர்பார்த்திருக்க மாட்டான் என்றும் தெரியும். கிருஷ்ணனை அவன் ஆச்சரியத்துடன் பார்க்கிறான். என்ன, உனக்குச் சம்மதம்தானே, என்று கேட்கிறான் கிருஷ்ணன். நீதான் மதுராவின் உயிர்நாடி என்கிறார்கள். நீ ஏன் யுவராஜாவாக இருக்கக் கூடாது, என்று உபசாரத்துக்காகக் கேட்கிறான் பிரஹத்பலன். சரி என்று சொல்லிவிடப் போகிறானே என்ற பயம் வேறு. கிருஷ்ணன் புன்னகை செய்கிறான். நாளை சபையில் அறிவித்து விடுங்கள். பிரஹத்பலன்தான் யுவராஜா என்று, என உக்கிரசேனனிடம் கூறுகிறான் கிருஷ்ணன். பிரஹத்பலனைப்

பார்த்துத் தொடர்ந்து புன்னகை செய்து கொண்டே, நீ எனக்கு எப்பொழுதும் பக்கபலமாக இருந்துகொண்டே இருக்க வேண்டும், என்கிறான் பிரஹத்பலன்.

எனக்கு அரச பதவி வேண்டாம் என்று சொன்னதற்குக் காரணமே, நான் ஒரு நாடோடி என்பதால்தான். என்னை நம்பி நீ பதவியை ஏற்றுக் கொள்ளக்கூடாது. உனக்கு உன் மீதே நம்பிக்கை வேண்டும். உன் தோள் பலத்தை நம்பியே நீ செயல்பட வேண்டுமே தவிர, கண்ணன் இருக்கிறான் பார்த்துக் கொள்வான் என்று இருக்கக் கூடாது என்று சொல்லிவிட்டு, அந்த வெடி குண்டைப் போட்டான் கிருஷ்ணன்.

என்ன வெடிகுண்டு என்று கேட்கிறீர்களா? பிரஹத்பலன் யுவராஜா என்று அறிவிக்கப்பட்டு விட்டால், ருக்மிணி சுயம்வரத்துக்கு அழைப்பிதழ் அவனுக்கு வரும். ருக்மிணி அவனுக்கு மாலையிட்டால், சிசுபாலனை ஆதரிக்கும் ஜராசந்தன், ருக்மி சும்மா இருக்கமாட்டார்கள். போர் வரலாம், அவர்கள் போராட, அவர்கள் நண்பர்கள் பௌண்ட்ரகன், விதூரதன், சால்வன், தந்தவக்த்ரன் முதலியோர் திரண்டெழலாம். நீ அவர்களைச் சமாளித்தாக வேண்டும். நானும்கூட இருப்பேன். ஆனால் சுயம்வரத்தில் ஒரு பெண்ணுக்கு மாலையிடுகிறவன் தன் வீரத்தை நிரூபித்தாக வேண்டுமென்பது அவசியம் அல்லவா, என்றான் கிருஷ்ணன். ருக்மிணி உன்னைத்தான் விரும்புகிறாள் என்கிறார்கள். நீயும் என்கூட வந்தால் அவள் உனக்குத்தான் மாலையிடுவாள். அவள் உன்னை மணப்பதற்கு நான் குறுக்கே நிற்கமாட்டேன், என்கிறான் பிரஹத்பலன்.

சுயம்வரத்தில் கலந்துகொள்ள எனக்கு என்ன தகுதியிருக்கிறது சொல், நான் மாடு மேய்க்கிறவன், காட்டுப் பயல், நாடோடி, என்று சிரித்துக்கொண்டே விடையளித்தான் கிருஷ்ணன். அழைப்பு வந்தாலும், நான் சுயம்வரத்தில் கலந்துகொள்ள வேண்டுமென்பது அவசியமில்லையே என்றான் பிரஹத்பலன். கலந்து கொண்டாக வேண்டும். இதுதான் ராஜ தர்மம், என்றான் உக்கிரசேனன். சரி நான் ஒரு யோசனை சொல்கிறேன், கேட்கிறாயா, என்றான் கிருஷ்ணன்.

என்ன என்கிறான் பிரஹத்பலன்.

இது ஒரு போலி சுயம்வரம். ஜராசந்தன் ஏற்பாடு, ருக்மிணி சிசுபாலனைத்தான் மணக்க வேண்டும் என்பது திட்டம். நீ

சுயம்வரத்துக்குச் சென்று அவளைக் கடத்திக் கொண்டு வந்து விடு, என்கிறான் கிருஷ்ணன். ருக்மிணி உன்னைத்தான் விரும்பு கிறாள். நீ போய் கடத்திக் கொண்டு வா. கடத்திக் கொண்டு வருவதற்கு அழைப்பிதழ் தேவையில்லை, என்றான் பிரஹத் பலன். நல்ல யோசனைதான், ஆனால் நீ அங்கே இருந்தால் உன் மீதுதான் அவர்கள் பாய்வார்கள் என்றான் கிருஷ்ணன்.

எனக்கு யுவராஜா பட்டமும் வேண்டாம், நான் அங்கு போகப் போவதுமில்லை, என்கிறான் பிரஹத்பலன். அப்படிச் சொல் லாதே, நான் அப்படிக் கடத்திக் கொண்டு வந்தால், ஜராசந்தன் மதுராவின் மீது படையெடுத்து வருவான். அவனுக்குப் பக்கத் துணையாக மற்ற அரசர்களும் வருவார்கள். மதுராவுக்கு என்றைக்கும் ஆபத்து. நான் ஒரு யோசனை சொல்கிறேன், கேட்கிறீர்களா, என்றான் கிருஷ்ணன்.

என்ன யோசனை சொன்னான் என்று நினைக்கிறீர்கள்? மதுராவி லிருந்து குடிபெயர்ந்து துவாரகைக்குப் போய்விட வேண்டு மென்றுதான். முதலில் அதை ஏற்க அவர்கள் மறுத்தார்கள். முக்கியமான யாதவர்களை அழைத்துக் கொண்டு போய் துவாரகையைக் காண்பித்தான். சொக்கிப் போய்விட்டார்கள். இங்கே யுவராஜாவாக இருப்பது எப்படி, இதை விட்டுவிட்டு, நாலாபுறமும் பகைவர்களோடு மதுராவில் யுவராஜாவாக இருக்க விரும்புவாயா, என்றான் கிருஷ்ணன் பிருஹத்பலாவிடம்.

ஒரே கல்லில் பல மாங்காய்கள் என்று சொன்னேனே, நினை விருக்கிறதா? ருக்மிணியைக் கடத்திக் கொண்டு வரப்போவதை சூசகமாகத் தெரிவித்துவிட்டு, அரச சம்மதத்தையும் பெற்று விட்டான்! யாதவர்கள் மதுராவிலிருந்து வெளியேறி, துவாரகைக்குப் போக இசைந்து விட்டார்கள்! துவாரகைக்குப் போவதற்கான இன்னொரு காரணமும் இருந்தது. பாரதத்து வட மேற்குப் பகுதியிலிருந்து ஒரு மிலேச்ச மன்னன் மதுராவை நோக்கிப் படையெடுத்து வருகிறான் என்ற செய்தி கிருஷ்ணனுக்குக் கிடைத்தது. இது ஜராசந்தன் அந்த மிலேச்ச மன்னனுக்கு விடுத்த அழைப்பு. இதைக் கிருஷ்ணன் யாதவர்களிடம் சொல்லவில்லை. மிலேச்ச மன்னன் என்றால் தொடை நடுங்கிப் போய்விடுவார்கள் என்பதுதான் காரணம். அவன் பெயர் காலயவனன்.

அண்ணன், தம்பிகளுக்குள் சண்டை என்றால், அயல்வீட்டுக் காரனைக் கூப்பிட்டு, அண்ணன், தம்பியை அடி என்றோ அல்லது

தம்பி, அண்ணனை அடி என்றோ சொல்வதா நியாயம்? அப்படிச் சொல்லிச் சொல்லித்தான் அடிமையான தேசம் இது. மன்னிக்கவும், உணர்ச்சிவயப்பட்டு அரசியல் பேச ஆரம்பித்து விட்டேன்! கிருஷ்ணன் கதையைச் சொன்னாலே காதலையும் அரசியலையும் பற்றிப் பேசாமல் இருக்க முடியாது.

ஜரா என்கிற வேடனிடம் கிருஷ்ணன் சொன்னான், இரவோடு இரவாக, மற்ற தேசத்தவர்களுக்குத் தெரியாமல், குழந்தை, குட்டிகளுடன் மக்கள் துவாரகைக்குக் குடிபெயர்ந்த காட்சி என் மனத்தை விட்டு அகலவில்லை. நான் எடுத்த ஓர் அரசியல் முடிவுக்காக, மக்களை இப்படிக் கஷ்டப்படுத்தித்தான் ஆக வேண்டுமா என்று கூட நான் நினைத்தேன். ஆனால் துவாரகையின் செல்வச் செழிப்பைக் கண்டதும், மக்கள் மதுராவை மறந்ததைப் பார்த்தபோது, தேச பக்திக்கும் ஒரு விலை இருக்கிறது என்பது எனக்குப் புலனாயிற்று, என்று.

மதுராவை விட்டு மக்கள் வெளியேறிவிட்டார்கள் என்று ஜராசந்தனுக்கோ அல்லது அவன் நண்பர்களுக்கோ தெரியாது. கிருஷ்ணன் விதர்பநாட்டுத் தலைநகர் குந்தினபுரம் சென்று, பீஷ்மகனிடம் அவன் நடத்துவது போலி சுயம்வரம் என்று கூறியிருக்கிறான். பீஷ்மகன் அவன் சொல்வதை ஒப்புக் கொண்டு, ஆனால் ஜராசந்தனைத் தன்னால் பகைத்துக்கொள்ள இயலாது என்று கூறியிருக்கிறான்.

இத்தகையச் சூழ்நிலையில், ருக்மிணி விரும்பும் ஒருவன் அவளைக் கடத்திக் கொண்டு போய் கல்யாணம் செய்து கொண்டால் அதுவும் நியாயந்தான் என்று சொன்னான் கிருஷ்ணன். அவன் சொன்னது பீஷ்மகனுக்கு விளங்கி விட்டது. ஆனால் அது புரிந்தது போல் அவன் காட்டிக் கொள்ளவில்லை. மௌனமாக இருந்தான். தன் மகன் ருக்மி அருகில் இருந்துவிடப் போகிறானே என்று சுற்றும் முற்றும் பார்த்தான்.

இரு, ஒரு நிமிஷத்தில் வருகிறேன், என்று சொல்லிவிட்டு வெளியே போனான் பீஷ்மகன். ஒரு நிமிஷத்துக்குப் பிறகு அவன் வரவில்லை. ருக்மிணி வந்தாள்.

இவ்வளவு அழகான பெண்ணா? கடத்திக் கொண்டு போவது பிசகில்லை என்று பட்டது கிருஷ்ணனுக்கு. அவளுக்கும் அவனைப் பார்த்ததும் அவன் தன்னைக் கடத்திக் கொண்டு போகமாட்டானா என்றுதான் தோன்றிற்று.

நீ என்னை விரும்புகிறாயா என்று கேட்டாள் ருக்மிணி.

நீ என்னை விரும்பித்தான் ஆக வேண்டும் என்ற த்வனி அவள் குரலில் இருந்தது. போலி மரியாதை உணர்வோடு, முன்னிலைப் பன்மையில் அவள் அவனை விளிக்கவில்லை. குரல் மிருது வாகவும் அதே சமயத்தில் தன்னம்பிக்கையில் விளைந்த, விரும்பத்தக்க ஒரு செருக்குக் குறிப்போடும் இருந்தது. அவன் அவளையே பார்த்துக் கொண்டு நின்றான்.

அவள் முகத்தில் ஒரு குறும்புப் புன்னகை இழைந்தோடியது.

நீ என்னை விரும்புகிறாயா என்றான் கிருஷ்ணன்.

ஆமாம். உன் பிருந்தாவன சாகஸங்களைக் கேட்டு, பூதனையிடம் நீ பால் குடித்தது கேட்டு, இந்திர பூஜையைத் தடுத்தது கேட்டு, கோபிகையருடன் ஆடிப்பாடியது கேட்டு, கம்ஸனைக் கொன்றது கேட்டு, ப்ரவர்ஷண குன்றின் அடிவாரத்துக்கு வந்த ஜராசந்தனை விரட்டியடித்தது கேட்டு, என்றாள் ருக்மிணி.

நீ என் சாகஸங்களை விரும்புகிறாயே தவிர என்னை விரும்பவில்லை.

உன் சாகஸங்களை உன்னிடமிருந்து பிரித்துவிட்டால் நீ யார்?

கிருஷ்ணன் அவளை வியப்புடன் பார்த்தான்.

சரி, என் சுயம்வரத்துக்கு உன்னை அழைக்கவில்லை என்று எனக்குத் தெரியும். நீ என்ன செய்யப் போகிறாய், நம் மரபிலே ராட்சஸ மணம் ஏற்றுக்கொள்ளப்பட்டிருக்கிறது. கடத்திச் சென்று போய் திருமணம் செய்து கொள்ளுதல், அதன்படி...

கிருஷ்ணன் இடைமறித்தான், மரபைக் காட்டி ஏன் மனச் சமாதானம் அடைய வேண்டும். நீ என்னை விரும்புகிறாய், நான் உன்னை விரும்புகிறேன், அது போதும், என்று.

சரி, சுயம்வரத்தன்றுதான் நான் வெளி உலகைப் பார்க்க வேண்டுமென்பது ஐதீகம். நான் அன்று ஊர்ப்புறத்தே உள்ள சிவன் கோயிலுக்குத் தனியே செல்ல வேண்டும். காவலர்களும் பணிப்பெண்களும் சற்று தூரத்தில் நின்று கொண்டிருப்பார்கள். அதுதான் சரியான தருணம். நீ என்னைக் கொண்டு போவதற்கு. உன்னை எதிர்பார்த்துக் கொண்டிருக்கலாமா, என்றாள் ருக்மிணி.

கிருஷ்ணன் தலையசைக்கிறான். இந்தப் பெண்ணுக்கு இவ்வளவு துணிச்சலா என்ற ஆச்சரியம் அவனுக்கு.

ராதாவுக்கும் இவளுக்கும் அடிப்படையில் ஓர் ஒற்றுமை இருப்பது போல் அவனுக்குத் தோன்றிற்று. ராதா காட்டு மலர், இவள் நந்தவனத்தில் மலர்ந்த பூ.

நறுமணத்தைத் தூவிவிட்டு ருக்மிணி போய் விட்டாள்.

கிருஷ்ணன் சொன்னானாம் ஜரா என்கிற வேடனிடம், பெண்ணிடம் கொஞ்சம் ஆண்மையும், ஆணிடம் கொஞ்சம் பெண்மையும் இருந்தால்தான் அழகு. பக்தர்கள் இறைவனை ஆணாகப் பாவித்து, தங்களைப் பெண்ணாகக் கற்பனை செய்து கொண்டு பாடல்கள் இயற்றுகிறார்களே அன்றி, இறைவனைப் பெண்ணாகக் கொண்டு தங்களை ஆணாக நினைத்து ஏன் பாடுவதில்லை என்று தெரியவில்லை. என்னைப் பெண்ணாகக் கொண்டு பாடினால் அதை நான் விரும்பிக் கேட்பேன், என்று.

கேட்டீர்களா, கிருஷ்ணன் சொல்வதை? அவன் விருப்பம் இப்பொழுது நிச்சயம் நிறைவேறியிருக்கும்.

பாரதி பாடியிருக்கிறானே எத்தனை அற்புதமான கண்ணம்மா பாடல்கள்!

பீஷ்மகன் வந்தான். நடந்தது எதுவுமே தெரியாதவன் போல அவன் இருந்தான். மன்னிக்கவும், சற்று நேரமாகி விட்டது. சுயம்வரத்துக்கு அழைக்கவில்லை என்று கோபப்படாதே, என் நிலைமை உனக்குப் புரிந்திருக்குமென்று நம்புகிறேன், என்றான்.

புரிகிறது, நான் வருகிறேன், என்றான் கிருஷ்ணன்.

சுயம்வர நாள் வந்தது. சிசுபாலன் கழுத்தில்தான் மாலை விழப் போகிறது என்று மற்ற யுவராஜாக்களுக்குத் தெரியும். இருந்தாலும், ஜராசந்தனைக் கண்டால் பயம், சுயம்வரத்துக்கு ஆஜராகியிருந்தார்கள்.

இப்பொழுது நீங்கள் cricket விளையாட்டில் சொல்கிறீர்களே, match fixing என்று. அந்த மாதிரி இருந்தது இந்தச் சுயம்வர ஏற்பாடு!

ருக்மிணி சிவன் கோயிலுக்குப் போனாள். அந்தக் கோயிலுக்குள் ஒரு ரகசிய வழி, ஊரைத்தாண்டிச் செல்ல. கோயிலுக்குள் காத்

திருந்தான் கிருஷ்ணன். கோயில் அர்ச்சகருக்கும் இதில் உடன்பாடு.

என்ன ஆயிற்று? கோயிலுக்குள் போன ருக்மிணி வெளியே வரவில்லை!

காத்திருந்தார்கள், காத்திருந்தார்கள், காத்துக் கொண்டே இருந்தார்கள்!

அர்ச்சகர் அலறிக்கொண்டே வெளியே ஓடி வந்தார், ருக்மிணியை, திடீரென்று காணவில்லை, என்று. கிருஷ்ணனுக்கு அந்த ரகஸ்ய வழியைச் சொன்னவரே அவர்தான்!

தேடினார்கள் தேடினார்கள், தேடிக்கொண்டேயிருந்தார்கள்! ருக்மிணியை ஒருவன் குதிரையில் கடத்திக் கொண்டு போவதாகச் செய்தி வந்தது. ருக்மி பறந்தான் தன் குதிரையில். அவன் சென்ற வேகத்தில் கிருஷ்ணனைப் பிடித்துவிட்டான்.

இருவருக்கும் பலத்த சண்டை.

ருக்மிணி கிருஷ்ணனிடம் சொன்னாள், அவனை தயவு செய்து கொன்றுவிடாதே. அவன் என் அண்ணன், காயப்படுத்தி விடு, போதும், என்று.

ருக்மி காயமடைந்து குதிரையிலிருந்து கீழே விழுந்தான்.

கிருஷ்ணன் ருக்மிணியுடன் துவாரகைக்குப் போய் விட்டான்!

மதுரா காலியாக இருப்பது அறியாமல், அளவற்ற சினத்துடன் மதுராவின் மீது படையெடுத்தான் ஜராசந்தன்! காலயவனனும் மதுராவை நோக்கி வந்து கொண்டிருப்பான் என்பதும் அவனுக்குத் தெரியும்.

இருவரும் மதுராவில் சங்கமித்து, அந்த நாட்டைத் தரை மட்டமாக்கலாம். கிருஷ்ணனின் ஆணவத்தை அடக்கலாம். காலயவனனைக் கொண்டு கிருஷ்ணனைக் கொல்லலாம்.

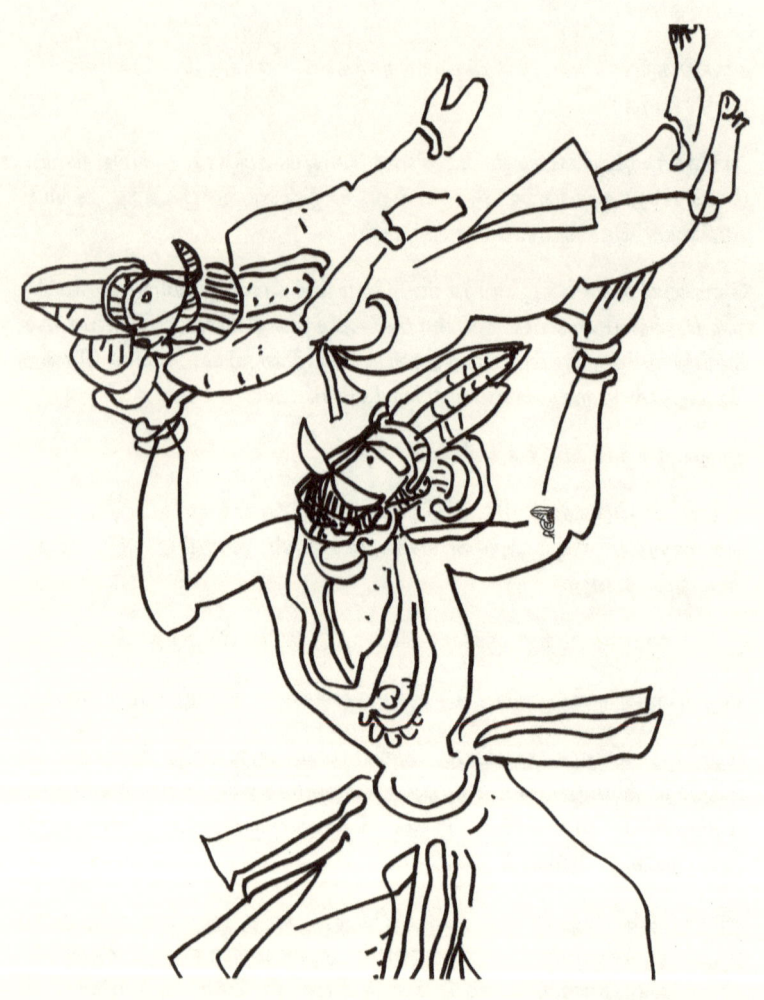

9

துவாரகையில் ருக்மிணி - கிருஷ்ணன் கல்யாணம் மிகச் சிறப்பாக நடைபெற்றது. வசுதேவருக்கும் தேவகிக்கும் அவன் ருக்மிணியைக் கடத்திக் கொண்டு வந்தது பிடிக்காவிட்டாலும் அவன் கல்யாணம் செய்து கொண்டான் என்பது பற்றி மகிழ்ச்சிதான்.

ஜரா என்கிற வேடனிடம் சொல்லியிருக்கிறான், ஆணும் பெண்ணும் மனம் ஒத்துப்போய் திருமணம் செய்து கொள்ள விரும்பினால், அதற்குத் தடையாக யாரும், எதுவும் இருக்கக் கூடாது என்பதுதான் என் கொள்கை. இதனால்தான், என் பிள்ளை பிரத்யும்னன், அவனைவிட பல ஆண்டுகள் மூத்தவளாகிய மாயாவதியை மணக்க விரும்பியபோது, நான் ஒருவன்தான் அவனை ஆதரித்தேன். என் மீது ருக்மிணிக்கு இது விஷயமாக மிகுந்த கோபம். பிறகு, என் பரம விரோதியாகிய ருக்மியின் மகள் ருக்மாவதியும் பிரத்யும்னனும் காதல் கொண்டு மணக்க விரும்பினர். இதற்கும் நான் தடை சொல்லவில்லை. என் பேரன் அநிருத்தனும், பாணாசுரன் மகள் உஷாவும் காதலித்தபோது, அவர்கள் திருமணம் நடைபெற, நான் பாணாசுரனோடு யுத்தம் செய்ய வேண்டியிருந்தது, என்று.

பிரத்யும்னன் - மாயாவதி case இருக்கிறதே, இது உங்கள் காலத்துக் கதை போல் தோன்றும். ஏன் தெரியுமா? பிரத்யும்னன் குழந்தையாயிருந்த போது காணாமல் போய், மாயாவதி என்ற இளம் பெண் அவனைக் கண்டெடுத்து வளர்க்கிறாள். அவன் வாலிபன் ஆனபிறகு, தாய்ப்பாசம் போய், தாரம் பாசம் வருகிறது! அவனும் அவளைக் காதலிக்கத் தொடங்கி விடுகிறான்! ஒவ்வோர் ஆணும் தன் மனைவியிடம் தாயைக் காண விரும்புகிறான். மாயாவதியைத் தாயென்று எண்ணி அவளிடத்து

அளவற்ற பாசம் கொண்ட பிரத்யும்னன், அவள் இரத்தத்தாய் இல்லை என்று அறிந்ததும் பாசம் காதலாக மாறிவிடுகிறது. அது காதலாக மாறுவதற்குக் காரணமும் அவள்தான். அவள் வேட்டுவ இனத்தைச் சார்ந்த பூர்வகுடிப் பெண் என்பதைப் பற்றி அவன் கவலைப்படவில்லை. இந்தக் காதலை கிருஷ்ணனால் தான் புரிந்துகொள்ள முடிந்தது என்பதிலும் ஆச்சரியப்படுவதற்கு ஒன்றுமில்லை.

மதுராவை நோக்கி வடமேற்கிலிருந்து காலயவனனும் கிழக்கி லிருந்து ஜராசந்தனும் வந்துகொண்டிருக்கும்போது, அதைப் பற்றிச் சொல்லாமல், கிருஷ்ணன் பிள்ளை, பேரன் என்று போய் விட்டாயே என்று என் மீது கோபப்படுகிறீர்களா? அதுதான், நான் அப்பொழுதே சொல்லிவிட்டேனே, என் கதையில் காலக்கிரமம் கிடையாது. நான் நேர்க்கோட்டுக்கு எதிரியென்று.

காலயவனன் மதுராவுக்குப் போவதற்குள் கிருஷ்ணன் அங்கு போய் அவனுக்காகக் காத்திருந்தான். காலயவனன் மதுராவை நெருங்கியதும் திடுக்கிட்டான். கோட்டை வாயில் திறந் திருந்தது. காவலர்கள் யாருமில்லை!

அவனும் அவன் படையினரும் உள்ளே நுழைந்தனர். வெறிச் சோடியிருந்தது மதுரா. உயிருள்ள மக்களோ பிராணிகளோ அங்கு இருப்பதற்கான சுவடு எதுவுமே இல்லை! ஜராசந்தன் அவனிடம் கூறியிருந்தான், மதுராவைத் தரைமட்டமாக்கி விட்டுப் போவோமென்று. அதற்கு அவசியமேயில்லை என்று தோன்றிற்று. மதுரா, கட்டடங்கள் எல்லாம் இடிந்து, வயல்கள் தரிசாக, பேய் புகுந்த ஊர் போல் காட்சி அளித்தது. காலயவனனுக்கு அசாத்திய எரிச்சல் உண்டாயிற்று. அவன் கோபத்தில் சத்தம் போட்டுச் சொன்ன கெட்ட வார்த்தைகளை, நல்லவர்கள் காதுகொண்டு கேட்க முடியாது என்று மட்டும் கிருஷ்ணன், ஜரா என்கிற வேடனிடம் சொன்னானே தவிர அந்த வார்த்தைகள் என்னவென்று சொல்லவில்லையாம்.

அதுவும் மிலேச்ச பாஷையில் கெட்ட வார்த்தைகள் என்றால் யாருக்குப் புரியப் போகிறது?

மிலேச்சர்கள் என்றால், அவர்கள் யாரென்று நீங்கள் கேட்கக் கூடும். அவர்கள் பாரத தேசத்துக்கு வடமேற்குப் பகுதியின் எல்லைப் புறத்தில் இருந்தவர்கள். மலை ஜாதியினர். மிகவும் கொடூரமானவர்கள். இரக்கம் என்ற பண்பு அறவே இல்லாத

வர்கள். கொலையும் கொள்ளையும்தான் அவர்களுக்கு மிகவும் பிடித்தமான பொழுதுபோக்கு.

தங்களுக்கு மிகவும் பிடித்தமான பொழுதுபோக்கைச் செயலாற்ற வந்தவர்களுக்கு, வெறும் வனாந்திரமாக இருந்த ஊரைக் கண்டால் எப்படி இருக்கும்? பிடித்துத் தின்ன ஓர் அணில் கூட இல்லை! அவர்கள் தங்கள் தலைவன் காலயவனனை எரித்து விடுவது போலப் பார்த்தார்கள்.

காலயவனனுக்கு உள்ளூர பயம், தன்னைக் கொன்று விருந்து சமைத்துவிடுவார்களோ என்று. அவன் அவர்களைச் சற்று பயத்துடன் பார்த்தான்.

அப்பொழுது அவர்கள் முன் கிருஷ்ணன் பிரசன்னமானான். மாடு மேய்க்கிறவன் தோற்றத்தில், ஒரு காட்டாளாக. காலயவனன் கிருஷ்ணனைப் பார்த்ததில்லை. ஆனால் உயிருள்ள ஜந்து ஒன்று கண்ணுக்குத் தெரிகின்றதே என்ற சந்தோஷம்.

யார் நீ என்று அவன் உறுமினான் கிருஷ்ணனைப் பார்த்து.

ஒரு ரிஷியின் பயங்கர சாபத்திலிருந்து தப்பித்தவன் என்றான் கிருஷ்ணன்.

என்ன சொல்கிறாய் நீ?

இங்கு பக்கத்தில் காட்டுக்குள் பல குகைகள் இருக்கின்றன. அங்கு ஒரு ரிஷி இருக்கிறார், மிகவும் கோபக்காரர், மதுரா விலுள்ள ஜனங்கள் மீது அவருக்குத் திடீரென்று கோபம் வந்து விட்டது. ஒரு காரணமுமில்லை, அவர் சந்தி செய்கிறபோது ஒருவன் அங்கு போய் குறுக்கே பேசிவிட்டானாம். உடனே இந்தா பிடி சாபம் என்றிருக்கிறார். ஊரிலுள்ள ஜனங்கள் எல்லாரும் 'பொசுக்'கென்று சாம்பலாகப் போய்விட்டார்கள். கட்டடங்கள் இடிந்து விழுந்தன. நிலங்கள் தரிசாயின. அப்படி அவை மறுபடியும் விளையத் தொடங்கினாலும், சாப்பிடுகின்ற வர்களுக்கு அந்த உணவு விஷமாகத்தான் இருக்குமாம். அப்படி ஒரு பயங்கர சாபம், என்றான் கிருஷ்ணன்.

நீ எப்படித் தப்பித்தாய்?

அந்தக் குகைகளில் பல ரிஷிகள் இருக்கிறார்கள், அவர்களில் ஒரு குட்டி ரிஷி இருக்கிறார். அவர் மிகவும் நல்லவர், அவர் என் மீது

கருணை கொண்டு என்னை மட்டும் காப்பாற்றினார். அவ்வப் பொழுது இங்கு வந்து உங்களைப் போன்றவர்களுக்கு எச்சரிக்கை செய்யும்படி என்னை அனுப்புவார். கோபக்கார ரிஷிக்குத் தெரிந்து விட்டால், ஐயோ! எனக்கு பயமாக இருக்கிறது, நான் வருகிறேன், என்று சொல்லிக் கொண்டே கிருஷ்ணன் புறப்பட்டான்.

ஏய்! அந்தக் கோபக்கார ரிஷி இங்கு மறுபடியும் வருவாரா? சொல்லிவிட்டுப் போ.

ஆமாம், ஆனால் எப்பொழுது வருவார் என்று சொல்ல முடியாது. திடீரென்று வந்து நிற்பார், கண்களிலிருந்து அக்னித் துண்டங்கள் புறப்பட்டு வந்து எல்லாரையும் சாம்பலாக்கிவிடும். தயவு செய்து போய்விடுங்கள் என்றான் கிருஷ்ணன்.

கிருஷ்ணன் அங்கிருந்து வேகமாக ஓடிவிட்டான்.

அந்தப் பயலைப் பிடித்து வாருங்கள் என்று கத்தினான் காலயவனன்.

நாங்கள் போகத் தயாராக இல்லை, வேண்டுமானால் நீங்கள் போங்கள், பஸ்மம் ஆவதற்கு நாங்கள் என்ன பைத்தியமா, நாங்கள் திரும்பிப் போகிறோம் என்றார்கள் அவன் படையினர்.

காலயவனனுக்கு என்ன செய்வது என்று தெரியவில்லை.

யாருமே நான் சொல்கிறபடி கேட்கமாட்டீர்களா, என்று கத்தினான்.

அவன் போட்ட சத்தம் அதைவிட இரண்டு பங்கு ஒலியுடன் எதிரொலித்தது. திடுக்கிட்டுப் போன அவன் படையினர் வேகமாகத் திரும்பி ஓட ஆரம்பித்தனர்.

காலயவனனுக்கும் வேறு வழி இருப்பதாகத் தெரியவில்லை.

காலயவனனும் அவன் படையினரும் முசுகுந்தர் என்ற ரிஷியின் சாபத்தால் சாம்பலாயினர் என்ற செய்தி ஜராசந்தனை எட்டியது.

அந்தச் செய்தியைச் சொன்னவன் யார் தெரியுமா? அடியேன் தான்.

ஜராசந்தன் மகதநாட்டுத் தலைநகராகிய கிரிவிரஜத்தை விட்டுப் புறப்பட்டுவிட்டான். நான் அவனை வழிமறைத்துச்

சொன்னேன். இப்பொழுது போகாதே, சகுனம் சரியில்லை. மதுராவை விட்டு உன் எதிரிகள் ஓடிவிட்டார்கள், ஈ, காக்கை அங்குக் கிடையாது, நீ அங்குப் போய் எதைக் கொள்ளை யடிப்பாய், யாரை ஆளுவாய், அங்கு வந்த காலயவனனும் அவன் படையினரும் முசுகுந்த ரிஷியின் கோபத்துக்கு ஆளாகி சாம்பலாகி விட்டனர், என்று.

அந்த மாட்டுக்காரப் பயல் எங்கே என்று கேட்டான் ஜராசந்தன்.

அவன் உன்னைக் கண்டு பயந்து மேற்கு எல்லையோரம் பக்கம் ஓடிவிட்டான். அவன் ஜனங்களும் அங்குதான் இருக்கிறார்கள். நீ நிம்மதியாக இங்கு உனக்குச் சுற்றுப்புறத்திலிருக்கிற அரசர் களைச் சிறைப்பிடித்து, கூண்டில் அடைத்து, அவர்கள் எதிரே சந்தோஷமாக விருந்து சாப்பிட்டுக் கொண்டிரு, என்றேன் நான்.

காரணம்? அப்பொழுதே நான் சொல்லிவிட்டேன், இந்த விளையாட்டு விதிகளின்படி, ஜராசந்தன், பீமன் போட வேண்டிய goal புரிகிறதா?

பீமன் போட்டான், வாஸ்தவம்தான். ஆனால் foul goal கிருஷ்ணன் உபயம்!

ஜராசந்தனைப் பற்றி ஏற்கெனவே சொல்லியிருக்கிறேன் அல்லவா? சிக்கலான பேர்வழி! split personality! அவனிடம் ஒருநாள் காபாலிகன் வந்தான். சிவனை மயான மூர்த்தியாகக் கண்டு, நரபலி கொடுப்பவர்கள் கூட்டத்தைச் சேர்ந்தவன். மயானத்திலே உயிர்கொண்ட ஜராசந்தனுக்கு, அவனைக் கண்டதும் அடிமனத்து ஆழத்திலே ஏதோ பொறி தட்டியது. என்னவென்று தெரியாத ஒரு பரவசத்துடன் காபாலிகனை வரவேற்று உபசரித்தான் ஜராசந்தன்.

காபாலிகன் கேட்டான், ஜராசந்தா, நீ சிரஞ்சீவியாக இருந்து உலகம் முழுவதையும் ஒரு குடைக் கீழ் ஆள விரும்புகிறாயா, என்று.

ஜராசந்தன் இந்தக் கேள்வியை எதிர்பார்க்கவில்லை. மிகுந்த சந்தோஷத்துடன் ஆமாம் ஸ்வாமி என்றான் அவன்.

நீ எத்தனை அரசர்களைக் கூண்டில் அடைத்து வைத்திருக்கிறாய்?

நூற்றுக்கு ஒரு எண் குறைவு, ஸ்வாமி.

நூறு ஆனதும் அவர்களை மயானமூர்த்திக்கு பலி கொடு. நீ சிரஞ்சீவியாக இருந்து உலகத்துக்கே ஏக சக்கராதிபதியாக ஆகலாம், இந்திரனும் உன்னைக் கண்டு பயப்படுவான்.

தங்கள் ஆக்ஞை ஸ்வாமி என்றான் ஜராசந்தன். இன்னொரு முக்கியமான விஷயம். அந்த நூறாவது அரசன் உனக்கு சரி சமானமானவனாக, உன்னுடன் நேருக்கு நேர் போரிட்டுத் தோல்வியடைபவனாக இருக்க வேண்டும்.

தங்கள் ஆக்ஞை ஸ்வாமி என்றான் ஜராசந்தன்.

ஜராசந்தன் அவன் ஆதிக்கத்துக்கு உள்படாத ராஜ்யங்களின் அதிபதிகளுக்குச் செய்தி அனுப்பினான் : என்னுடன் நேருக்கு நேர் மல்யுத்தம் செய்யத் தயாராக இருந்தால் வாருங்கள், நான் வென்றால், உங்களைச் சிறைப்பிடித்து மயானமூர்த்திக்கு நரபலி கொடுப்பேன். இதுதான் அவன் அறிவிப்பு.

ஒன்று சொல்ல வேண்டும், ஜராசந்தனிடம் ஒளிவு மறைவு இல்லை. வெட்டொன்று துண்டு இரண்டாக அவன் செய்ய இருப்பதைக் கூறிவிடுகிறான்.

இதென்ன அக்கிரமம் என்கிறான் பீஷ்மன்.

இதென்ன அநியாயம் என்கிறான் துருபதன்.

அப்பொழுது இந்திரபிரஸ்தம் தனிநாடாகி விட்டது. யுதிஷ்டிரன் அரசன். இந்த அறிவிப்பு வந்தபோது கிருஷ்ணன் அங்கு இருந்தான். அவன் யுதிஷ்டிரனிடம் சொன்னான், இதோ பார் ஒரு நல்ல யோசனை. அரச பதவிக்கு வந்தவர்கள் ராஜசூய யாகம் செய்ய வேண்டும். 99 அரசர்களை வெற்றி கொண்ட ஜராசந்தன் இருக்கிறான். அவன் நூறாவது அரசனைத் தேடிக் கொண்டிருக்கிறான். இப்பொழுது நீ அவனைத் தோற்கடித்தால் 99 அரசர்களின் தலைகளும் தப்பும், நீயும் நூறு அரசர்களை வென்றவன் என்ற அளவில் ராஜசூய யாகமும் செய்யலாம், என்று.

யுதிஷ்டிரன் சொன்னான், மற்றைய அரசர்களோடு போரிட வேண்டுமென்று என்ன அவசியம், நம் மக்கள் நிம்மதியாக இருக்க வேண்டும், அவர்களுக்கு தர்மமான ஆட்சியை நாம் தரவேண்டும், அவ்வளவுதானே? நூறு மனிதர்களின் தலைகள்

உருளப் போகின்றன. அதைப் பார்த்துக் கொண்டு நாம் சும்மா இருப்பதா தர்மம்? நம் மக்களாக இருந்தால் என்ன, வேற்று மனிதர்களாக இருந்தால் என்ன? லோகக்ஷேமம் முக்கிய மில்லையா, என்றான் கிருஷ்ணன்.

நான் ஜராசந்தனிடம் மற்போர் செய்ய வேண்டுமென்கிறாயா, என்று கேட்டான் தர்மன்.

நீ போரிட வேண்டுமென்று யார் சொன்னார்கள், நான், பீமன், அர்ஜுனன் மூவரும் கிரிவிரஜத்துக்குப் போகிறோம். பீமன், ஜராசந்தனின் சவாலை ஏற்றுக்கொண்டு அவனோடு போரிட வேண்டும், இதுதான் என் யோசனை, என்றான் கிருஷ்ணன்.

தர்மன் இசைந்தான்.

மூவரும் மகத நாட்டுத் தலைநகருக்குச் சென்றார்கள். சரீரம் முழுவதும் திருநீறு, மான்தோல் ஆடை, ஜடாமுடி, இதுதான் அவர்கள் make-up. இந்த உடையில் யார் வந்தாலும் கோட்டைத் திறவுகள் திறக்கப்பட வேண்டுமென்பது அரசக் கட்டளை.

மாமன்னர் ஜராசந்தனைப் பார்க்க வேண்டும் என்றான் கிருஷ்ணன்.

அழைத்துச் செல்லப்பட்டனர்.

ஜராசந்தன் மூவரையும் வணங்கினான்.

அவன் பணிவுடன் சொன்னான், தங்கள் வருகை என் பாக்கியம். என்ன வேண்டும் சொல்லுங்கள், தயங்காமல் தருவேன் என்று.

மற்போர், என்றான் கிருஷ்ணன் புன்னகையுடன்.

ஜராசந்தன் திடுக்கிட்டு அவர்களை உற்றுநோக்கினான்.

திருநீற்றை மறந்து பார்க்கும்போது, மற்போர் என்றவன், கறுப்பு நிறம். மற்ற இருவரும் நல்ல சிவப்பு. இருவரில் ஒருவன் திரண்ட தோள்களுடனும் அகன்ற மார்புடனும் நல்ல உயரமாக, ஒரு மலைக்குன்று போல் இருந்தான். இன்னொருவன் அவ்வளவு வளர்த்தி இல்லாவிட்டாலும் ஆணழகனாக இருந்தான். கறுப்பன் புன்னகையுடன் பேசும்போது, கண்களும் சிரித்தன. குறும்புக் காரன். இவன் யார், இவனைப் பார்த்திருப்பது போலத் தோன்று

கின்றதே என்று எண்ணினான் ஜராசந்தன். திடீரென்று பொறி தட்டியது. இவன் அந்த மாட்டுக்காரப் பயல்!

என்ன துணிச்சல் உனக்கு. என்னிடமே வந்து மற்போர் என்கிறாய், மாட்டுக்காரப் பயலே என்று கர்ஜித்தான் ஜராசந்தன்.

மூவரும் வேஷங்களைக் களைந்து நின்றனர். இவன் பீமன், இவன் அர்ஜுனன். என்னைத்தான் உனக்குத் தெரியும். சவால் விடுத்தாய். ஏற்று வந்திருக்கிறோம் என்றான் கிருஷ்ணன் குறுநகையுடன். கோபாலர்களுடன் சண்டையிட என் அரச கௌரவம் இடம் கொடுக்காது. மேலும் உன்னை நான் என் கையினால் கொல்வதில்லை என்று முடிவு செய்துவிட்டேன். இந்த விடலைப் பையன் வில்வித்தைக்காரன். இவன் என் மற்போர் ஆற்றலுக்கு ஈடானவன் இல்லை. நான் பீமனைத்தான் முறியடிப்பது என்று முடிவு செய்துவிட்டேன். நூறாவது தலை, என் தகுதிக்கு ஏற்ப அமைந்துவிட்டது என் பாக்கியம், என்றான் ஜராசந்தன்.

ஜராசந்தன், மற்போர் செய்வதற்கென்று அரண்மனையில் ஒரு பெரிய அரங்கம் கட்டியிருந்தான். மற்போர் நிகழ இருக்கிறது என்ற செய்தி ஊர் முழுவதும் பறை மூலம் அறிவிக்கப்பட்டது.

மக்கள் இதைக் காணத் திரண்டு வந்தனர். 99 அரசர்கள் தங்கள் தலைவிதி பீமன் கையில் என்று இம்மற்போரை ஆவலுடன் எதிர்நோக்கியவாறு இருந்தார்கள்.

போர் தொடங்கியது. இருவரும் ஒருவருக்கொருவர் சளைத்தவர் அல்லர். பயங்கரமாகப் போர் நடந்தது. சேர்ந்தாற்போல் ஐந்து மணி நேரம் தொடர்ந்து சண்டை நடந்து கொண்டிருந்தது.

திடீரென்று பீமன் ஜராசந்தனை உயரத் தூக்கி நேர்க்கோட்டில் இரு பாதியாகக் கிழித்து வீசி எறிந்தான்.

மக்கள் ஆரவாரித்தனர். 99 அரசர்களும் ஒருவர் தலையை ஒருவர் முத்தமிட்டுக் கொண்டனர். பீமன் கையைத் தூக்கி உரக்க சிங்கத்தைப் போல் கர்ஜனை செய்தான்.

எல்லாம் ஒரு நிமிஷ நேரத்துக்குத்தான்! அடுத்த நிமிஷம், ஜராசந்தனின் கிழிக்கப்பட்ட இரு பாதிகளும் ஒன்றிணைந்து, அவன் கம்பீரமாக எழுந்து நின்றான்!

பீமனும் திகைத்து நின்றான். ஜராசந்தனின் உடம்பின் இரு பாதிகளும் ஒன்றோடொன்று ஒட்டிக்கொள்வது, பிறவியில் இருந்தே அவனைத் தொடர்ந்து வரும் இயல்பு என்று பீமனுக்குத் தெரியாது. அவன் பிரமிப்புடன் ஜராசந்தனைப் பார்த்தான்!

ஜராசந்தன் பீமன் மீது பாய்ந்தான். மறுபடியும் உக்கிரமான சண்டை. அசாத்திய சினத்தில், பீமன் ஜராசந்தனை மீண்டும் இரண்டாகக் கிழித்து எறிந்தான். காந்த ஈர்ப்பு போல் அப்பாதிகள் ஒன்றையொன்று கவர்ந்து ஜராசந்தன் முழு ஆளாக நின்றான்!

பீமனுக்கு என்ன செய்வது என்று புரியவில்லை. கிருஷ்ணனைப் பார்த்தான். அப்பொழுது கிருஷ்ணன் கீழே கிடந்த இரண்டு இலைகளை எடுத்து, ஒன்றை நேராகவும் மற்றொன்றைத் தலைகீழாகவும் போட்டான். பீமனுக்குப் புரிந்துவிட்டது.

மீண்டும் ராட்சச வேகத்தில் போர் நடந்தது. பீமன், ஜராசந்தனை இருகூறாகப் பிளந்து, இரு பகுதிகளையும் ஒன்றுக்கொன்று முரணாக வீசி எறிந்தான்.

இப்பொழுது அவை ஒட்டிக்கொள்ளவில்லை!

நீங்கள் இப்பொழுது என்னைக் கேட்கக் கூடும், கிருஷ்ணன் செய்தது நியாயமா, இதுதான் தர்மப் போரா என்று.

நீங்கள் கேட்பது கிடக்கட்டும், ஜரா என்கிற வேடனே கிருஷ்ணனை இந்தக் கேள்வியைக் கேட்டிருக்கிறான்.

அதற்குக் கிருஷ்ணன் சொன்ன பதில், ஜராசந்தனை வேறு எந்த வழியிலும் கொல்ல முடியாது. லோகக்ஷேமம் என்று வரும் போது, எது நம்முடைய சௌகரியமோ அதுதான் தர்மம், நூறு அரசர்களுடைய தலைகளை வெட்டிப் பலியிடுவது என்பது என்ன தர்மம்? அதுவும் எதற்காக, ஒரு தனி ஆள் சிரஞ்சீவியாக இருந்து உலகை ஆக்கிரமித்து ஆள வேண்டும் என்பதற்காக. இதுதான் தர்மமா? ஜராசந்தன் ஒரு பெரிய வீரன். சில நல்ல கோட்பாடுகளையும் உடையவன்தான். சந்தேகமில்லை, ஆனால், எப்பொழுது அகங்காரம் அவன் கண்களை மூடி, மண்ணாசை பிடித்து அலையத் தொடங்கினானோ அவன் அஸ்தமனம் ஆரம்பித்துவிட்டது என்று அர்த்தம். துரியோதனன் மாபெரும் வீரன். உண்மையான நட்புக்கு இலக்கணமானவன். அவனுடைய ஒரே குற்றம் பொறாமை, அதுவே அவன்

அழிவுக்குக் காரணமாகின்றது. ஆகவே நாம் வாழ்க்கையில் எதைத் தேர்ந்தெடுக்கின்றோமோ அதுவே, நம் வாழ்வுக்கும் வீழ்வுக்கும் காரணமாகின்றது. இதை விதி என்றோ, அதிர்ஷ்டம் என்றோ, எந்தப் பெயரிட்டு வேண்டுமானாலும் அழைத்துக் கொள், என்று.

பீமன் போட்டது foul goal ஆக நமக்குப் பட்டாலும் நாம் இதை ஏற்றுக்கொண்டு விடுகிறோம். ஏன்? இதில் கிருஷ்ணன் சம்பந்தப்பட்டிருக்கிறான். அந்தந்தப் பிரச்னையின் தன்மைக்கு ஏற்பத்தான் அதைத் தீர்ப்பதற்கான வழியைத் தீர்மானிக்க வேண்டுமேயன்றி, வழியைப் பற்றிய தர்ம, அதர்ம விவாதங் களில் இறங்கி பிரச்னையைக் கோட்டை விடக்கூடாது. குருக்ஷேத்திரத்திலும் அர்ஜுனனுக்கு இதைத்தான் சொல்கிறான் கிருஷ்ணன்.

கிருஷ்ணாவதாரம் என்றென்றும் புதுமையாகவும் பசுமை யாகவும் இருப்பதற்கு இதுதான் காரணம். என்ன சொல்கிறீர்கள்?

10

ஜரா என்கிற வேடன் ஏதோ சொல்கிறான், கொஞ்சம் இருங்கள். என்ன சொல்கிறாய்? ஓ! ஆமாம், மறந்துவிட்டேன், சொல் கிறேன்.

ஜராசந்தன் இன்னொரு சுயம்வரத்திலும் கலந்து கொள்கிறான். அதைச் சொல்லாமல் அவன் கதையை முடித்துவிட்டாயே என்கிறான் ஜரா என்கிற வேடன். எது முன், எது பின் என்கிற விவகாரம் நம் நாட்டுக் கதைகளில் அந்தக் காலத்திலும் கிடையாது, இப்பொழுது உங்கள் தீவிர இலக்கியவாதிகள் பேசுகிற பின்நவீனத்துவ கதைகளிலும் இருக்கக் கூடாது, அப்படித்தானே? ஆனால், ஒன்று மட்டும் சொல்ல விரும்பு கிறேன். நம் நாட்டு அந்தக் காலத்திய கதைகளில் இந்தப் போக்கு இயல்பாகவே இருந்திருக்கிறது.

அது எந்த சுயம்வரம் தெரியுமா?

மகாபாரதத்தின் கதாநாயகி யார்?

மகாபாரதத்தின் கதாநாயகன் யார் என்றால், பதில் சொல்வது கஷ்டம். ஆனால் கதாநாயகி யாரென்றால் உடனே சொல்லி விடலாம்.

பாஞ்சாலி! அவள், தன் அவிழ்த்த கூந்தலை முடிப்பதுதான் மகாபாரதக் கதை!

கிருஷ்ணன் அர்ஜுனனின் நெருங்கிய சிநேகிதனாக இருக் கலாம், ஆனால் அவனால் மிகவும் விரும்பப்படுகிற, மதிக்கப் படுகிற, பாராட்டப்படுகிற குணச்சித்திரம் யார் தெரியுமா? பாஞ்சாலிதான்.

கிருஷ்ணன், ஜரா என்கிற வேடனிடம் சொன்னதை நான் அப்படியே தருகிறேன். 'திரௌபதி விஜயன் கழுத்தில் மாலையிடும்போது, அதுவே சுருக்குக் கயிறாக துரியோதனன் கழுத்தில் ஏறுகிறது'.

இந்தப் பாஞ்சாலியின் சுயம்வரத்துக்குத்தான் ஜராசந்தன் வந்திருந்தான். கொஞ்சம் பின்னணிக் கதையையும் சொல்ல வேண்டுமல்லவா?

அக்னியில் பிறந்தவள் பாஞ்சாலி. அதனால்தான் பாரதக் கதையில் அவள் அக்னிப் பிழம்பாக ஜொலிக்கிறாள். அவளை நன்றாக உணர்ந்தவன் கண்ணன்தான். கடமைக்காக அவள் கைப்பிடித்த கணவர்களில் ஒருவர்கூட அவளைச் சரிவரப் புரிந்து கொண்டதாகத் தெரியவில்லை. அவள் மானபங்கம் உற்றபிறகு, சபதம் செய்கின்றார்களே தவிர, அவள் மானபங்கம் உறும் போது, அவள் மானத்தைக் காப்பாற்ற ஐவரில் ஒருவர்கூட வரவில்லை. இந்த வடு அவள் மனத்தை விட்டு நீங்கியிருக்கும் என்பது சாத்தியமேயில்லை.

கிருஷ்ணனின் சாகஸங்கள் கேட்டு, அவனைத்தான் மணக்க விரும்புகிறாள் திரௌபதி. இதை அறிந்த அவள் தந்தை துருபதன், தன்னை அவமானத்துக்குள்ளாக்கிய துரோணரையும், குருகுல மன்னர்களையும் கிருஷ்ணன் மூலம் பழிவாங்கலாம் என்று திட்டமிட்டு திரௌபதியின் விருப்பத்துக்கு ஆதரவு தருகிறான்.

ஆனால் கிருஷ்ணனின் அரசியல் திட்டமே வேறு!

பஞ்ச பாண்டவர்கள், துரியோதனன் சதி நோக்கத்துடன் கட்டியிருந்த அந்த அரக்கு மாளிகையில் இறந்திருப்பார்கள் என்று அவன் நம்பவில்லை. தப்பித்திருப்பார்கள் என்று அவனுக்கு நிச்சயமாகத் தெரியும். அவர்களை எப்படி வெளியே வரச் செய்வது?

ஒரு சுயம்வரத்தின் மூலம். வில்லாற்றலைக் காட்டுவதற்கான ஒரு சந்தர்ப்பத்தை உருவாக்கினால், இந்தச் சவாலை ஏற்க அர்ஜுனன் தயங்கமாட்டான் என்று கிருஷ்ணனுக்கு உறுதியாகத் தெரியும். திரௌபதிக்கேற்ற கணவன் அர்ஜுனன்தான் என்பதைப் பற்றி அவனுக்குச் சந்தேகமேயில்லை. ஆகவே துருபதன் அவனை திரௌபதியை மணக்கும்படிக் கேட்டபோது,

கிருஷ்ணன், திரௌபதியிடம் இதுபற்றித் தான் பேச விரும்புவ தாகக் கூறுகிறான்.

திரௌபதி கிருஷ்ணனைச் சந்திக்கின்றான். கிருஷ்ணன், ஜரா என்கிற வேடனிடம் சொன்னபடியே, அவர்கள் பேசியதை உரையாடலாகத் தருகிறேன்.

கிருஷ்ணன் : என் அருமைத் தங்கையைச் சந்திப்பதில் எனக்கு எப்பொழுதுமே சந்தோஷம்.

திரௌபதி சற்று வியப்புடன் நோக்கினாள். அவள் அழகான புருவங்கள் சிறிது மேலே உயர்ந்தன.

கிருஷ்ணன் : உன் திருமணம் சம்பந்தமாக உன் தந்தை என்னிடம் பேசினார்.

திரௌபதி *(புன்னகையுடன்)* : பேசியுமா நான் உனக்குத் தங்கை?

கிருஷ்ணன் *(புன்னகையுடன்)* : ஆமாம்.

திரௌபதி *(ஏளனப் புன்னகை)* : உனக்கு துரோணரையும் குருகுல இளவரசர்களையும் கண்டால் பயமா?

கிருஷ்ணன் *(புன்னகை)* : இல்லை. உன்னைக் கண்டால்தான் பயம். நீ அக்னிக் குஞ்சு.

திரௌபதி : இந்த அக்னி உன்னைக் குளிர்விக்கும், பயப்படாதே.

கிருஷ்ணன் : அக்னி குளிர்ந்து போய்விடக் கூடாது, இதுதான் என் பயம்.

திரௌபதி : என்ன சொல்கிறாய், புரியவில்லை.

கிருஷ்ணன் : அநீதியையும் அதர்மத்தையும் சுட்டெரிக்க நீ பிறந்திருக்கிறாய். தழல் எரிந்து கொண்டே இருக்க வேண்டு மானால், பல சோதனைகளை நீ சந்தித்தாக வேண்டும். என் மனைவியாக இருந்தால் அது சாத்தியமில்லை. சுகபோகங்களில் தழல் அணைந்து விடும்.

திரௌபதி : அணையாது. அந்த துரோணரையும் குருகுல இளவரசர்களையும்... (கோபத்துடன்)

கிருஷ்ணன் (இடைமறித்து) : அர்ஜுனன், குருவின் கட்டளையை நிறைவேற்றினான், அவ்வளவுதான். நீ அம்பை நோவதில் பிரயோசனம் இல்லை.

திரௌபதி : மௌனம்.

கிருஷ்ணன் : நீ ஒரு குருவின் சிஷ்யையாக இருந்து, உன்னை அவர், குரு தட்சிணைக்காக ஏதாவது செய்யப் பணித்தால், நீ என்ன செய்திருப்பாய்? அர்ஜுனனுக்கு உன் தந்தை மீது ஏதாவது தனிப்பட்ட கோபம் இருக்குமென்று நினைத்தாயா?

திரௌபதி : நான் குருகுல இளவரசர்கள் என்று சொன்னேனே தவிர, அர்ஜுனனைக் குறிப்பிட்டுச் சொல்லவில்லை. மேலும் பஞ்ச பாண்டவர்கள் இப்பொழுது உயிரோடு இல்லை. அரக்கு மாளிகையில் எரிந்து போனார்கள். என் கோபம் இப்பொழுது அந்த கௌரவர்கள் மீதுதான். அந்த பிராமணச் சதிகாரர் மீதுதான்.

கிருஷ்ணன் : பஞ்சபாண்டவர்கள் எரிந்து போகவில்லை, எரிக்கப் பட்டார்கள். அவர்களுடைய அருமைச் சகோதரன் துரியோதனன் உபயத்தால். அந்தப் பிராமணச் சதிகாரருக்கும் இது பற்றித் தெரியும்.

திரௌபதி (சினத்துடன்) : அப்படியா?

கிருஷ்ணன் : பஞ்சபாண்டவர்கள் எரியவில்லை. தாயுடன் தப்பித்துச் சென்றுவிட்டார்கள் என்று கேள்விப்படுகிறேன். நீ மட்டுமல்ல, கௌரவர்களுக்கும், அந்த பிராமணச் சதிகாரருக்கும் பஞ்ச பாண்டவர்களும் எதிரிகள். அவர்கள் தப்பித்திருந்தால் பொது எதிரியின் காரணமாக உங்களிடையே இப்பொழுது ஏற்பட்டுள்ள இப்பிணைப்பை நீ மறந்துவிடக் கூடாது.

திரௌபதி : என்ன செய்ய வேண்டுமென்கிறாய்?

கிருஷ்ணன் : உன் சுயம்வரம்.

திரௌபதி (திடுக்கிட்டு) : சுயம்வரமா?

கிருஷ்ணன் : ஆம், சுயம்வரம்தான். வில்லாற்றலை நிரூபித்து உன்னை மணம் செய்து கொள்ள வேண்டுமென்ற ஏற்பாடு. மிகக் கடினமான தேர்வாக இருக்க வேண்டும். பஞ்ச பாண்டவர்கள் உயிருடன் இருந்தால், இந்தத் தேர்வில் பங்கேற்க அர்ஜுனன்

நிச்சயமாக வருவான். எப்படிப்பட்ட கடினமான போட்டியாக இருந்தாலும் அவன் வெற்றி பெறுவான் என்ற நம்பிக்கை எனக்கு இருக்கிறது.

திரௌபதி : உன்னைக் காதலிக்கிறேன் என்று நான் சொல் கிறேன், நீ அர்ஜுனனுக்குப் பரிந்துரை செய்கிறாய். உனக்கு என்னை மணக்க விருப்பம் இல்லாவிட்டால், நான் உன்னை வற்புறுத்தப் போவதில்லை. நீ யார் இன்னொரு பெயரைப் பரிந்துரை செய்ய? என் தந்தையை அம்புச் சங்கிலியால் கட்டி, அவன் இழுத்து வந்த காட்சியை என்னால் அவ்வளவு சுலபமாக மறந்துவிட முடியுமா?

கிருஷ்ணன் : நானும் உன்னை மிகவும் விரும்புகிறேன், சகோதரி. நீ ஒன்றை நன்கு உணர்ந்து கொள்ள வேண்டும். கணவன் - மனைவியாக இருந்து, உடல் உறவு கொண்டு காதலுக்கு விளக்கம் காண்பது ஒருவகைப் பரிமாணம். சகோதரியாக, சிநேகிதியாக, தாயாக இன்னும் பல பரிமாணங்களில் காதலுக்கு விளக்கம் காண முடியும். உணர்வுகளின் ஒத்த இசைவே காதல். உனக்கு என் உதவி எப்பொழுது தேவைப்படுகிறதோ அப்பொழுது நான் அங்கிருப்பேன். இதுதான் உண்மையான காதல். பஞ்ச பாண்டவர்கள் மீது நீ கோபப்படக் கூடாது. குரு இட்ட கட்டளையை நிறைவேற்றினார்கள், அது தவறா?

திரௌபதி (சிரித்துக்கொண்டே) : அப்படியானால், ஐவரையும் மணந்துகொள் என்கிறாயா? காதலில்லாமல் ஐவரை மணந்தால் என்ன, ஐம்பது பேரை மணந்தால் என்ன?

கிருஷ்ணன் : உன்னை நான் உனக்கு உணர்த்தியாக வேண்டும். செருக்கின் மிகுதியினால் அகிலத்தை ஆட்டிப் படைக்க விரும்பும் ஆணவக்காரர்களின் அழிவுக்கு நீ காரணமாகப் போகிறாய். இதற்கு உன் அக்னிப் பிறப்பே சாட்சி. சீதை இல்லாமல் ராமாயணம் இல்லை. பாரதம் நிகழ்த்த நீ தோன்றியிருக்கிறாய், சகோதரி. சொல்லப் போனால், நாம் இருவருமே இதை நிகழ்த்தப் போகிறோம்.

திரௌபதி : என்ன சொல்லுகிறாய் நீ? எனக்குப் புரியவில்லை.

கிருஷ்ணன் : விதி அல்லது காலம் ஒரு மூடிய புத்தகம். பக்கங்களைத் திறக்கத் திறக்கத்தான் எல்லாம் விளங்கும். நீ

இதை மட்டும் உறுதியாக நம்பு. நான் எப்பொழுதுமே உன் பக்கம்தான்.

பாஞ்சாலியிடம் பேசியபிறகு துருபதனைச் சந்தித்து, அவன் மகள் சுயம்வரம் வேண்டுவதாகக் கூறுகிறான் கிருஷ்ணன். துருபதனும், அவன் மகன் திருஷ்டத்யும்னனும் திடுக்கிட்டார் கள். அவர்கள் பாஞ்சாலியை அழைத்துக் கேட்டபோது, கண்ணன் என் சகோதரன், கணவன் வேண்டுமென்றால், எனக்கு வேண்டியது சுயம்வரம் என்கிறாள். வில்லாற்றலில் யார் வெல் கின்றானோ அவனைத்தான் மணப்பேன் என்று சொன்னாள். துரோணரையும் குருகுல இளவரசர்களையும் பழிவாங்க வேண்டுமென்ற உன் சபதம் என்னவாயிற்று என்று கோபத்துடன் வினவுகிறான் திருஷ்டத்யும்னன். அதற்காகத்தான் வில்லாற்ற லில் ஒரு சிறந்த வீரனை வேண்டுகிறேன் என்கிறாள் திரௌபதி. சுயம்வரம் என்றால் எல்லா க்ஷத்திரிய குல இளவரசர்களையும் அழைத்தாக வேண்டும். நம் எதிரிகளாகிய குருகுல இளவரசர் களையும் அழைத்தாக வேண்டுமென்பதைப் பற்றி யோசித்தாயா என்றான் திருஷ்டத்யும்னன். குரு இட்ட கட்டளையை பாண்ட வர்கள் நிறைவேற்றினார்கள். நம் தந்தையே அர்ஜுனனின் வில்லாற்றலைக் கண்டு வியக்கவில்லையா என்கிறாள் பாஞ்சாலி. பாண்டவர்கள்தாம் அரக்கு மாளிகையில் எரிந்து போய்விட்டார்களே என்கிறான் துருபதன்.

அப்பொழுது கிருஷ்ணன் குறுக்கிட்டுச் சொல்கிறான், அவர்கள் எரியவில்லை, விதுரன் செய்திருந்த ஏற்பாட்டினால் தப்பித்துக் கொண்டு விட்டார்கள் என்று நான் அறிகிறேன். அரக்கு மாளிகையே துரியோதனனின் சதி; துரோணர் துரியோதனன் பக்கம். பாண்டவர்கள் உயிரோடு இருந்தால், இந்தப் போட்டி யில் கலந்து கொள்ள அர்ஜுனன் வருவான் என்பதில் சந்தேக மில்லை. துரோணரைப் போரில் வெல்ல அர்ஜுனனைத் தவிர வேறு யார் இருக்கிறார்கள், என்று.

அர்ஜுனனின் வில்லாற்றல் சாகஸம், துருபதன் மனக்கண் முன் வந்து நின்றது. அதே சமயத்தில் அவனுக்கு அர்ஜுனனுக்கு இணையான கர்ணனின் திறமையும் நினைவுக்கு வந்தது.

ராதேயன் வெற்றி பெற்றால், என்று கேட்டான் துருபதன்.

அவன் கலந்து கொள்ள முடியாது. அவன் க்ஷத்திரியன் இல்லை, என்றான் திருஷ்டத்யும்னன்.

இதை என்னால் ஏற்றுக்கொள்ள முடியாது. எந்த வர்ணத்தவரும் பங்கு கொள்ளலாம் என்று அறிவித்தாக வேண்டும் என்கிறாள் திரௌபதி.

கிருஷ்ணன் புன்னகை செய்தான்.

இன்னொரு செய்தி, ஜராசந்தன் அவன் பேரனுக்கு திரௌபதியைக் கேட்கிறான். அவன் மகததேசத்துச் சக்கரவர்த்தி. அவன் பேரனுக்கு எந்த ஆற்றலும் கிடையாது. சுயம்வரம் என் பிரச்னையைத் தீர்க்க ஒருவேளை உதவலாம், ஆனால் ஜராசந்தனே இப்போட்டியில் கலந்துகொண்டு வெற்றி பெற்று, என் மகளை அவன் பேரனுக்கு மணம் செய்வித்தால் என்னால் இதை எப்படித் தடுக்க முடியும் என்றான் துருபதன்.

ஜராசந்தன் பிரச்னையை என்னால் தீர்க்க முடியும், கவலைப்பட வேண்டாம் என்று புன்னகையுடன் கூறினான் கிருஷ்ணன்.

ராதேயன் வெற்றி பெற்றால், துரோணரை நாம் எப்படிப் பழி வாங்க முடியும். துரியோதனன், ராதேயனை தன் குருவுக்காகப் போராடச் சொல்வான், இதை மறந்து விட்டாயா, என்றான் திருஷ்டத்யும்னன் பாஞ்சாலியிடம்.

வர்ணத்தைக் காரணமாகக் கொண்டு ஒரு வீரன் விலக்கப் படுவதை நானும் ஏற்றுக்கொள்ள மாட்டேன் என்றான் கிருஷ்ணன்.

நீ என்னதான் சொல்கிறாய், புரியவில்லை. எதற்காக இந்தச் சுயம்வர ஏற்பாடு, நீ ஏன் திரௌபதியை மணக்க மறுக்கிறாய், என்றான் திருஷ்டத்யும்னன் சிறிது எரிச்சலுடன்.

திரௌபதி புன்னகையுடன் சொன்னாள், விதி அல்லது காலம் மூடிய புத்தகம். அதைத் திறக்கத் திறக்கத்தான் எல்லாம் விளங்கும், என்று.

துருபதனும் திருஷ்டத்யும்னனும் ஒரே சமயத்தில் சற்று வியப்புடன் அவளை நோக்கினர்.

இதை நான் சொல்லவில்லை. கண்ணன் சிறிது நேரத்துக்கு முன் என்னிடம் சொன்னது, அர்த்தத்தை விளங்கிக் கொள்ள வேண்டியது உங்கள் பொறுப்பு, என்றாள் பாஞ்சாலி தொடர்ந்து புன்னகை செய்துகொண்டே.

நான்தான் நாரதன், கிருஷ்ணன் கதையை, ஜரா என்கிற வேடன் பணித்தபடி சொல்லிக் கொண்டிருப்பவன். ஜராசந்தன் இன்னொரு சுயம்வரத்தில் கலந்து கொள்கிறான் என்று சொல்லிப் பின்னணியை விளக்கப் போக, கதையை திரௌபதி யும் கிருஷ்ணனும் என்னிடமிருந்து அபகரித்துக் கொண்டு விட்டனர். ஆச்சரியப்படுவதற்கில்லை. மகாபாரதக் கதையை நிகழ்த்துபவர்களே அவர்கள்தான் என்று கிருஷ்ணனே சொல்லி விட்டானே!

ஜரா என்கிற வேடன் கிருஷ்ணனைக் கேட்டிருக்கிறான், திருஷ்டத்யும்னன் கேட்டது கிடக்கட்டும், நான் கேட்கிறேன், இந்தச் சுயம்வரம் நடந்தாக வேண்டுமென்று உங்களுக்கு ஏன் இவ்வளவு அக்கறை?

சுயம்வரத்தில் இல்லை, என் அக்கறை குருக்ஷேத்திரத்தில், என்றானாம் கிருஷ்ணன். புரிகிறதா?

துருபதன், குருகுல இளவரசர்களுக்கு அழைப்பு அனுப்புவதைப் பற்றி யோசித்திருக்கிறான், மகன் அனுப்பக் கூடாது என்று சொன்ன காரணத்தினால் அவனை அனுப்பும்படி வற்புறுத்திய வன் கிருஷ்ணன்! துரோணர் அவன் இங்கு வருவதைத் தடுத்து விடுவார். ஆகவே நீ அழைப்பு அனுப்பவில்லை என்ற கெட்ட பெயர் உனக்கு வர வேண்டாம். அனுப்பாமல் இருப்பது க்ஷத்திரிய தர்மம் இல்லை என்று சொல்லியிருக்கிறான் கிருஷ்ணன்.

ஏன் தெரியுமா? அழைப்பு அனுப்பினால், துரியோதனன் கட்டாயம் வருவான் என்று அவனுக்குத் தெரியும். பாஞ்சாலியின் அழகைப் பற்றி அப்பொழுது பாரதத்தில் பேசாதவர்கள் யாருமில்லை. துரியோதனன் தன் மனைவி பானுமதியிடம் சொன்னானாம், சுயம்வரத்துக்குச் சென்று நான் பாஞ்சாலியை மணந்தாலும் நீதான் பட்டமகிஷி, அதைப் பற்றிக் கவலைப்படாதே, என்று.

இதை அவள் தன் பிரிய சகோதரனிடம் கூறியிருக்கிறாள். யார் அந்தப் பிரிய சகோதரன்? இதைத்தான் நான் முன்பே சொல்லி யிருக்கிறேனே! கிருஷ்ணன்தான்! எதற்காகச் சொன்னாள் தெரியுமா? துரியோதனன் பாஞ்சாலியை மணக்காமல் பார்த்துக் கொள்ள வேண்டியது அவன் பொறுப்பு என்று! அழைப்பு வந்தால் சுயம்வரத்துக்கு துரியோதனன் நிச்சயமாக வருவான் என்று தெரிந்து கொண்டே கிருஷ்ணன், அழைப்பு அவனுக்குப்

போயாக வேண்டுமென்பதில் குறியாக இருந்தான். பாண்டவர் களும் வந்து, அர்ஜுனன் போட்டியில் வெற்றி பெற்றால், அதனோடு பாஞ்சாலியின் அழகும் சேர்ந்து, விவகாரம் குருக்ஷேத்திரத்துக்குப் போயாக வேண்டும்.

சுயம்வரத்தில் இல்லை, என் அக்கறை குருக்ஷேத்திரத்தில் என்று அவன் ஏன் சொன்னான் என்று இப்பொழுது புரிகிறதா?

பாண்டவர்கள் அரக்கு மாளிகையிலிருந்து தப்பித்து ஒரு வனத்துக்குச் சென்றது, அங்கே பீமன் ஹிடிம்பி என்ற ராட்சசியை மணந்தது, பிறகு அங்கிருந்து புறப்பட்டு ஒரு பிராமணன் வீட்டிலிருந்து வருவது... இவை எல்லாமே கிருஷ்ணனுக்குத் தெரியும். ஒரு சின்ன digression, மன்னிப்பீர்களா? இதை digression என்று சொல்ல முடியாது. கிருஷ்ணன் இதைப் பற்றிப் பேசும்போது ஜரா என்கிற வேடனிடம் சொன்னது. 'ராட்சசி' என்றால் யார்? பூர்வகுடி மக்களைத்தான் ஆதிக்கக் குடியினர் 'ராட்சசர்கள்' என்றார்கள். பீமன் அவளை மணந்து ஒரு குழந்தையையும் பெறுகிறான். ஆனால் அந்தக் குழந்தைக்கு அரச உரிமை கிடையாது! பாரதப் போரில் பாண்டவர்கள் சார்பில் போராடிச் சாவதற்கு மட்டும் உரிமை உண்டு. அந்தப் பிள்ளை தான் கடோத்கஜன். இதுதான் இந்த ஆதிக்கக் குடியினரின் ஆணவப் போக்கு என்று சொன்னானாம் கிருஷ்ணன். க்ஷத்திரியர் கள் மீது அவனுக்கிருந்த கோபம் இப்பொழுது புரிகிறதா உங்களுக்கு?

இன்னொரு முக்கியமான விஷயம். இந்தச் சுயம்வரம் பற்றி பாண்டவர்களுக்குச் சொன்னவன் அவர்கள் தங்கியிருந்த வீட்டுப் பிராமணன். அவர்கள் யாரென்று அவனுக்குத் தெரியாது. பாஞ்சாலத்தில் வில் போட்டி வைத்து திரௌபதியின் சுயம்வரத்துக்கு ஏற்பாடுகள் நடந்து கொண்டிருக்கின்றன என்று அவன் அவர்களிடம் தகவல் தெரிவிக்கின்றான். பாஞ்சாலி எவ்வளவு அழகான பெண் என்பதையும் சித்திரிக்கின்றான். உடனே அவளை மணக்க வேண்டுமென்ற ஆசை யாருக்கு வருகிறது தெரியுமா? அர்ஜுனனுக்கோ, பீமனுக்கோ இந்த எண்ணம் தோன்றவில்லை. ஆச்சரியப்படாதீர்கள், பாஞ்சாலியை மணந்து கொள்ள வேண்டுமென்ற ஆசை தர்மனுக்கு ஏற்பட்டிருக்கிறது! நான் திரிக்கும் சரடு என்று நினைக்காதீர்கள், வியாஸ பகவானே சொல்கிறார்!

கிருஷ்ணன் ஜரா என்கிற வேடனிடம் சொன்னான், அவன் குந்தியிடம் இதுபற்றிச் சொன்னபோது, அவள் யோசித்து இருக்கிறாள், வில்வித்தையை அர்ஜுனனால் அல்லவா காட்ட முடியும். தர்மன் எப்படி திரௌபதியை மணக்க முடியும் , என்று. மூத்தவனுக்குக் கல்யாணம் ஆகாமல் இளையவன் எப்படித் திருமணம் செய்து கொள்ள முடியும்? பீமன் கல்யாணம் வேறு விஷயம், இழிந்த குலப் பெண்ணுடன் கூடியதைக் கல்யாணம் என்று சொல்ல முடியுமா, என்றெல்லாம் சிந்தனை செய்கிறாள். அவளுக்கு இன்னொரு கவலையும் உண்டு. இந்த அழகான பெண்ணை அர்ஜுனன் மணந்து கொள்வதன் மூலம் சகோதர ஒற்றுமைக்குப் பங்கம் வந்துவிடக் கூடாதே. அவள் பின்னொரு சமயத்தில் தான் இவ்வாறெல்லாம் யோசித்ததைப் பற்றி என்னிடம் கூறினாள். பாண்டவர்கள் திரௌபதியுடன் வீட்டுக்குத் திரும்பி, தர்மன், வீட்டுக்குள்ளிருந்த குந்தியிடம் பிட்சை கொண்டு வந்திருக்கிறோம் என்று சொன்னபோது அவள் 'பகிர்ந்து கொள்ளுங்கள்' என்று முன்னமே தீர்மானித்துதான் சொன்னாளா, அல்லது இது அவள் அடிமனக் குரலா என்று எனக்கு இன்னமும் புரியவில்லை. திரௌபதி ஐவருக்கும் பட்ட மகிஷியாக இருந்தது ஒரு வகையில் நல்லது. அவர்களுடைய ஒற்றுமை இறுதிவரை குலையாமலிருந்தது. திரௌபதி ஐவரையும் ஏற்றுக் கொண்டாள் என்பது எனக்கு ஆச்சரியத்தைத் தரவில்லை, என்று.

திரௌபதியின் சுயம்வரத்தின் மூலம் ஒரு முக்கியமான அரசியல் பிரச்னையையும் தீர்க்க விரும்பினான் கிருஷ்ணன். சேகிதானன், ஒரு மிகச் சிறிய நாடாகிய புஷ்கரத்தின் அதிபதி. யாதவன், கிருஷ்ணனின் உறவினன். புஷ்கரத்தை அவனிடமிருந்து பறித்துக் கொண்டான் துரியோதனன். சேகிதானன் கிருஷ்ண னிடம் முறையிட்டான்.

கிருஷ்ணன் துரியோதனனைச் சந்திக்க விரும்புவதாகச் செய்தி அனுப்பினான். இதை எதிர்பார்க்காத துரியோதனன், கிருஷ்ணன் தன்னை எதற்காகப் பார்க்க விரும்புகிறான் என்று அறியவும் ஆவலாக இருந்தான். பாஞ்சாலத்துக்குச் சென்று, துருபதனைக் கிருஷ்ணன் சந்தித்திருக்கிறான் என்பதும் துரியோதனனுக்குத் தெரியும். சுயம்வரத்தில் அவன் கலந்துகொள்ளப் போகிறானா? அவன் கலந்து கொண்டால், அவன்தான் நிச்சயம் வெற்றி பெறுவான். மற்றவர்களுக்கு வாய்ப்பேயில்லை.

கிருஷ்ணனுக்கு மிகப்பெரிய வரவேற்பு அளித்தான் துரியோதனன். விருந்து உபசாரங்கள் எல்லாம் முடித்த பிறகு, துரியோதனன் கிருஷ்ணனைக் கேட்டான், நீ சுயம்வரத்தில் கலந்துகொள்ளப் போகிறாயா, என்று. கலந்து கொள்ளப் போவ தில்லை, யாதவர்களில் யாரும் கலந்துகொள்ளப் போவதில்லை, சுயம்வரத்துக்கு விருந்தினராக வருவோம், என்றான் கிருஷ்ணன். இதைக் கேட்க துரியோதனனுக்குச் சற்று ஆறுதலாக இருந்தது. நீ வில் போட்டியில் பங்கு பெறப் போகிறாயா, என்றான் கிருஷ்ணன். நீ என்ன நினைக்கிறாய், நான் கலந்துகொள்ள வேண்டுமென்று சொல்லுகிறாயா, என்றான் துரியோதனன். நீ நிச்சயமாகக் கலந்து கொள்ள வேண்டும். இதுதான் க்ஷத்திரிய தர்மம், அர்ஜுனனோ அரக்கு மாளிகையில் எரிந்துபோய் விட்டான். உனக்குப் போட்டி யார் இருக்கிறார்கள், என்றான் கிருஷ்ணன். அர்ஜுனன் உயிரோடு இருந்தால் நான் வெற்றி பெறுவதை நீ விரும்பியிருக்க மாட்டாய், அப்படித்தானே, என்றான் துரியோதனன். குருகுல இளவரசர்களில் யார் வெற்றி பெற்றால் என்ன, எனக்கு மகிழ்ச்சிதான், என்றான் கிருஷ்ணன் சிரித்துக்கொண்டே.

துரியோதனன் அவன் பேச்சில் மயங்கி அவனை இறுகக் கட்டிக் கொண்டான்.

ஜராசந்தனும் வருகிறான், நீ எச்சரிக்கையாக இருக்க வேண்டும், என்றான் கிருஷ்ணன்.

கிழவனுக்கு ஏன் இந்த ஆசை, என்றான் துரியோதனன்.

அவனுக்காக இல்லை, அவன் பேரனுக்காக. திரௌபதி மாலை யிட உடன்படாவிட்டால், அவளைக் கடத்திக் கொண்டு போவ தென்பது அவன் திட்டம் என்கிறார்கள், அவன் அப்படிப் போனால் புஷ்கரத்தின் வழியாகத்தான் போகவேண்டும். நீயோ சேகி தானனை விரட்டியடித்து, புஷ்கரத்தைக் கைப்பற்றியிருக்கிறாய். அவன் புஷ்கர மக்கள் ஆதரவுடன் ஜராசந்தனுக்கு உதவி செய்யப் போவதாக என்னிடம் வந்து சொன்னான், என்றான் கிருஷ்ணன்.

என்ன செய்ய வேண்டும் என்கிறாய், என்று சற்று எரிச்சலுடன் கேட்டான் துரியோதனன்.

புஷ்கரம் ஒரு மிகச் சிறிய நாடு. அது உன்வசம் இருப்பதனால் உனக்கு என்ன லாபம் என்று எனக்குப் புரியவில்லை, அவனிடம்

அந்நாட்டைத் திருப்பி ஒப்படைத்து விடு, ஜராசந்தனை நான் சமாளிக்கிறேன், எனக்கு அனுபவம் இருக்கிறது, என்றான் கிருஷ்ணன் புன்னகையுடன். துரியோதனன் சில விநாடிகள் கிருஷ்ணனையே உற்றுப் பார்த்துக் கொண்டிருந்தான். பிறகு கேட்டான், இதற்குத்தான் என்னைப் பார்க்க வந்தாயா?

உன் நன்மை நாடி வந்தேன், ஜராசந்தன் என் விருப்பத்துக்குரிய முக்கிய எதிரி, அவன் கை ஓங்கிவிடக் கூடாது என்பதுதான் என் கவலை. பக்கத்திலுள்ள சிற்றரசர்களை அரவணைத்துக் கொண்டு போனால்தானே, ஒரு சாம்ராஜ்யத்து மன்னனை உன்னால் எதிர்கொள்ள முடியும். நீ புஷ்கரத்தை மீண்டும் சேகிதானனிடத் தில் ஒப்படைக்க வேண்டுமென்று நான் சொல்லவில்லை, அது உன் இஷ்டம், என்றான் கிருஷ்ணன்.

திரௌபதி என்னை மணந்து கொள்வாளா, என்று கேட்டான் துரியோதனன் திடீரென்று.

கிருஷ்ணன் இதை எதிர்பார்க்கவில்லை.

திரௌபதி உன்னைத்தான் மணக்க விரும்புகிறாள். துருபதனும் இது விஷயமாக உன்னிடம் பேசினான் என்பது உண்மையா, என்றான் துரியோதனன்.

உண்மைதான், ஆனால், நான் அவளை என் சகோதரியாகத்தான் பாவிக்கிறேன். அவளும் இதைப் புரிந்து கொண்டாள், என்றான் கிருஷ்ணன்.

அப்படியானால் உன் சகோதரியிடம் என்னை ஏற்கும்படி நீ ஏன் பரிந்துரை செய்யக்கூடாது, என்றான் அவன். கிருஷ்ணனுக்குப் புரிந்துவிட்டது. புஷ்கரத்தை சேகிதானனுக்கு தர வேண்டு மென்றால், தான் பாஞ்சாலியிடம் துரியோதனனை ஏற்கும்படி பரிந்துரை செய்ய வேண்டும்! பாஞ்சாலியைப் பற்றி இவனுக்கு ஒன்றும் தெரியாது என்பதும் கிருஷ்ணனுக்குப் புரிந்துவிட்டது.

அவளிடம் நிச்சயம் சொல்கிறேன், ஆனால் வில் போட்டியில் ஜெயித்தாக வேண்டுமல்லவா, என்றான் கிருஷ்ணன்.

குருகுல இளவரசர்களிடம் அவளுக்கு அசாத்தியக் கோபம் என்றார்களே, வில் போட்டியில் ஜெயித்தாலும், அவள் என்னை ஏற்க வேண்டுமே என்பதற்காகச் சொன்னேன், என்றான்

துரியோதனன். அதைப்பற்றிக் கவலைப்படாதே, நான் பார்த்துக் கொள்கிறேன், என்றான் கிருஷ்ணன்.

சேகிதானன் எங்கிருந்தாலும் அவனை என்னை வந்து பார்க்கச் சொல், என்றான் துரியோதனன். அரசியல் சதுரங்க ஆட்டத்தில் காய்களை கிருஷ்ணன் எப்படி நகர்த்துகிறான் பாருங்கள். ஜராசந்தன் தன் விருப்பப்படி செயலாற்றாமல் இருப்பதற்குப் பாதுகாப்பு துரியோதனன்! சேகிதானனுக்கும் அவன் நாடு திரும்பக் கிடைத்து விட்டது!

பாஞ்சால தேசத்துத் தலைநகராகிய காம்பில்யத்தில், திரெளபதி யின் அழகைப் பற்றிக் கேள்விப்பட்டு, பரத கண்டத்தின் இளவரசர்கள் யாவரும் பரிவாரங்கள் சூழ, சுயம்வர நாளைக்கு மூன்று தினங்கள் முன்பே வந்து விட்டார்கள்.

துருபதன் கிருஷ்ணனிடம் சொன்னான், துரியோதனனும் வந்து விட்டான், பார்த்தாயா? வில் போட்டியை நிறுத்தி விட்டு, தன் பேரனுக்கு திரெளபதியைக் கல்யாணம் செய்து கொடு, இல்லா விட்டால் போட்டியில் தான் கலந்துகொண்டு, முடிவு எப்படி யிருந்தாலும், அவளைக் கடத்திக் கொண்டு போய் விடுவேன் என்று ஜராசந்தன் தூதுவன் மூலமாகச் செய்தி அனுப்பி யிருக்கிறான். பாண்டவர்கள் வந்து விடுவார்கள் என்று நீ சொன்னாய். எங்கே அவர்கள், எனக்கு என்ன செய்வது என்று புரியவில்லை, என்று.

அப்பொழுது அங்கு திரெளபதி வந்தாள். அவள் முகம் கோபத் தில் சிவந்திருந்தது. எதற்கு இரட்டை வேஷம் போட்டு நாடக மாடுகிறாய், என்று கிருஷ்ணனைச் சினத்துடன் வினவினாள். என்ன சொல்கிறாய், புரியவில்லை, என்றான் கிருஷ்ணன்.

துரியோதனனுக்கு வாக்குறுதி அளித்திருக்கிறாயாமே, என்னிடம் பரிந்துரைப்பதாக? நான் என்ன கடைப்பொருள் என்று நினைத்தாயா, என்றாள் பாஞ்சாலி.

கிருஷ்ணன் வாய்விட்டு உரக்கச் சிரித்தான்.

என்ன சிரிக்கிறாய்?

வில் போட்டியில் அவன் வெற்றி பெற்று, குருகுல இளவரசன் என்ற காரணத்தினால் நீ அவனை மணக்க மறுத்தால்,

பரிந்துரைப்பதாகச் சொன்னேன், எத்தனை 'ஆல்' பார்த்தாயா, நான் பரிந்துரைத்தாலும் நீ ஏற்க வேண்டுமென்று என்ன அவசியம், என்றான் கிருஷ்ணன் புன்னகையுடன்.

துரியோதனன் நம்பிக்கையுடன் ஏராளமான பரிசுப் பொருள்கள் அனுப்பியிருக்கிறான், அவற்றை நான் ஏற்பதா, மறுப்பதா, என்றாள் திரௌபதி.

காணிக்கை செலுத்துகிறான், ஏற்றுக்கொள், நீ அவற்றைப் பெற்றுக் கொள்வதனால் சம்மதம் என்று அர்த்தமில்லை, என்றான் கிருஷ்ணன் புன்னகை மாறாமல்.

நீ வாக்குறுதி அளிப்பதற்கு என்ன காரணம், என்றான் துருபதன்.

ஜராசந்தன், என்றான் கிருஷ்ணன்.

புரியவில்லை, என்றான் துருபதன்.

என்னை நம்புங்கள், எல்லாம் புரியும், சரி, நான் வருகிறேன், எனக்கு அவசர வேலையிருக்கிறது, என்று கூறிக்கொண்டே போய்விட்டான் கிருஷ்ணன்.

ஜராசந்தன் திடுக்கிட்டான். என்ன இது, கிருஷ்ணனும் துரியோதனனும் தன்னைப் பார்க்க வந்திருக்கிறார்களா? இவர்கள் இரண்டு பேரும் எப்படி ஒன்று சேர்ந்தார்கள் என்பதுதான் அவனுக்குப் புரியவில்லை!

11

நீங்கள் இப்பொழுது ஆங்கிலத்தில் என்ன சொல்வீர்கள்? Strange bedfellows! அப்படித்தான் இருந்தது, கிருஷ்ணனும் துரியோதனனும் சேர்ந்து அவனைப் பார்க்க வந்தது ஜரா சந்தனுக்கு! அவர்களை உள்ளே வரச்சொன்னான்.

உன்னை கடைசியாகப் பார்த்தது, ப்ரவர்ஷண குன்றருகே, அன்று கண்ட இளமையுடன் இருக்கிறாய், என்றான் கிருஷ்ணன் புன்னகையுடன்.

நீதான் எனக்கு பயந்துகொண்டு, துவாரகைக்கு ஓடிப்போய் விட்டாயே, கோழை மாதிரி? ஓடிப்போனவனைத் துரத்துவது என் வீரத்துக்குப் பொருந்தி வராது என்பது உனக்கும் தெரியும். அதனால்தான் உனக்குப் பாதுகாவலாக ஹஸ்தினாபுரத்து இளவரசனுடன் வந்திருக்கிறாய் என்றும் புரிகிறது. எதற்கு வந்தாய், சொல், என்றான் ஜராசந்தன்.

நான்தான் உன்னைப் பார்க்க வந்தேன், கிருஷ்ணன் கூட வந்திருக்கிறான், அவ்வளவுதான், என்றான் துரியோதனன்.

என்ன விஷயம், என்றான் ஜராசந்தன்.

நீ உன் பேரன் சார்பில் இப்போட்டியில் கலந்து கொள்ளப் போகிறாய், அப்படித்தானே? திரௌபதி மாலையிட மறுத்தால், அவளைக் கடத்திக் கொண்டு போகத் திட்டமிட்டிருக்கிறாய், அப்படித்தானே? புஷ்கரத்தில் சேகிதானனின் ரகஸ்யப் படை யினர்கள் உனக்கு வழியமைத்துக் கொடுப்பார்கள் என்று எதிர் பார்க்கிறாய், அப்படித்தானே? சேகிதானனுக்கு அவன் நாட்டைத் திரும்பித் தந்துவிட்டேன். அவன் உனக்கு உதவப் போவதில்லை. ஹஸ்தினாபுர சாம்ராஜ்யப் படையினரைக்

குறைத்து எடைபோடாதே. அவர்கள் பிதாமகன் பீஷ்மரின் தலைமையில் உருவான சைன்யம், நினைவு வைத்துக் கொள். இதைச் சொல்லத்தான் நான் வந்தேன், என்றான் துரியோதனன்.

ஜராசந்தன் சிறிது நேரம் பேசாமல் கிருஷ்ணனையே பார்த்துக் கொண்டிருந்தான்.

க்ஷத்திரிய குல தர்மத்தின்படி, நான் வெற்றி பெற்றால், திரௌபதியை மணக்க எனக்கு உரிமையுண்டு, அதை நீ மறுக்க முடியாது, என்றான் ஜராசந்தன்.

மகததேசத்து மாமன்னர் தம்முடைய கடைசிப் பேத்தியைக் காட்டிலும் இளையவளாகிய ஒரு பெண்ணை மணஞ்செய்து கொண்டால், அதை மகததேசத்து மக்கள் எப்படி எதிர் கொள்வார்கள்? க்ஷத்திரிய குல தர்மந்தான் எப்படி வரவேற்கும் என்று எனக்குப் புரியவில்லை, என்றான் கிருஷ்ணன் புன்னகை யுடன்.

இதைக் கேட்டுவிட்டு, துரியோதனன் உரக்கச் சிரித்தான்.

துரியோதனா, இந்த மாட்டிடையனை நம்பாதே, திரௌபதியை மணக்க இவன் திட்டமிட்டிருக்கிறான், என்றான் ஜராசந்தன்.

நானோ அல்லது யாதவ வீரர்களோ யாரும் இந்த வில் போட்டியில் கலந்து கொள்ளப் போவதில்லை. வில் போட்டிதான் திரௌபதியின் மணாளனைத் தீர்மானிக்கப் போகிறது, என்றான் கிருஷ்ணன்.

நீ வில் போட்டியில் பங்கேற்று, திரௌபதியை மணக்க விரும்புகிறாயா, என்று துரியோதனனைக் கேட்டான் ஜராசந்தன்.

துரியோதனன் தலையசைத்தான்.

அப்படியானால் நான் பங்கேற்கப் போவதில்லை. ஆனால், ஹஸ்தினாபுரமும் மகததேசமும் பாரதக் கண்டத்தை ஆள வேண்டும் என்பது என் அவா. நம் உறவு பலப்பட வேண்டும், இந்த உறுதிமொழியை எனக்குத் தருவாயா, என்று கேட்டான் ஜராசந்தன்.

துரியோதனன் இதை எதிர்பார்க்கவில்லை. அவன் கிருஷ்ணனைப் பார்த்தான்.

இங்கே பார்த்தீர்களா, ஜராசந்தனுக்குக் கீழே விழுந்தாலும் மீசையில் மண் ஒட்டவில்லை என்று காட்டிக் கொள்ள வேண்டும், என்ன செய்வது? கிருஷ்ணனுக்குப் புரிந்துவிட்டது, அவன் ஏன் இப்படிச் சொன்னான் என்று. மீசையில் மண் ஒட்டவில்லை என்பது மட்டுமில்லை, இன்னொரு காரணமும் உண்டு. அவன் துரியோதனனிடம் இந்த வாக்குறுதியைத் தரும் படி கேட்க, அதாவது, கிருஷ்ணனை பயமுறுத்துகிறானாம் இப்படிச் சொல்லி. உன் துவாரகை ஒரு சுண்டைக்காய் தேசம், நாங்கள் ஒன்று சேர்ந்துவிட்டால் உன்னைச் சாப்பிட்டு ஏப்பம் விடுவது பெரிய காரியமில்லை என்ற அர்த்தம், புரிகிறதா?

கிருஷ்ணன் சிரித்துக்கொண்டே சொல்கிறான், மிலேச்சனை நம்புவதைக் காட்டிலும் உள்நாட்டு சிநேகிதனை நம்புகிறாய், நல்லதுதான். குரு குல தேசத்துக்கும் உனக்கும் நட்பு ஏற்பட்டு விட்டால், நீயும் என் நண்பன்தான், இதை நினைவு வைத்துக் கொள், என்று.

சுயம்வரத்தன்று, ஜராசந்தன் என்ன செய்தான் என்று நினைக் கிறீர்கள்? துருபதனுக்கும் பாஞ்சாலிக்கும் தன் ஆசீர்வாதத்தை அளித்த பிறகு, இந்தப் போட்டியில் துரியோதனன் கலந்து கொள்வதனால், தன் பேரன் போட்டியிடுவதில் தனக்கு இஷ்டமில்லையென்றும், ஹஸ்தினாபுர இளவரசனுக்குத் தன் ஆசீர்வாதம் என்றும் சொல்லிவிட்டுப் போய்விட்டான்!

ஜராசந்தனைச் சமாளிப்பது என் பொறுப்பு, என்றவன் எப்படிக் கத்தியின்றி, ரத்தமின்றிச் சமாளித்தான் பாருங்கள்! இதற்குப் பிறகு, ஜராசந்தன் பிரச்னைக்கு இறுதித் தீர்வைப் பற்றித்தான்- ஹிட்லர் சொன்னானே final solution அந்த மாதிரி - ஏற்கெனவே சொல்லிவிட்டேன். இறுதித் தீர்வைத் தந்தவன் பீமன்.

ஜரா என்கிற வேடன் கேட்டிருக்கிறான், நீங்கள் துரியோதன னுக்கு இப்படியொரு ஆசை காட்டியது சரிதானா, என்று. அதற்குக் கிருஷ்ணன் சொன்னான், நான் என்ன ஆசை காட்டினேன், அவன் பாஞ்சாலியை மணக்க விரும்பினான். ஜரா சந்தன் ஒரு முக்கிய எதிர்க்கட்சி வேட்பாளன். எப்படி அவனைச் சமாளிப்பது என்று சொன்னேன், அவ்வளவுதான், என்று.

பாண்டவர்கள் சுயம்வரத்துக்கு வரப்போகிறார்கள் என்று உங்களுக்குத் தெரியுமா, என்றான் ஜரா என்கிற வேடன். அது

தெரியாது, அரக்கு மாளிகையிலிருந்து தப்பித்திருக்கக் கூடுமென்று நினைத்தேன். விதுரர் உதவியிருக்கின்றார் என்று அறிந்ததும் உறுதியாயிற்று. வில் போட்டி என்று அறிந்தால் அர்ஜுனன் கலந்து கொள்வான் என்பது என் அனுமானந்தான். அவனையும் மற்ற பாண்டவர்களையும் பிராமணர்கள் கொட்டகையில் பார்த்ததும் சந்தோஷமாக இருந்தது, என்று.

பிராமணர் கொட்டகையா, என்றான் ஜரா என்கிற வேடன்.

ஒவ்வொரு வர்ணத்தாருக்கும் ஒரு கொட்டகை. ஒவ்வொரு தேசத்து அரசனுக்கும், அவன் பரிவாரங்களுக்கும் தனித்தனிக் கொட்டகை. திருஷ்டத்யும்னனுக்கு என்ன வேலை என்றால் ஒவ்வொரு தேசத்து அரசனையும் அவன் மெய்க்கீர்த்தியுடன் மற்றவர்களுக்கு அறிமுகம் செய்ய வேண்டும். அறிமுகம் ஆனபிறகு, போட்டியில் கலந்து கொள்ள விரும்புகிற இளவரசன் மச்ச யந்திரம் இருக்கும் மண்டபத்தை நோக்கிச் செல்ல வேண்டும். அங்கே அந்த வில் இருந்தது. அந்த வில்லைத் தூக்குவதே மிகச் சிரமமான காரியம். தூக்கி, நாணேற்றி, மேலே ஒரு சக்கரத்தில் அதிவேகமாகச் சுழன்று கொண்டிருந்த ஒரு குட்டி மீன் யந்திர பொம்மையை, கீழே ஸ்படிகம் போன்ற தண்ணீர்த் தடாகத்தில் தெரிந்த நிழலைக் கொண்டு ஒரே முயற்சியில் அடிக்க வேண்டும். நல்ல உயரத்தில் அந்த மீன் சுழன்று கொண்டிருந்தது. கர்ணன், அர்ஜுனன் ஆகிய இருவரால்தான் அதை அடிக்க முடியும் என்று எனக்குத் தெரியும், வில் வித்தையில் மிகத் தேர்ச்சி பெற்றிருந்த ஜராசந்தனோ போட்டியி லிருந்து விலகிவிட்டான். துரியோதனன் கதை யுத்தத்தில் நிகரற்றவன். அவனுக்கு வில்லாற்றல் உண்டு என்றாலும், இத்தனை நுணுக்கமான போட்டியில் அவன் வெற்றி பெறுவது சந்தேகந்தான் என்பது என் முடிவு. துரியோதனன் வில்லை எடுத்த லாவகத்தையும், நாணேற்றிய சாமர்த்தியத்தையும் பார்த்த போது, நான் நினைத்தது தப்பாகிவிட்டதே என்ற வருத்தம் எனக்கு ஏற்பட்டது. மயிரிழையில் அவன் குறி தப்பியபோதுதான் எனக்கு ஆறுதலாக இருந்தது. அங்கு இருந்த எந்த க்ஷத்திரிய குல இளவரசனாலும் மீனை அடிக்க முடியவில்லை. அப்பொழுது துரியோதனன் எழுந்து ராதேயன் பங்கேற்கப் போகிறான் என்று அறிவித்தான். எதிர்பார்த்தபடி, பல க்ஷத்திரிய குல இளவரசர்கள் எதிர்த்தார்கள். க்ஷத்திரிய குலத்தவரைத் தவிர வேறு வர்ணத்தவர் கலந்துகொள்ளக் கூடாது என்றார்கள். உடனே நான் எழுந்து,

அப்படி ஏதும் திருஷ்டத்யும்னன் அறிவித்ததாகத் தெரியவில்லை. பிராமணர்கள், ஏன் நாலாவது வருணத்தைச் சார்ந்த நான்கூட கலந்து கொள்ளலாம். ஆனால் நான் பங்கேற்கப் போவதில்லை, ராதேயன் அங்க தேசத்து அதிபதி. அவன் ஏன் கலந்து கொள்ளக் கூடாது. பிராமணர்களில் யாரேனும் பங்கேற்க விரும்பினால், அவரும் முன்வரலாம் என்று சொல்லிவிட்டு, உட்கார்ந்தேன். துரியோதனன் என்னை நன்றியுடன் பார்த்தான். திரௌபதியின் முகத்தில் கர்ணன் ஜெயிப்பதில் சந்தோஷந்தான் என்ற பாவம் தெரிந்தது. அப்பொழுதுதான் அர்ஜுனன் என்னைப் பார்த்துப் புன்னகை செய்தான். நான் சொன்னது அவனுக்காகத்தான் என்று அவனுக்குப் புரிந்துவிட்டது. அவன் எழுந்து, நான் பிராமணன், பங்கு கொள்ளலாமா என்று கேட்டான். க்ஷத்திரிய குலத்தவரால் முடியவில்லை, மற்றைய வர்ணத்தாரும் முயற்சி செய்யலாம், என்றான் துருபதன்.

அர்ஜுனன், ஜடாமுடியுடன், முப்புரிநூல் அணிந்து, பிராமணக் கோலத்துடன் இருந்தாலும் அவன் குரலும் கண்களும் கர்ணன் மனத்தில் இனம் தெரியாத ஒரு சலனத்தை உண்டாக்கியது. யார் இவன், அடிமனத்தை நெருடுகிறதே. அர்ஜுனன் குரல் மாதிரி இருக்கிறது. ஆனால் அவன்தான் செத்துவிட்டானே, அவன் ஆவியா என்று ஒரே குழப்பம் அவனுக்கு. மறுபடியும் பிராமணர்கள் இருந்த கொட்டகையைப் பார்த்தான். அங்கிருந்த எல்லா பிராமணர்களுமே அர்ஜுனனாகத் தெரிந்தார்கள். மனக்குழப்பத்துடன் எழுந்து மச்ச யந்திரம் இருக்கும் இடம் நோக்கிச் சென்றான். வில்லை எடுத்தான், நாணேற்றினான். கீழே தண்ணீர் தடாகத்தைப் பார்த்தான். மீனின் நிழல் தெரியவில்லை. அர்ஜுனன் முகம் தெரிந்தது. ஒரு முகம் இரண்டாகி, இரண்டு நாலாகி, நாலு எட்டாகி, தடாகமே அர்ஜுனனாயிற்று. ராதேயன் அம்பை எய்யவில்லை. சோர்ந்து, வில்லைக் கீழே வைத்து விட்டுத் திரும்பி வந்தான். அனைவருக்கும் அதிர்ச்சி. எனக்குத் தலை சுற்றுகிறது என்றான் அவன் துரியோதனனிடம்.

அர்ஜுனன் எழுந்து வந்தான். க்ஷத்திரியர்கள் சாதிக்க முடியாததை இந்த பிராமணனா சாதிக்கப் போகிறான் என்று கிண்டலாகச் சிரித்தார்கள் அரசர்கள். அர்ஜுனன் வில்லை எடுத்தது தெரியவில்லை. நாணேற்றியது தெரியவில்லை. ஒரு கணத்தில் மீன் இரு துண்டங்களாகத் தடாகத்தில் விழுந்தது. பிராமணர் கொட்டகையில் ஒரே கைத்தட்டல், ஆரவாரம்,

பிராமணனை அனுமதித்திருக்கக் கூடாது என்று சில க்ஷத்திரிய இளவரசர்கள் எழுந்து வாளை உருவியவாறு கூப்பாடு போட்டனர். உடனே நான் எழுந்து சொன்னேன், துருபத மன்னர் அனுமதி கொடுத்த பிறகுதான் அந்தப் பிராமண இளைஞன் வந்தான். இப்பொழுது முறையிடுவது சரியில்லை என்று. திரௌபதி என்னைப் பார்த்தாள். மாலையிடு என்று கண் அசைத்தேன். கழுத்தில் விழுந்த மாலையுடன் தர்மனனின் ஆசீர்வாதம் பெற, பிராமணக் கொட்டகையை நோக்கி ஓடினான் அர்ஜுனன். திரௌபதி தந்தை அருகில் போய் நின்றாள். நான் அவர்களிடம் சென்று, அவன் பிராமணன் இல்லை, கவலை வேண்டாம், அவன்தான் அர்ஜுனன் என்று கீழ்க்குரலில் சொன்னேன். முகமே ஆச்சரியக் குறியாக, துருபதன் அர்ஜுனனைப் பார்த்தான். திரௌபதி சொன்னாள், கண்ணா, பார் அங்கே, பாண்டவர்கள் ஐவரும் தாங்கள் அம்பை எய்தது போல சந்தோஷத்தில் குதித்துக் கொண்டிருக்கின்றனர். நான் ஒரு வனுக்கு மட்டும் மனைவியானால், இவர்களுடைய ஒற்றுமை குலைவதற்குக் காரணமாக இருந்து விடுவேனோ, என்று. நான் மௌனமாகப் பாண்டவர்கள் இருக்கும் இடம் நோக்கிச் சென்றேன். ஒரு பிராமண வாலிபனின் வெற்றியை ஏற்றுக் கொண்டு, மிகக் கௌரவமாகத் திரும்பிப் போன துரியோதன னுக்குப் பிறகுதான் தெரிந்தது. ஜெயித்தது அர்ஜுனன் என்று. அழகான பெண்ணைத் தட்டிக் கொண்டு போய் விட்டானே என் ஜென்ம எதிரி, அதுவும் பிராமண வேஷத்தில் வந்து ஏமாற்றி விட்டானே என்று அவனுக்குக் கோபம் பதின்மடங்காயிற்று, என்று ஒரு நீண்ட சொற்பொழிவை நிகழ்த்தி விட்டு ஜரா என்கிற வேடனைப் பார்த்தான் கிருஷ்ணன்.

நாரதா, பாஞ்சாலி சொன்னது loaded statement இல்லையா? ஒருவனுக்கு மட்டும் மனைவியானால் இவர்களுடைய ஒற்றுமை குலைவதற்குக் காரணமாக இருந்து விடுவேனோ என்று. அப்படியானால், அவளுக்கு நடக்கப் போவது தெரியுமா? சொல், நாரதா, சொல் என்று கேட்கிறீர்கள், அப்படித்தானே?

அவளுக்குத் தெரியுமா, தெரியாதா என்று எனக்குச் சொல்லத் தெரியவில்லை. நடந்ததை, கிருஷ்ணன் ஜரா என்கிற வேடனிடம் சொன்னபடி, அவன் என்னிடம் சொன்னபடி, சொல்கிறேன். எப்படி வேண்டுமானாலும் நீங்கள் முடிவு செய்து கொள்ளலாம்.

பாஞ்சாலியை அழைத்துக்கொண்டு, அவர்கள் தங்கியிருந்த பிராமணர் இல்லத்துக்குப் போகின்றார்கள். தர்மன் வாசலில் இருந்தே சொல்கிறான். அம்மா, பிட்சை கொண்டு வந்திருக் கிறோம், என்று. அம்மா உள்ளேயிருந்தபடியே, ஐவரும் பகிர்ந்து கொள்ளுங்கள் என்கிறாள். அவர்கள் உள்ளே போனபிறகுதான் தெரிகிறது. அவர்கள் கொண்டு வந்திருப்பது ஒரு பெண்! குந்தி திடுக்கிடுகிறாள். என்ன இப்படிச் சொல்லிவிட்டோமே என்று. மூத்தவனுக்குத் திருமணம் ஆகாமலிருக்கும்போது, நான் திரௌபதியைக் கல்யாணம் செய்து கொள்வது முறையன்று. யுதிஷ்டிரன்தான் பாஞ்சாலியைக் கைப்பிடிக்க வேண்டுமென்று அர்ஜுனன் கூறுகிறான். அம்மா வாக்குப் பொய்த்து விடக் கூடாது. ஐவரும் மணஞ்செய்து கொள்வோம் என்கிறான் தர்மன். துருபதனும், அவன் மகன் திருஷ்டத்யும்னனும் இதைக் கேட்டுத் திடுக்கிடுகிறார்கள். வியாஸரிடம் பஞ்சாயத்து கேட்டபோது அவர் சொல்லுகிறார். அந்தக் காலத்தில் ஒரு பெண் பல ரிஷிகளை மணப்பது சகஜந்தான் என்று. ஜடிலை என்ற பெண் ஏழு ரிஷிகளை மணந்தாள் என்ற புள்ளி விவரமும் தருகிறார். பிரசேதஸ் சகோதரர்கள் என்று அழைக்கப்பட்ட பத்து முனிவர் களுக்கும் ஒரே மனைவிதான் என்றும் சொல்கிறார்.

குந்தி சொன்னாள், என் ஐந்து பிள்ளைகளும் ஒற்றுமையாக இருக்க வேண்டும், நான் தவறிச் சொல்லிவிட்ட வார்த்தைகளும் பொய்த்து விடக்கூடாது, என்ன செய்வது என்று. அப்பொழுது அங்கே வந்த கிருஷ்ணன், திரௌபதி நீ என்ன சொல்கிறாய் என்று கேட்டிருக்கிறான். இதில் சம்பந்தப்பட்டிருப்பவள் நான் என்று உணர்ந்து உனக்காவது கேட்கத் தோன்றிற்றே என்று சந்தோஷப் படுகிறேன். இந்த ஐந்து பேரும் என்னை ஏலம் விடுவதைப் பார்த்தால், இவர்கள் பிரச்னை தீர்வதற்கு ஒரே வழி, ஐவரையும் மணப்பதுதான் என்று சொன்னாள் திரௌபதி. பாஞ்சாலி பின்னொரு சமயம் கிருஷ்ணனிடம் கூறினாளாம், குந்திக்குத் தன் பிள்ளைகள் சுயம்வரத்தில் பங்கேற்கப் போயிருக்கிறார்கள் என்று தெரியாதா, அப்படியிருக்கும்போது, தர்மன் என்னை பிட்சை என்று குறிப்பிடுவானேன். வில் போட்டிக்குச் சென்ற வர்கள் பிட்சையா கொண்டு வரப்போகிறார்கள். இதுகூடவா அம்மாவுக்குத் தெரியவில்லை. யார் வில் போட்டியில் கலந்து கொண்டிருக்க முடியும். அர்ஜுனனைத் தவிர, அப்படியிருக்கும் போது, ஐவரும் பகிர்ந்து கொள்ளுங்கள் என்று உள்ளிருந்த படியே சொன்னால் என்ன அர்த்தம். தர்மன் அம்மா வாக்கு

பொய்க்கக் கூடாது என்று திரும்பத் திரும்பச் சொல்வானேன். அப்பொழுதே எனக்கு எல்லாம் விளங்கி விட்டது. ஓர் ஆண் பல பெண்களை மணக்கும்போது, ஒரு பெண் பல ஆண்களை ஏன் மணக்கக்கூடாது? அதனால்தான், நீ கேட்டபோது ஐவரையும் மணக்கிறேன் என்று சொல்லிவிட்டேன். ஆனால் ஐவரையும் மணந்து என்ன பயன், அன்று கௌரவர் சபைதனில், தர்மம், தர்மம் என்று புலம்பிக் கொண்டிருக்கும் யுதிஷ்டிரனின் தர்மம் செத்துக் கிடந்தபோது, என் மானத்தைக் காப்பாற்றியவர் யார், நீதானே? கோழையாக இருப்பதா தர்மம், பன்னிரண்டு ஆண்டுகள் இப்படிக் காட்டில் மிருகங்கள் போல் அலைந்து திரிய வேண்டியிருக்கிறதே, எந்தத் தர்மத்தைக் காப்பாற்ற? காட்டில் சந்தித்த எல்லா ரிஷிகளையும் கேட்டுவிட்டேன், தர்மம் என்றால் என்னவென்று? ஒருவர் பதிலாவது திருப்தி அளிக்கவில்லை. நீ சொல், தர்மம் என்றால் என்ன, என்று.

கிருஷ்ணன் சொன்னான், தர்மம் என்றால் வழி, சூழ்நிலைக் கேற்றபடி தேர்ந்தெடுக்கும் பாதைதான் தர்மம். யுதிஷ்டிரன், தர்மந்தான் முடிவு, எந்த நிலையிலும் சத்தியத்தைக் காப்பாற்று வது என்பதுதான் அதன் பாதை என்று நினைக்கின்றான். வேறொரு பரிமாணத்தில் அவனால் சிந்திக்க முடியாது என்பது தான் அவன் விதி, குணச்சித்திரம். வேறு பரிமாணங்களில் சிந்திக்க முயற்சி செய்து, அண்ணனோடு என்ன வழக்காடி னாலும் இறுதியில் அவன் வார்த்தைக்குக் கட்டுப்படுவதுதான் மற்றைய பாண்டவர்களுடைய விதி, குணச்சித்திரம். எதற்காக ஒரு வறட்டுத்தனமான ஒரு கோட்பாட்டு எல்லையை நிர்ணயித்துக் கொண்டு, பொறியில் அகப்பட்ட எலி போல் தவிக்க வேண்டும் என்று நீ தொடர்ந்து வினா எழுப்பிக் கொண்டு இருந்தாலும், உன்னாலும் அந்த வட்டத்தை விட்டு வெளியே வர இயலவில்லை என்பதுதான் உண்மை. மனித வாழ்க்கைக்கு அர்த்தம் கற்பிப்பதும் இந்த மனப்போராட்டங்கள்தாம். குணச் சித்திர முரண்பாடுகள்தாம். இவை அனைத்துமே வாழ்க்கை என்கிற அலகிலா விளையாட்டின் விதிகள். பிறந்துவிட்டால் விளையாடித்தான் ஆகவேண்டும், விலகிச் செல்ல வழியில்லை, என்று.

இந்தச் சம்பாஷணை எங்கு நடக்கிறது தெரியுமா? தர்மன், சூதாட்டத்தில் நாட்டை இழந்து, தம்பிகளுடனும் திரௌபதி யுடனும் காம்யக வனத்துக்குச் சென்றானே அப்பொழுது.

கிருஷ்ணன் அவர்களை அங்கே சந்திக்கச் செல்கிறான். பாண்டவர்களிடம் கூட அவ்வளவு பேசவில்லை. பாஞ்சாலியிடம் நீண்ட நேரம் பேசினான். வாழ்க்கையில் நாம் படும் துயரங்கள்தாம் நம் மனவலிமையை நிர்ணயிக்கும் அளவுகோல். அக்னியில் பிறந்தவள் நீ. தணியாத உன் சீற்றத்தைப் புலப் படுத்தப் போகும் வெறும் கருவிகள்தாம் உன் கணவர்கள் ஐவரும். இதை என்றும் நினைவில் கொள், என்கிறான் கிருஷ்ணன்.

திரௌபதி சில விநாடிகள் மௌனமாக இருந்து விட்டு, பிறகு சொன்னாள், என் சீற்றம் மட்டுமல்ல, பெண் இனத்தின் சீற்றம். சூதாட அழைப்பு வந்தால் க்ஷத்திரியர்கள் மறுக்கக் கூடாது என்பது என்ன க்ஷத்திரிய தர்மம்? யுதிஷ்டிரனுக்கே சூதாட வேண்டுமென்ற பலவீனம் இருந்திருக்கிறது. ஆடினான். நாட்டை வைத்து இழந்தது போதாமல், தம்பிகளை வைத்து இழந்தது போதாமல், அடிமை ஆனபிறகு, என்னைப் பணயம் வைத்து இழக்க அவனுக்கு என்ன உரிமை? ஹஸ்தினாபுரத்துச் சிம்மம், பிதாமகன் என்ற பெரிய பெயரைப் பூண்டு, வாயை மூடிக் கொண்டுதானே இருந்தது? தன்னுடைய பிரம்மசார்ய விரதத்தைக் காப்பாற்றுவதில் முனைப்பாக இருந்த அவர், தம்பிக்குத் திருமணம் செய்து வைக்க, காசி தேசத்து அரச குமாரிகளைக் கடத்திக் கொண்டு வந்தாரே, இதுவா தர்மம்? காந்தார தேசத்து அரசன் சுபலனை அச்சுறுத்தி, அவன் மகள் காந்தாரியைப் பார்வையற்ற திருதராஷ்டிரனுக்கு மணம் செய்வித்தாரே, இதுவா தர்மம்? அன்று சூதாட்ட மன்றத்தில் ராதேயன் சொல்கேட்டு, துச்சாதனன் என் துகிலை உரித்தபோது, அந்தக் கட்டை பிரும்மசாரி உள்பட, துரோணன், கிருபன், சஞ்சயன் எல்லாருமா இந்த அரிய சந்தர்ப்பத்துக்காகக் காத்துக் கொண்டிருந்தனர்? குருதியில் தோய்த்து என் குழலை முடிக்கும் காலத்துக்காகத்தான் காத்திருக்கிறேன் கண்ணா, என்று.

கிருஷ்ணன், ஜரா என்கிற வேடனிடம் சொன்னான், மஹா பாரதமே பெண்ணின் சீற்றத்தைச் சொல்லும் கதைதான். பாரதப் போர் முடிந்தபிறகு, காந்தாரி என்னிடம் சொன்னாள், கண்ணைக் கட்டி எனக்குக் கல்யாணம் செய்வித்தார்கள். என் இருண்ட உலகத்தில் எனக்கு இருந்தது புத்திர பாசந்தான். அதற்கும் முற்றுப்புள்ளி வைத்து விட்டாயே, கண்ணா! நீ நினைத்திருந்தால் இந்தப் போர் வராமல் உன்னால் தடுத்திருக்க முடியாதா?

க்ஷத்திரிய குலத்தை அடியோடு நிர்மூலமாக்க வேண்டுமென்பது தானே உன் திட்டம்? இதே மாதிரி, முப்பத்தாறு ஆண்டுகள் கழித்து உன் யாதவ இனமே அழியப் போகிறது. இது என் சாபம், என்று.

ஜரா என்கிற வேடன் கேட்டிருக்கிறான், அநேகமாகப் பாண்ட வர்கள் சம்பந்தப்பட்ட எல்லா நிகழ்ச்சிகளின் போதும் நீங்கள் அவர்களோடு இருந்திருக்கிறீர்கள். ஆனால், நீங்கள் இருந்திருக்க வேண்டிய மிக முக்கியமான சூழ்நிலையில், அதாவது சூதாட்டத்தின்போது நீங்கள் அவர்களுடன் இல்லாமல் எங்கே போனீர்கள்? சூதாட்டத்தை உங்களால் தடுத்திருக்க முடியாதா, என்று.

நீங்கள் என்ன நினைக்கிறீர்கள்? ஜரா என்கிற வேடனின் கேள்வி, மிகவும் நியாயமான, முக்கியமான கேள்வி. சூதாட்டத்தைத் தடுத்திருக்க முடியாவிட்டாலும், துரியோதனனுக்கு proxy சகுனி என்றால், தர்மனுக்கு proxy ஆக கிருஷ்ணன் விளையாடி இருக்கலாம் அல்லவா? கீதையில் அவனே சொல்லியிருக் கிறான், தான் கைதேர்ந்த சூதாட்டக்காரன் என்று. ஆட்டம் எல்லாம் முடிந்து, தோற்று, பாண்டவர்கள் வனவாசம் போன பிறகு, அவர்களைச் சந்திக்கச் செல்கிறான் கிருஷ்ணன். இதற்கு என்ன காரணம்?

கிருஷ்ணன் பாண்டவர்களிடம் சொல்லும் காரணம், அடாடா, நான் அப்பொழுது உங்களுடன் இல்லாமல் போய்விட்டேனே, சால்வன் துவாரகையைக் கைப்பற்ற வந்தான். அவனுடன் போரிட வேண்டியிருந்தது. எனக்கு இங்கு நடந்தது எதுவுமே தெரியாது, என்று.

சால்வன் துவாரகையைத் தாக்கியது உண்மைதான். சால்வனும் சிசுபாலனும் நெருங்கிய நண்பர்கள். இந்திரபிரஸ்தத்தில், தர்மன் செய்த ராஜசூய யாகத்தின்போது, தன்னை மிகவும் ஏசிப் பேசிய சிசுபாலனை கிருஷ்ணன் கொல்கிறான். ஆகவே, கிருஷ்ணன் இந்திரபிரஸ்தத்தில் யாகம் முடிந்தும் தொடர்ந்து இருந்தபோது, சால்வன் துவாரகையின்மீது படையெடுக்கிறான். கிருஷ்ணன் அவசர அவசரமாக துவாரகைக்குத் திரும்புகிறான்.

சால்வனுடன் கடுமையான சண்டை நடக்கிறது. சால்வன் முறியடிக்கப்பட்ட சில மாதங்களுக்குப் பிறகுதான் ஹஸ்தினா

புரத்தில் சூதாட்டம் நிகழப் போகும் புதிய மண்டபத்துக்கு திருதராஷ்டிரன் அழைப்பின்பேரில் தர்மன் போகப் போகிறான் என்ற செய்தி கிருஷ்ணனுக்கு வருகிறது. ஆட்டத்தைத் தடுத்து நிறுத்த அவன் போயாக வேண்டுமென்று பலராமன் அவனை வற்புறுத்துகிறான். ஆனாலும் அவன் போகவில்லை.

காரணம், அவனுக்கு முன்னமே தெரியும், துரியோதனனின் முடிவை வைத்து script எழுதப்பட்டாகி விட்டதென்று. இந்தத் துன்பியல் நாடகத்தின் முகம், பிரதிமுகம் இரண்டுமே திரௌபதியின் சுயம்வர மண்டபத்தில் தொடங்குகின்றன. சூதாட்ட மண்டபத்தில்தான், அதன் கர்ப்பம். சுயம்வர மண்ட பத்தில் பார்த்த பாஞ்சாலியின் அழகான தோற்றத்தை துரியோத னனாலும் ராதேயனாலும் மறக்க முடியவில்லை. அதனால்தான், ஒருவன் 'அவள் ஆடையைக் களை' என்கிறான். இன்னொருவன் வந்து உட்கார் என்று தொடையைக் காண்பிக்கின்றான். ஐவர் ஆளலாம், நாமும் ஆளக்கூடாதா என்ற ஆண் வெறி.

கிருஷ்ணன், ஜரா என்கிற வேடனிடம் சொன்னான், இந்தக் காட்சியில், பாஞ்சாலியின் துகில் மட்டுந்தான் உரியப்பட்டது என்று நினைக்கிறாயா? அந்த அவையிலிருந்த ஆண்கள் அனைவருடைய முகத்திரையும் கிழிந்தது, தோல் உரிந்தது. பீஷ்மன் இறுதியில் அம்புப் படுக்கையில் இருந்தபோது என்னிடம் சொன்னான், அன்று அச்சூதாட்ட மண்டபத்தில், திரௌபதிதான் என் முகத்தை எனக்குக் காண்பித்தாள், என்று. என்ன தெரிந்தது என்று கேட்டேன். தெரிந்தது, மனித முகம் இல்லை, இயந்திர முகம் என்றான். புரிகிறது என்றேன். என்ன புரிகிறது என்றான். உன் தந்தை திருமணம் செய்து கொள்வ தற்காக, நீ அரச பதவி வேண்டாமென்று செய்த தியாகம் உன்னை அறியாமலேயே உன் அகங்காரமாகி விட்டது. அதன் வெளிப்பாடுதான் நீ பூண்ட பிரம்மசார்ய விரதம். அரச பதவியில் உனக்கு விருப்பமில்லை என்று உனக்கு நீயே நிரூபித்துக் கொள்ள ராஜவிசுவாச வெறியாக அது உன்னை ஆட்கொண்டது. குரு குலப் பெருமையே உன் அரசியல் கோஷமாயிற்று. அதன் தொடர்ச்சிக்காக நீ எது வேண்டுமானாலும் செய்யத் தயாராக இருந்தாய். தம்பிக்குக் கல்யாணம் செய்து வைக்க அரசகுமாரி களை அவர்கள் விருப்பத்துக்கு மாறாகக் கடத்திக் கொண்டு வர நீ தயங்கவில்லை. அரச பதவியில் யாராக இருந்தாலும் சரி அவனை ஸ்தாபனமாகப் போற்றி ராஜவிசுவாசத்தைக் காட்டும்

நீ, அநீதியையும் அக்கிரமத்தையும் சொல்லளவில் எதிர்த்தாலும் செயலளவில் எதிர்க்காமல் மனித முகம் இழந்து அதிகார வர்க்கத்தின் இயந்திர முகம் ஆகிவிட்டாய் என்று நான் ஆச்சரியப் படவில்லை, என்றேன். நான் பாண்டவர்களுடன் சேர்ந்து துரியோதனனை எதிர்த்திருக்க வேண்டுமென்கிறாயா, என்றான் பீஷ்மன். அப்படிச் செய்திருந்தால் நீ பீஷ்மனாக இருக்க மாட்டாய், உன் அடையாளத்தைத் தொலைத்திருப்பாய். உன்னை நன்கு அறிந்து வைத்திருந்த நான் அதனால்தான் நீ மிக உக்கிரமாகப் போரிட்டுக் கொண்டிருந்தபோது பண்டவர் சைன்யம் முழுவதையும் நிர்மூலமாக்கி விடுவாயோ என்று பயந்து உன் முன் சிகண்டியைக் கொண்டு வந்து நிறுத்தச் சொன்னேன். அவள் ஆணாக மாறியிருந்தும் உன் ஆண்- பிரம்மசாரி அகங்காரத்தில் நீ அவனைப் பெண்ணாகவே கருதிப் போரிடுவதை நிறுத்தி விடுவாய் என்று நான் எதிர்பார்த்தேன். நீயும் அப்படியே செய்தாய், என்றேன் நான். நீ செய்தது யுத்த தர்மம் என்று நினைக்கிறாயா என்று கேட்டான் பீஷ்மன். யுத்தம் என்கிறபோது, தர்மம் அதர்மம் என்று எதுவுமில்லை. வழி முக்கியமன்று, முடிவுதான் முக்கியம். அநியாயத்தை நியாயத் தால் வெல்ல முடியவில்லை என்றால் அநியாயத்தை அநியாயத் தினாலே வெல்வதில் தவறேதுமில்லை. இதுதான் கலியுக தர்மம். வெற்றிதான் தர்மத்தை நிர்ணயிக்கிறது, என்றேன் நான்.

கிருஷ்ணன் சொல்வதைக் கேட்டீர்களா? இந்தக் காலத்திய தர்மத்தின் அளவுகோலை எவ்வளவு அற்புதமாகச் சொல்லி இருக்கிறான் பாருங்கள். குருக்ஷேத்திரம் அங்கு நடந்த போரைப் பொறுத்த வரையில் தர்மக்ஷேத்திரமாகவே இல்லை. கிருஷ்ணன் துரியோதனனிடம் சொன்னபடி முதல் ஒன்பது நாள்கள் யுத்த தர்ம விதிகள் அனுஷ்டிக்கப்பட்டன. அடுத்த ஒன்பது நாள்கள் நடந்த போரில் ஒரு கட்சி இன்னொரு கட்சி அதர்மப் போர் செய்ததாகக் குற்றஞ்சாட்டுவதற்கு இடமில்லாமல் சமதர்மப் போராக அது மாறியது! துரியோதனனிடம் கிருஷ்ணன் எப்பொழுது சொன்னான் என்று கேட்கிறீர்களா?

12

த்வைபாயன ஏரியில் துரியோதனன் தன் விழுப்புண்களை ஆற்றிக் கொண்டிருக்கும்போது பாண்டவர்களும் கிருஷ்ணனும் அங்கே வருகின்றனர். பீமன் துரியோதனனை கதை யுத்தத்துக்கு அழைக்கின்றான். கதை யுத்தத்தில் மிகச் சிறந்த இரண்டு வீரர்கள் போரிடுகின்றார்கள். ஆனால் கூட்டம்தான் இல்லை! கௌரவர் களில் அநேகமாக எல்லாருமே போரில் மடிந்து போய் விட்டனர். கௌரவர்களைச் சார்ந்த கிருதவர்மன், கிருபன், அஸ்வத்தாமன் ஆகியோர் மட்டும்தான் எஞ்சியிருந்தனர். துரியோதனனிடத்துத் தனி அன்புடைய பலராமன் யுத்தத்தைப் பார்க்க வருகிறான்.

மிக உக்கிரமாகப் போர் நடக்கிறது.

இருவருமே கதை யுத்தத்தில் பலராமனுடைய சிஷ்யர்கள். ஒருவருக்கொருவர் சளைத்தவர் அல்லர். பீமன் தன் அளவற்ற பலத்தைப் பயன்படுத்துகிறான். துரியோதனன் இப்போரில் கலைஞன். விண்ணிலும் மண்ணிலுமாகப் பாய்ந்து, தன் திண்ணிய, நாட்டியத்துக்கேற்ற உடம்பை ஆட்டியும் வளைத்தும் நெளிந்தும் நிமிர்ந்தும் போராடுகிறான். பீமனுடைய தாக்குதலை மிக லாகவமாகச் சமாளித்து, பீமன் எதிர்பாராத சமயத்தில் அவனைத் தன் கதையினால் பல தடவைகள் அடித்தான் துரியோதனன். பீமன் சோர்வடைந்து வருவது கிருஷ்ணனுக்குத் தெரிந்தது. சூதாட்டத்தில் தோற்றபிறகு, பாஞ்சாலியைத் தன் தொடையில் உட்காரும்படி துரியோதனன் அழைத்தபோது, பீமன், அவன் தொடைகளை பிளக்கப் போவதாகச் சபதம் செய்கிறான். கிருஷ்ணனுக்கு இது நினைவுக்கு வந்தது. ஆனால் கதை யுத்தத்தில் இடுப்புக்குக் கீழே அடிப்பது, நீங்கள் என்ன சொல்வீர்கள், foul game, ஆடித்தான் ஆகவேண்டும்.

துரியோதனன் பீமன் அடிக்க வரும்போது ஆகாயத்தில் எழும்பு கிறான். பிறகு வேறோர் இடத்தில் குதிக்கிறான். முன்பக்கமாக வந்து பீமனைத் தாக்குகிறான். இதைப் பார்த்துக் கொண்டே, கிருஷ்ணன் அர்ஜுனனிடம் சற்று உரக்கச் சொல்கிறான், எவ்வளவு அற்புதமாக துரியோதனன் போராடுகிறான் பார். இப்படி ஆகாயத்துக்கும் பூமிக்குமாகக் குதித்துக் கொண்டே இருந்தானானால், பீமனால் அவன் தொடையை எப்படிப் பிளக்க முடியும், என்று.

புரிகிறதா உங்களுக்கு? பீமன் மறந்துவிட்ட சபதத்தை அவனுக்கு நினைவூட்டி foul game ஆடு என்கிறான் கிருஷ்ணன்!

என்ன உளறுகிறாய், இடுப்புக்குக் கீழே அடிப்பது அதர்மப் போர் என்று பலராமன் சொல்லிக் கொண்டே இருக்கும்போது, சூதாட்டக் காட்சி நினைவைத் தாக்க, தன் பலம் முழுவதையும் பிரயோகித்து துரியோதனன் தொடையில் ஓங்கி கதையால் அடித்தான் பீமன். இதைச் சற்றும் எதிர்பார்க்காத துரியோதனன் எல்லையற்ற சினத்துடன் கிருஷ்ணனைப் பார்த்தான். தான் சொன்னது அவன் காதிலும் விழுந்திருக்க வேண்டுமென்று பட்டது கிருஷ்ணனுக்கு. சில விநாடிகள் செயலற்று நின்ற துரியோதனனை மீண்டும் தொடையில் அடித்தான் பீமன்.

துரியோதனன் தரையில் சாய்ந்தான்.

பீமன் அவன் தொடையை மீண்டும் மீண்டும் தாக்கிய பிறகு, தன் காலை அவன் மார்பில் வைத்தான்.

பலராமனால் இதைப் பொறுத்துக் கொள்ள முடியவில்லை. மழுவாயுதத்தை எடுத்துக் கொண்டு பீமனைத் தாக்க ஓடினான். கிருஷ்ணன் விரைவில் பாய்ந்து அவனைத் தடுத்தான்.

துரியோதனன் முகத்தில் புன்னகையுடன் சொன்னான், பீமனைத் தாக்காதீர்கள். தாக்கப்பட வேண்டியவன் உங்கள் அருமைத் தம்பி. தொடையில் அடிக்கும்படி மிகச் சாமர்த்தியமாக யோசனை சொன்னவன் அவன்தான். பீமன் மறந்து போன சபதத்தை அவனுக்கு நினைவூட்டியவன், தர்மம், தர்மம் என்று வாய்கிழியப் பேசும் உங்கள் அருமைச் சகோதரன். பாரதப் போருக்கே அவன்தான் காரணம். அவனைக் கொல்லுங்கள், தர்மம் காப்பாற்றப்படும், என்று.

பலராமன் கிருஷ்ணனைப் பார்வையினால் சுட்டெரித்தான். கிருஷ்ணா, நீ செய்திருப்பது மன்னிக்க முடியாத குற்றம். துரியோதனன் சொல்வது சரிதான். உன்னைக் கொன்றால் தர்மம் காப்பாற்றப்படும் என்றான் பலராமன். கோபத்தின் எல்லையில் போர் என்று வந்தபிறகு, தர்மப் போர், அதர்மப் போர் என்று எதுவுமில்லை. போர் தொடங்கி ஒன்பது நாள்கள் யுத்த விதிகள் அனுஷ்டிக்கப்பட்டன. பிறகு?, என்றான் கிருஷ்ணன்.

யார் இதற்குக் காரணம்? நீதான், பத்தாவது நாள் பிதாமகன் கொல்லப்பட்டதற்கு யார் காரணம்? சிகண்டியைக் கொண்டு வந்து பிதாமகன் முன் நிறுத்தச் சொன்னவன் யார், நீதானே? அஸ்வத்தாமன் என்ற யானையைக் கொல்லச் செய்துவிட்டு, அஸ்வத்தாமன் கொல்லப்பட்டு விட்டான் என்று துரோணர் காதில் விழும்படியாக சொல்லச் சொன்னவன் யார், நீதானே? இந்த இழிவான பொய்க்கு, இதோ நிற்கிறானே, இந்த தர்மிஷ்டன், அவனும் உடந்தைதானே? நியாயமான போரில் உங்களால், துரோணரை வென்றிருக்க முடியுமா, ராதேயன் ஒரு முறைதான் சக்தி அஸ்திரத்தை உபயோகிக்க முடியும் என்று தெரிந்து, அவ்வாயுதத்தை அவன் கடோத்கஜன் மீது பிரயோகிக்கும்படிச் செய்து, அவனைப் பலமிழக்கச் செய்தவன் யார், நீ தானே? அந்த அஸ்திரம் மட்டும் ராதேயனிடம், அர்ஜுனனோடு போரிடும்போது இருந்திருந்தால் அர்ஜுனன் இப்பொழுது இங்கு நின்று கொண்டிருக்க முடியுமா? இந்திரனிடம் ராதேயனின் கவசத்தையும் காது குண்டலங் களையும் தானமாகப் பெற யோசனை சொன்னவன் நீதானே? போரின்போது கர்ணனிடம் அவை இருந்திருந்தால் அர்ஜுன னால் அவனை என்ன செய்திருக்க முடியும்? எல்லாவற்றுக்கும் இழிவின் சிகரமாக, போர் நடந்து கொண்டிருக்கும்போதே, ஈடு இணை சொல்ல முடியாத கொடை வள்ளல் தன்மையினால் ராதேயன் பெற்ற புண்ணியம் அனைத்தையும் அது அவனுக்குப் பாதுகாவலாக இருந்துவிடக் கூடாதென்று தானமாக வாங்கிக் கொண்டவன் யார், நீதானே?

ராதேயன் பூமியில் இறங்கிப் போன தேர்ச்சக்கரத்தைச் சரி செய்யும்போது, அவன்மீது கணை தொடுக்கும்படி அர்ஜுன னுக்குச் சொன்னவன் யார், நீதானே? போர் என்று வந்து விட்டால், தர்மப்போர் அதர்மப்போர் என்று எதுவும் கிடையாது என்கிறாயே, உன்னால்தான் இதைச் சொல்ல முடியும். தர்மத்தைக்

காப்பாற்ற வேண்டுமென்றால் உன்னைத்தான் கொல்ல வேண்டும், என்றான் துரியோதனன்.

கிருஷ்ணன் துரியோதனன் அருகில் சென்று நின்றான். சிறிது நேரம் அவனை உற்றுப் பார்த்துவிட்டுச் சொன்னான். வணங்கா முடிமன்னனாக இருந்த நீ இப்பொழுது இப்படித் தரையில் கிடந்து புலம்புவதைப் பார்க்கப் பரிதாபமாக இருக்கிறது. நீ சொன்ன எதையும் நான் மறுக்கவில்லை. உலகில் எந்த மதிப்பீட்டுக்குமே பரிபூரணமான அர்த்தம் கிடையாது. நீ ஆடும் ஆட்டத்தைப் பார்த்து, அதற்கேற்ப ஆட்ட விதிகளைப் புதுப் பித்துக் கொண்டு நான் ஆடுகின்றேன். இதுதான் என்னுடைய இப்பொழுதைய தர்மம். ஆரம்பத்திலிருந்தே நீ தப்பாக ஆடிக்கொண்டு வந்திருக்கிறாய். அதனால்தான் ஹஸ்தினாபுரத்து மன்னனாக நாட்டை ஆளவேண்டிய நீ இப்பொழுது புழுதியை ஆண்டு புலம்பிக் கொண்டிருக்கிறாய். நீயும் வாழ்ந்து, மற்றவர் களையும் வாழவிட வேண்டுமென்ற எண்ணம் உனக்கு ஏன் இல்லாமல் போயிற்று? பாண்டவர்களைத் தொடக்கத்தில் இருந்தே வெறுத்து வருவதற்கு என்ன காரணம்? இந்தப் பொறாமை என்ற குணம் மட்டும் உன்னிடம் இல்லாமல் இருந்திருந்தால் நீ எப்படி இருந்திருப்பாய் என்று யோசித்துப் பார். பீமனை நஞ்சிட்டுக் கொல்ல முயற்சி செய்திருப்பாயா? அரக்கு மாளிகையை எரித்து இருப்பாயா? சூதினால் வஞ்சகமாக தர்மனை ஏமாற்றிஇருப்பாயா? ஐவருக்கு மட்டுந்தானா இந்த அழகு, எனக்குப் பங்கில்லையா என்று பாஞ்சாலியின் துகிலை உரிக்கச் சொல்லியிருப்பாயா? சகோதரர்களைக் காட்டுக்கு விரட்டியிருப்பாயா? பச்சிளம் பாலகன் அபிமன்யுவை, அவன் நிராயுதபாணியாக நின்றபோது, ராதேயன், கிருபர், அஸ்வத்தாமன், கிருதவர்மன், பிரஹத்பலன், துரோணர் ஆகிய ஆறு மஹாரதிகளுமாகச் சேர்ந்து கொன்றார்களே, அவர்களிடம் சென்று நீ போர் தர்மத்தைப் பற்றி ஏன் பேசவில்லை? ராதேயனுடைய மிகத் தூய்மையான போர் வாழ்க்கையில் எப் பேர்ப்பட்ட களங்கம்? எதற்காக அப்படிச் செய்தான். உனக்காக, நட்புக்கு அவன் ஆற்றிய நன்றிக்கடன் இந்த இழிசெயல்.

பீஷ்மன், துரோணன், ராதேயன் ஆகியோரைக் கொன்றவன் யார், அர்ஜுனனா, இல்லை, நீ! ஆம். நீதான் அவர்களைக் கொன்றவன். உன் தர்ம விதிகளுக்கு ஏற்பத்தான் நான் என் தர்மவிதிகளை அமைத்துக் கொள்ள வேண்டியிருந்தது. இதில்

தவறு ஏதுமில்லை. வாழ்க்கை என்பது ஒரு சதுரங்க ஆட்டம். நீ காய்களை நகர்த்துவதற்கு ஏற்பத்தான் நானும் காய்களை நகர்த்தியாக வேண்டும். இதுதான் தர்மம், இதில் உணர்ச்சிகளுக்கு இடமே இல்லை. இதைத்தான் நான் போர்த் தொடக்கத்தில் அர்ஜுனனுக்குச் சொன்னேன், என்று.

பலராமனுடைய கோபம் சற்றுத் தணிந்து விட்டது போல் தெரிந்தது. அவன் வெள்ளை நிறம் மட்டுமல்ல, அவன் மனமும் வெள்ளை. அவனுக்குத் தெரிந்ததெல்லாம் வெட்டு ஒன்று, துண்டு இரண்டு. அவனுக்குப் புரியாத மொழியில் கிருஷ்ணனும் துரியோதனனும் பேசிக் கொண்டிருந்தார்கள். அவன் பாரதப் போரில் பங்கேற்க மறுத்துவிட்டான். யார் நல்லவர்கள், யார் கெட்டவர்கள் என்று அவனுக்கு இன்னமும் புரியவில்லை.

ஆமாம், நான் போரில் பங்கேற்க மாட்டேன் என்றபோது, நீயும் பங்கேற்கப் போவதில்லை என்று என்னிடம் சொன்னாயே, இதுதானா உன் நடுநிலைமை, என்றான் பலராமன் கிருஷ்ணனிடம். நான் ஆயுதம் எடுத்துப் போராடப் போவதில்லை என்றுதான் சொன்னேனே தவிர, நடுநிலைமை வகிக்கப் போவதாகச் சொல்லவில்லை. ஆண்கள் மட்டும் கூடியிருந்த ஓர் அரச சபையில், தன் சகோதரர்களின் மனைவியின் ஆடையைக் களைந்து, கண்ணீரும் கம்பலையுமாக அவள் அழுது புலம்ப, கைகொட்டிச் சிரித்திருக்கிறான். இதைக் கேட்ட பிறகும், என்னால் எப்படி நடுநிலைமை வகித்திருக்க முடியும். சொல்? ஆகவேதான் பாரதப்போரில் கலந்து கொண்டேன். தேர்ப் பாகனாக. ஆனால் ஆயுதம் எடுத்துப் போராடவில்லை. துரியோதனன் என்னைப் பார்க்க வந்தபோது, அவனுக்குக் கொடுத்த வாக்குறுதியைக் காப்பாற்றி விட்டேன், என்றான் கிருஷ்ணன் புன்னகையுடன்.

இறந்து கொண்டிருந்த துரியோதனனின் முகத்தில் கோபப் புன்னகை. அதுவும் ஒரு வஞ்சனை என்று முணுமுணுத்தான் அவன்.

இந்தக் காலத்து அரசியல்வாதிகள் கிருஷ்ணனிடம் கற்றுக்கொள்ள வேண்டியது எவ்வளவோ இருக்கிறது! என்ன நடந்தது தெரியுமா?

போர்தான், வேறு வழியில்லை என்று தீர்மானமாகி விட்டது. இரண்டு கட்சிகளும் allianceக்கு முனைகின்றன. அர்ஜுனனும்

துரியோதனனும் பல அரசர்களை நாடிச் செல்கின்றனர். கிருஷ்ணன் சமாதானத்துக்காக தூது சென்றவன், தான் ஒரு கட்சியுமில்லை, neutral என்று சொல்லிக் கொள்பவன். அர்ஜுனன் துவாரகைக்குப் போய்க் கொண்டிருக்கிறான் என்று அறிந்த துரியோதனன் குறுக்குவழியாக, அதிவேகமாகப் பறந்து போகக்கூடிய ஒரு குதிரையில், அர்ஜுனன் அங்கு சென்றடை வதற்கு முன்னால் போய்விட்டான். கிருஷ்ணனைப் பார்க்க வந்திருப்பதாக சாத்யகியிடம் சொன்னான். சிறிது நேரத்துக்குப் பின் வருகின்றான் விஜயன். கிருஷ்ணன் தூங்கிக் கொண்டிருப்ப தனால், இருவரையும் சிறிது நேரம் காத்திருக்கச் சொல்கிறான் சாத்யகி. இருவரும் கிருஷ்ணன் படுக்கை அறைக்குப் போய்க் காத்திருக்கலாம் என்றும் அவன் கூறுகிறான். துரியோதனன் முன்னே சென்று, கிருஷ்ணன் தலைமாட்டில் போடப்பட்டிருந்த ஓர் ஆசனத்தில் உட்காருகிறான். அர்ஜுனன், கிருஷ்ணன் கால் பக்கமாக இருந்த ஓர் ஆசனத்தில் உட்காருகிறான்.

சிறிது நேரம் கழித்து எழுந்திருக்கும் கிருஷ்ணன் அர்ஜுனனைப் பார்த்துப் புன்னகையுடன், வா அர்ஜுனா, உட்கார், வந்து நேரமாகி விட்டதா? என்கிறான்.

நான்தான் முதலில் வந்தேன் என்ற குரல் கேட்டுத் திரும்பிப் பார்க்கிறான் கிருஷ்ணன்.

ஓ! வணங்காமுடி மன்னனா? வா, என்ன விஷயம், இருவரும் வந்திருக்கிறீர்கள் என்று கேட்டான் கிருஷ்ணன்.

போர் தவிர்க்க முடியாதது என்று ஆகிவிட்டது. நீ எங்கள் இருவருக்குமே வேண்டியவன் என்கிறாய், என் பக்கம் இருந்து நீ போராட வேண்டுமென்று உன்னைக் கேட்க வந்திருக்கிறேன். நான்தான் முதலில் வந்தவன். அதையும் நீ மனத்தில் கொள்ள வேண்டும் என்றான் துரியோதனன். நீ என்று அர்ஜுனனை வினவினான் கிருஷ்ணன்.

என் வேண்டுகோள் பாண்டவர் பக்கம் இருந்து நீ போரிட வேண்டும் என்றான் பார்த்தன்.

கிருஷ்ணன் சிறிது நேரம் யோசித்தான். பிறகு சொன்னான், நீங்கள் இருவருமே எனக்கு வேண்டியவர்கள்தாம். உண்மை தான். என்னிடம் ஓர் அக்ரோணி படையினர் இருக்கிறார்கள். உலகத்தையே ஜெயிக்கவல்ல வீரர்கள், அவர்கள் வேண்டுமா,

அல்லது நான் மட்டும் போதுமா, இரண்டில் ஒன்றை ஒருவர் தேர்ந்தெடுக்கலாம். ஆனால் நான் ஆயுதம் எடுத்துப் போராட மாட்டேன். துரியோதனா, நீ முதலில் வந்தாய் என்றாலும் அர்ஜுனனைத்தான் நான் முதலில் பார்த்தேன், அவன் சொல்லட்டும், அப்புறம் நீ சொல், என்று.

முதலில் வந்ததற்கு தண்டனையா என்றான் துரியோதனன் கிண்டல் த்வனியில். கிருஷ்ணன் அவன் சொன்னதைப் பொருட் படுத்தவில்லை. நீ சொல் அர்ஜுனா, என்றான் அவன்.

எனக்கு நீ போதும், எனக்கு நீ தேரோட்ட வேண்டும் என்றான் பார்த்தன். துரியோதனன் இதை எதிர்பார்க்கவில்லை. ஓர் அக்ரோணிப் படையினர் வேண்டாம் என்கிறானே! ஆயுதத்தைத் தொடப் போவதில்லை என்கிறான், இவனால் என்ன பிரயோஜனம்? அர்ஜுனனுக்கு சித்தப் பிரமையா?

கிருஷ்ணன் துரியோதனனைப் பார்த்தான்.

நீ என்னுடன் இருந்திருந்தால் மகிழ்ச்சியடைந்திருப்பேன். அர்ஜுனன் முதலில் கேட்டுவிட்டான். ஆகவே உன் படையினர் எனக்கு வேண்டும், என்றான் உள்ளத்தில் உவகை பொங்க. கிருஷ்ணன் புன்னகையோடு தலையசைத்தான்.

முரண்பட்டிருந்த இருவரையும் திருப்தி செய்து விட்டு, அதே சமயத்தில் தான் எதை விரும்பினானோ அதையும் அவனால் எவ்வளவு சாமர்த்தியமாகச் செய்ய முடிந்தது பாருங்கள்! இந்தக் காலத்து corporate CEO-க்கள் கிருஷ்ணனிடமிருந்து கற்றுக் கொள்ள வேண்டியவை ஏராளம். என்ன சொல்கிறீர்கள்? அர்ஜுனன் படையினரைக் கேட்டிருந்தால் என்ன செய்திருப் பான் என்கிறீர்களா? கேட்டிருக்க மாட்டான் என்று நிச்சயமாக அவனுக்குத் தெரியும். துரியோதனன் சில சமயங்களில் unpredict-able. நீதான் வேணும் என்று சொல்லி விட்டானானால் என்ன செய்வது? அதற்காகத்தான். அர்ஜுனனை முதலில் சொல்லச் சொன்னான். இன்னொரு விஷயம், favour கேட்டுக்கொண்டு போகிறவர்கள், தலைமாட்டிலா போய் உட்காருவார்கள்? துரியோதனன் முதலில் வந்தான், அதற்குப் பிறகுதான் அர்ஜுனன் வந்தான் என்று கிருஷ்ணனுக்குத் தெரியும். தூங்கு வதாகப் பாசாங்கு செய்து, அவர்களைப் படுக்கை அறைக்கு வரச் சொன்னவனே அவன்தான்! வணங்காமுடி மன்னன் அந்தஸ்து

பாராட்டி கால் மாட்டில் உட்கார மாட்டான் என்று அவனுக்குத் தெரியும். Favour கேட்டுப் போகிறவர்கள், யாரிடம் போகிறார் களோ அவர்களுடைய பார்வையில் விழ வேண்டுமென்பது நிர்வாகத்துறையின் ஆரம்பப் பாடம்.

பாரதப் போரில் கிருஷ்ணன் ஆயுதம் எடுத்துப் போராடுவதில்லை என்று தீர்மானித்திருந்தாலும், பத்தாம் நாள் போரில், திடீரென்று ஆவேசம் வந்தவனாக, தேர்த்தட்டிலிருந்து இறங்கி, கையில் சக்ராயுதத்துடன் போரிடுவதற்குத் தயாராக நின்றான். யாரிடம் தெரியுமா?

பீஷ்ம பிதாமகனிடம்! பீஷ்மனை யாராலும் சமாளிக்க முடிய வில்லை. பாண்டவ சைன்யங்களை அவன் ஒருவனே கொன்று குவித்து விடுவான் போல் தோன்றியது. அர்ஜுனன் பாட்டனுடன் போராட முடியாமல் சற்று மயங்கி விழுந்தான். அந்தக் கணத்தில் பீஷ்மன் பேரனைக் கொல்ல, வில்லை வளைத்தான். அப்பொழுதுதான் கிருஷ்ணன் சக்ராயுதத்துடன் பீஷ்மன் எதிரே நின்றான். பீஷ்மன் புன்னகையுடன், இந்தச் சந்தர்ப்பத்தைத்தான் எதிர்நோக்கியிருந்தேன். வா, என்னைக் கொன்றுவிடு. நான் வேண்டுவது இந்த உடம்பிலிருந்து விடுதலை, என்றான். அவன் வளைத்த வில்லைக் கீழே போட்டான்.

அப்பொழுது தர்மன் பதற்றத்துடன், கிருஷ்ணா, உன் சபதத்தை மறந்து விட்டாயா, என்று கத்தினான்.

கிருஷ்ணன் கோபம் தணிந்து, பிதாமகனே, கடமை வேறு? பாசம் வேறு என்று அர்ஜுனனுக்கு உபதேசம் செய்த எனக்கே அதை உன் செய்கை மூலம் விளக்கி விட்டாய். பாசம் உன் கண்களை மறைக்கவில்லை. என் கண்களை மறைத்துவிட்டது. உன்னிடம் நான் தோற்று விட்டேன், என்றான்.

பீஷ்மன், ராதேயன் ஆகிய இருவருமே, கிரேக்கத் துன்பியல் நாடகங்களில் வரும் கதாநாயகர்கள் போன்றவர்கள். என்ன சொல்கிறீர்கள்? நான் சொல்வது சரிதானே?

பீஷ்மனின் தாய் அவன் பிறந்ததும் அவனைத் தண்ணீரில் மூழ்கடிக்கப் பார்க்கிறாள். ராதேயனின் தாய், அவன் பிறந்ததும் அவனைத் தண்ணீரில் விட்டு விடுகிறாள். அரசனின் மூத்த மகனாகப் பிறந்தும் அரச பதவியைத் துறக்கிறான் பீஷ்மன். பாண்டவர்களில் மூத்தவனாக இருந்தும், தேர்ப்பாகன் மகனாக

வளர்கிறான் ராதேயன். ராஜபக்திதான் கடமையென்று கொள்கிறான் பீஷ்மன். அநீதி என்று உணர்ந்திருந்தும், கடமை - ராஜபக்தி உணர்வில், அநீதியை வெறுப்பவன், அநீதியின் பக்கம் இருந்து போராடுகிறான் பீஷ்மன். மிக நெருங்கிய நட்பின் காரணமாக, அநீதிதான் நீதி என்று கொள்கிறான் கர்ணன். பிறந்தபொழுதிலிருந்தே அநீதிக்கு இலக்கானவன் வேறு எப்படி நினைக்க முடியும்?

நான் கொஞ்சம் அரசியல் பேசலாமா? அந்தக் காலத்திய ராஜ பக்தியைத்தான் இன்று தேசபக்தி என்கிறார்கள். அரசனுக்காக உயிர் துறப்பதாகச் சொல்லி, உயிர் துறந்தார்கள் அக்காலத்தில். இதை ஒரு புத்திசாலித்தனமான காரியமாக நான் கொள்ள மாட்டேன். அரசனுக்காகப் போராடினாலும் அதர்மத்துக்காக உயிர் துறப்பது விவேகமன்று என்கிறான் கிருஷ்ணன். ராமாயணத்தில் கும்பகர்ணன், அண்ணன் செய்தது தவறு என்று தெரிந்திருந்தும், அவனுக்காகப் போராடியது சரியா, ராமன் பக்கம் சேர்ந்த ராவணனின் இன்னொரு தம்பி விபீஷணன் செய்தது சரியா என்பது பற்றி நீங்கள் ஆண்டுதோறும் பட்டி மன்றம் நடத்துகிறீர்கள். அதுவும் எனக்குத் தெரியும். அமெரிக்க அரசு அநியாயமாக வியட்நாம் போரில் வியட்நாம் மக்களைக் கொன்று குவித்தபோது, அமெரிக்க நாட்டு மக்களே அதை எதிர்த்து ஆர்ப்பாட்டம் நடத்தியதை அறிந்த நீங்கள் ராஜபக்தி என்பதையோ, தேசபக்தி என்பதையோ ஒரு குறுகிய அர்த்தச் சிறையில், இறுகிப் போன கோஷமாகப் பார்க்க மாட்டீர்கள் என்று எனக்குத் தெரியும். நாட்டு எல்லைகள் மாறிக்கொண்டே வரும் இந்நாளில், வெவ்வேறு இனங்களின் பூகோள நடமாட்டம் தொடர்ந்து நிகழ்ந்து வரும் இந்நாளில், தேசபக்தி என்று பேசுவது, நம்மை நாமே ஏமாற்றிக் கொள்வதற்காகவா அல்லது தேசபக்தி என்பது ஸாமுவேல் ஜான்ஸன் சொன்னது போல, 'அயோக்கியர்களின் கடைசிப் புகலிடமா?' என்ன இந்த நாரதன் வியட்நாம், ஜான்ஸன் கீன்ஸன் என்று வெளுத்து வாங்குகிறானே என்று பார்க்கிறீர்களா? பத்திரிகையாளன் என்றால் எல்லாத் தகவல்களையும் விரல் நுனியில் வைத்திருக்க வேண்டாமா?

13

ஜரா என்கிற வேடன் கிருஷ்ணனைக் கேட்டான், நீங்கள் வாழ்க்கையில் தேர்ந்தெடுப்பதைப் பற்றி அடிக்கடிப் பேசுகி நீர்கள். பீஷ்மனுக்குத் தேர்ந்தெடுக்கக்கூடிய உரிமை இருந்தது. அவன் அநீதியின் பக்கம் போராடுவது என்று தேர்ந்தெடுத்தான். ஆனால் ராதேயனுக்கோ துரியோதனன் பக்கம் இருப்பதைத் தவிர வேறு வழி எதுவுமில்லை. அப்படியிருக்கும்போது துரியோ தனன் பக்கம் இருந்ததற்காக ராதேயன் தண்டிக்கப்பட வேண்டு மென்பது அவசியமா, என்று.

பார்த்தீர்களா? ஆரம்பத்தில் நானாவது, உங்கள் கதையை எழுது வதாவது. எனக்கு என்ன தகுதி இருக்கிறது என்றவன், என்ன போடு போடுகிறான் பாருங்கள்! அந்த அளவுக்கு கிருஷ்ணன் அவனைப் பாதித்திருக்கிறான் கதை சொன்ன கொஞ்ச நேரத்தில்!

கிருஷ்ணன் சொன்னான், ராதேயன் தண்டிக்கப்பட்டான் என்று யார் சொன்னார்கள். பாரதப் போரில் எல்லா தரப்பினரும் கண்ணீர் விட்டுப் புலம்பி அழுத ஒரே மரணம், கர்ணனுடையது தான். பாண்டவர்களையும் குந்தியையும் குற்றவாளிகளாக்கிக் கூண்டில் ஏற்றிய ஒரே மரணம், கர்ணனுடையதுதான். எல்லாரையும் காட்டிலும் மிக மிக வேதனைக்கு உள்ளானவன் அம்புப் படுக்கையில் மரணத்துக்காகக் காத்துக் கொண்டிருந்த பீஷ்மன்தான். அவனுக்கு முன்னமே தெரியும் ராதேயன் குந்தியின் மூத்த மகன் என்று. ஆனாலும் அவன் இந்த ரகசியத்தை வெளியிடவில்லை. ஏன்? குரு குல அந்தரங்கத்தைப் பாது காப்பதில் அவ்வளவு அக்கறை! கன்னிப் பெண்ணின் களங்கம் பகிரங்கமாகிவிடக் கூடாது என்று அவ்வளவு கவலை. எனக்கும் தெரியும், ஆனால் நான் அதை வெளியிடவில்லை. ஏன்? ராதேயனின் மரணமே நான் குந்திக்கு அளித்த தண்டனை.

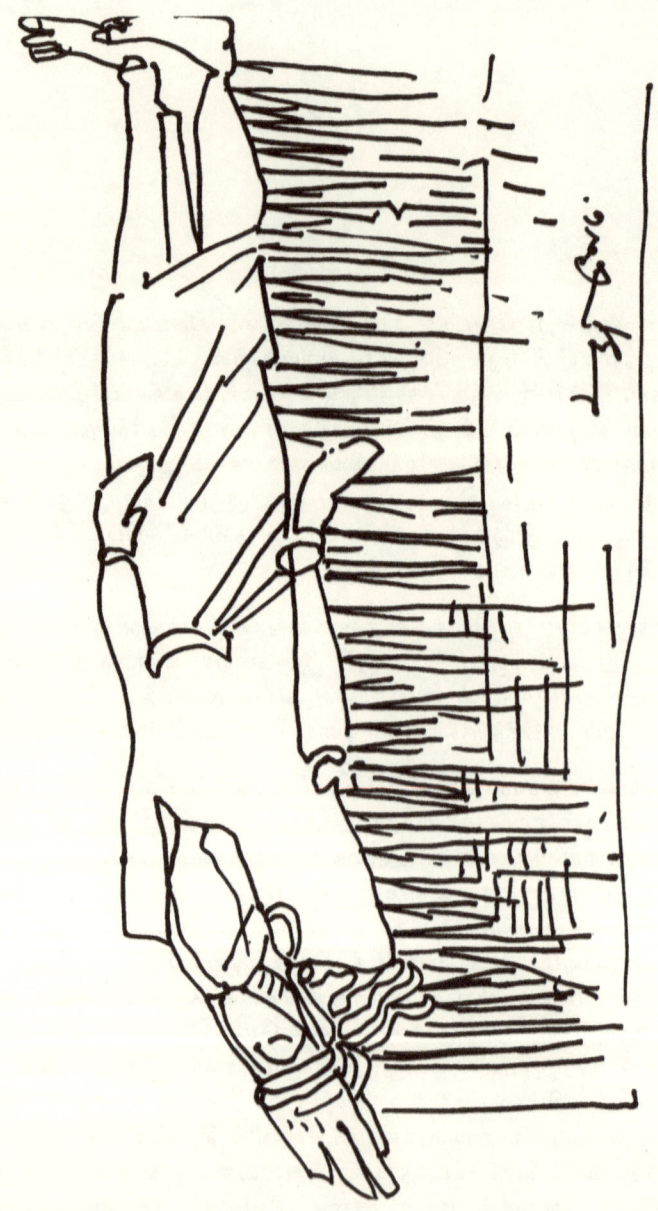

பீஷ்மனுக்கும் ராதேயனுக்கும் எப்பொழுதும் சண்டை, பீஷ்மன் படைத் தலைவனாக இருக்கும்வரை நான் போரில் பங்கேற்க மாட்டேன் என்று கர்ணன் கூறிவிடுகிறான். பிதாமகன் மரணப் படுக்கையில் இருக்கும்போது, தான் அவ்வாறு நடந்து கொண்டதற்கு மன்னிப்புக் கேட்க அவனைப் பார்க்கச் செல்கிறான் ராதேயன். பீஷ்மன் அப்பொழுது சொல்கிறான், நீ எதற்கு வந்திருக்கிறாய் என்று எனக்குத் தெரியும். நான்தான் உன்னிடம் மன்னிப்புக் கேட்க வேண்டும். நீ யாருடைய மகன் என்று எனக்குத் தெரியும். நீ துரியோதனனுக்காகப் பொங்கி எழுந்தபோதெல்லாம் அதை உன்னிடம் சொல்லி விடலாமா என்று நினைப்பேன். ஆனால் குலப் பெருமையைப் பேணுவதற்காக மௌனமாக இருக்க வேண்டியிருந்தது. உன் பெருமை உலகம் அறிய வேண்டு மென்பதற்காக கிருஷ்ணன் உன்னிடம் வந்து நீ யார் என்று சொல்லிப் பாண்டவர் பக்கம் சேர்ந்து விடும்படிச் சொன்னதும் எனக்குத் தெரியும். அவன் எதிர்பார்த்தபடியே நீ மறுத்திருக்கிறாய். பிறகு அவன் குந்தியை அனுப்பினான். அர்ஜுனனைத் தவிர மற்றைய பாண்டவர்களோடு போராடுவதில்லை என்றும், ஒரு முறை பிரயோகித்த சக்தி வாய்ந்த அஸ்திரத்தை மீண்டும் அர்ஜுனன் மீது செலுத்த மாட்டே னென்றும் அவளுக்கு வாக்குறுதி அளித்ததும் எனக்குத் தெரியும். உன்னுடைய சொந்த நலனுக்காகப் போராடாமல் நட்புக்காகப் போராடும் தியாக வள்ளல், மகாத்மா நீ. உன்னிடம்தான் நான் மன்னிப்புக் கேட்க வேண்டும், என்று. ஆகவே, ராதேயன் தண்டிக்கப்பட்டான் என்று சொல்வது தவறு. பீஷ்ம பிதாமகனால் மகாத்மா என்று அழைக்கப்படுவது பாராட்டா, தண்டனையா? யுதிஷ்டிரனுக்குக் கூடக் கிடைக்காத பெருமை இது, என்று.

கிருஷ்ணன் சொன்னதைக் கேட்டீர்களா? செத்துப் போவ தென்பது தண்டனையே ஆகாது. மகாத்மா காந்தி சுட்டுக் கொல்லப்பட்டாரே, அது அவருக்குத் தண்டனையா? தண்டனை என்பது யார் வன்முறையில் இறக்கின்றார்கள் என்பதைப் பொருத்த விஷயம்.

குந்தி கிருஷ்ணனிடம் கேட்டிருக்கிறாள், கண்ணா, நல்லவர்கள் ஏன் கஷ்டப்பட வேண்டும், என்று. அதற்கு அவன் பதில் சொன்னான், பொன்னை வருத்தினால்தான், அது பளபளவென்று ஜொலிக்கும், என்று.

உலகத்திலே வரலாற்றில் ஜொலித்துக் கொண்டிருக்கிறவர் களுடைய கதை எப்படி நடந்திருக்கிறது என்று யோசித்துப் பார்த்

திருக்கிறீர்களா? மற்றவர்கள் கஷ்டங்களைக் கொடுக்கா விட்டாலும் தங்களைத் தாங்களே கஷ்டங்களால் பரிசோதித்துக் கொண்டிருக்கிறார்கள் புத்தன் மாதிரி. கிறிஸ்துவ மதத்தில் என்ன சொல்வார்கள்? முள்ளின்றி படியில்லை, அப்படித்தானே?

கிருஷ்ணன் குந்தியிடம் இன்னொரு விஷயமும் சொல்லி இருக்கிறான். நீ உன் பிள்ளைகள்தாம் கஷ்டப்படுவதாக நினைத்துக் கொண்டிருக்கிறாயா? உன் பிள்ளைகள் காட்டில் இருந்தாலும் சரி, இந்திரபிரஸ்தத்தில் இருந்தாலும் சரி, அவர்களைப் பற்றியே நினைத்துக் கொண்டு துரியோதனன் எவ்வளவு கஷ்டப்படுகிறான் என்று உனக்குத் தெரியுமா? அவர்கள் காட்டில் கஷ்டப்படுவதைக் கண்டு சந்தோஷப்பட வேண்டும் என்று சென்றவன் தர்மனின் கருணையினால் கந்தர்வன் ஒருவனிடமிருந்து தப்பித்து ஓடிவந்து இப்பொழுது இன்னும் எவ்வளவு கஷ்டப்பட்டுக் கொண்டிருக்கிறான் தெரியுமா உனக்கு? இதைப் புரிந்து கொள் நீ. உன்னை ஒருவன் துன்புறுத்தியும் நீ சந்தோஷமாக இருந்தால் துன்புறுத்துபவனுக்குத்தான் துன்பம் அதிகம், என்று. குந்தி சொன்னாளாம், உன்னை நினைத்துக் கொண்டுதான் என் பிள்ளைகள் வனத்தில் சந்தோஷமாக இருக்கிறார்கள். ஆகவே எங்களுக்குத் துன்பத்தைக் கொடு, உன்னைப் பற்றியே நினைத்துக் கொண்டிருப்போம், என்று.

அவள் பிள்ளைகள் நினைத்தார்களோ இல்லையோ, திரௌபதி அவனையேதான் நினைத்துக் கொண்டிருந்தாள். கிருஷ்ணன் ஹஸ்தினாபுரத்துக்குத் தூது செல்வதற்கு முன்பு பாண்ட வர்களைச் சந்திக்கின்றான். ஒவ்வொருவருடைய அபிப்ரா யத்தையும் கேட்கிறான். தர்மன் கூடியவரை போர் வராமல் பிரச்னையைத் தீர்க்க வேண்டுமென்று கூறுகிறான். அர்ஜுனனும் நகுலனும் தர்மன் எடுக்கும் முடிவுக்கு அவர்கள் கட்டுப் படுவதாகச் சொல்கிறார்கள். சகாதேவன், திரௌபதியின் முடிவுதான் தன்னுடைய முடிவும் என்ற கூறி கிருஷ்ணனை ஆச்சரியத்துக்குள்ளாக்குகிறான். அவளுடைய முடிவு என்ன என்று நீ நினைக்கிறாய் என்று சகாதேவனைக் கேட்கிறான் கிருஷ்ணன். அவிழ்ந்து தொங்கும் அவள் கூந்தல் முடியப்பட வேண்டுமென்பதுதான் என்கிறான் சகாதேவன். அப்பொழுது திரௌபதி வேகமாக வந்து சகாதேவனை இறுகக் கட்டிக் கொள்கிறாள். பாண்டவர்களில் நீ ஒருவன்தான் ஆண் பிள்ளை என்கிறாள் திரௌபதி. பிறகு, கிருஷ்ணனைப் பார்த்துச் சொல்கிறாள், சகாதேவனைத் தவிர என் மற்றைய கணவர்

களுக்கு ஞாபக சக்தி கொஞ்சம் குறைவு. சூதாட்ட மன்றத்தில் என்ன நடந்தது என்பதை அடியோடு மறந்து விட்டார்கள். பீமனுடைய கதையும் அர்ஜுனனுடைய காண்டீபமும் துருப்பிடித்து விட்டன. க்ஷத்திரியராகப் பிறந்துவிட்ட தவறைத் தவிர தர்மன் வேறு எந்தத் தப்பும் செய்யவில்லை. சகாதேவன் அன்றே என்னிடம் சொன்னான், கிருஷ்ணன் ஒப்புக்காக நம் அபிப்பிராயத்தைக் கேட்பானே தவிர, அன்று உன் ஆடை களையப்பட்டபோதே போர்தான் இறுதி முடிவு என்று அவன் தீர்மானித்து விட்டான். நீயும் நானும்தான் அவன் நாடகத்தை நன்கு உணர்ந்தவர்கள், என்று. கண்ணா உன்னைத்தான் நம்பி இருக்கிறேன், தூது என்ற நாடகம் நீ ஆடுவதில் எனக்கு ஆட்சேபணையில்லை. போரைக் கொண்டு வா, நான் என் கூந்தலை முடியவேண்டும், என்று.

நீங்கள் இப்பொழுது உங்கள் diplomatic பரிபாஷையில் என்ன சொல்வீர்கள், dialogue, அப்படித்தானே? இந்த பாவ்லா வேலையை எல்லாம் தொடங்கியவன் கிருஷ்ணன்தான். அவனுக்குத் தெரியாதா யுத்தத்தைத் தவிர்க்க முடியாது என்று. Diplomatic mission, dialogue என்றெல்லாம் சொல்வது எதற்காக? போரைத் தவிர்ப்பதற்கு எல்லா முயற்சிகளும் மேற் கொண்டோம், முடியவில்லை என்று இரண்டு கட்சிகளும் ஒன்றையொன்று குற்றஞ்சாட்ட. கூட்டணி சேர்ப்பதற்குக் கால அவகாசம் வேண்டாமா, அதற்காக.

துரியோதனன், கிருஷ்ணன் தூது வருகின்றான் என்றவுடன் அவனுக்குப் பிரமாதமான வரவேற்பும் அவன் தங்குவதற்கு மிகச் சிறந்த ஏற்பாடுகளும் செய்கிறான். கிருஷ்ணன் என்ன செய்கின்றான்? அவை எல்லாவற்றையும் புறக்கணித்து விட்டு, விதுரனின் சிறுகுடிலில் தங்குகிறான். அவன் எதிர்பார்த்தபடியே இது துரியோதனனுக்கு எரிச்சல் ஊட்டுகிறது. படிப்படியாக, துரியோதனன் மீது குற்றச்சாட்டுகளைச் சுமத்தி விட்டு, போரில் சாக வேண்டுமென்பதுதான் உன் விருப்பம் என்றால், பாண்டவர் களுக்கு இது பற்றி ஆட்சேபணையில்லை என்றெல்லாம் பேசி விட்டு, துரியோதனன் கோபத்தின் எல்லையில் நிற்கும்போது, அவர்கள் ஐந்து நாடுகளாவது அல்லது ஐந்து நகரங்களாவது அல்லது ஐந்து கிராமங்களாவது அல்லது ஐந்து வீடுகளாவது ஏற்றுக் கொள்ளத் தயாராக இருக்கிறார்கள் என்கிறான் துரியோதனனை நன்கு அறிந்து வைத்திருந்த அவன். எரிமலையென நின்ற வணங்காமுடி மன்னன் இந்த ஏற்பாட்டுக்கு

இசைய மாட்டான் என்றுதான் எதிர்பார்த்தான். அதுதான் நடந்தது. ஐந்து வீடுகளைக் கூடவா துரியோதனன் மறுத்தான் என்று பாண்டவர் பக்கம் அநுதாப அலை பரதக் கண்டம் முழுவதும் வீசியது. கிருஷ்ணன் விரும்பியதும் இதுதான். துரியோதனனின் தாய் காந்தாரி கூட, வழக்கத்துக்கு மாறாக அவைக்கு வந்து மகனைக் கண்டிக்கிறாள். கிருஷ்ணனுடைய ராஜதந்திரம் துரியோதனனை அந்நியப்படுத்தி விட்டது. இதனால் கிருஷ்ணனால் கொல்லப்பட்ட சிசுபாலனின் மகன்கூட பாண்டவர் பக்கம் சேர்ந்து விடுகிறான். கிருஷ்ணன் தூது மேற்கொண்டதே பாண்டவர் பக்கம் ஆள் சேர்க்கத்தான்!

ஜரா என்கிற வேடன் கிருஷ்ணனைக் கேட்கிறான், க்ஷத்திரியர் களை ஒழித்துக் கட்ட வேண்டும் என்பதற்காகத்தான் பாரதப் போரை நீ தடுக்கவில்லையா, என்று.

இதே கேள்வியைத்தான் காந்தாரியும் கிருஷ்ணனிடம் கேட்டிருக் கிறாள். நான் ஒன்று கேட்கிறேன், அந்தரங்க சுத்தியாக, மூடி மறைக்காமல் உன்னால் பதில் சொல்ல முடியுமா, என்றிருக் கிறான் கிருஷ்ணன். கேள் என்றாள் அவள். பீஷ்மன் உன் தந்தையை வற்புறுத்தியிருக்கா விட்டால் நீ கண் விளங்கா ஒருவனை மணம் செய்து கொண்டிருப்பாயா, என்றிருக்கிறான் கண்ணன். இதற்கும் நான் கேட்டதற்கும் என்ன சம்பந்தம்? - இது காந்தாரியின் கேள்வி. பீஷ்மனால் உன் தந்தையை எப்படி வற்புறுத்த முடிந்தது? நான் கேட்ட கேள்விக்கு நேரடியாகப் பதில் சொல்லாமல் பேச்சின் திசையை நீ மாற்றுவதிலிருந்தே உனக்கு விருப்பம் இல்லாமல்தான் இத்திருமணம் நடந்திருக் கிறது என்ற தெரிகிறது. உன்னை நீயே தண்டித்துக் கொள்வது போல் உன் கண்களையும் நீ குருடாக்கிக் கொண்டாய். பீஷ்மனால் எப்படி வற்புறுத்த முடிந்தது தெரியுமா, இதுதான் க்ஷத்திரியச் செருக்கு. அதிகாரத்தையும் ஆணவத்தையும் அடக்கி ஒடுக்கவே நான் சாமான்யனாகப் பிறந்தேன். நான் அரச பதவியை நாடவில்லை என்பதற்கும் இதுதான் காரணம். என்னை மாடு மேய்க்கிறவன் என்றார்கள். இதுவே என் பெருமை என்பது அவர்களுக்குத் தெரியவில்லை என்றான் கிருஷ்ணன். இதற்கு அப்புறந்தான் காந்தாரி யாதவர்களுக்குச் சாபம் கொடுத்தாளா என்றான் ஜரா என்கிற வேடன்.

ஆமாம் அதன் விளைவுதான் நீ என் மீது எய்த அம்பு என்றான் கிருஷ்ணன்.

14

ஜரா என்கிற வேடன் கேட்டான், எல்லா யாதவர்களும் காந்தாரியின் சாபத்தினாலா இறந்தார்கள், என்று. காந்தாரியின் சாபம் மட்டுமில்லை, இன்னொரு காரணமும் உண்டு என்று முன்பு நடந்த ஒரு நிகழ்ச்சியையும் சொன்னான் கிருஷ்ணன்.

பாரதப் போர் முடிந்து, எல்லா யாதவர்களும் துவாரகைக்குத் திரும்பி விட்டார்கள். துவாரகை செல்வம் கொழித்து மகோன்னதமாக இருந்தது. ஆட்டம், பாட்டம், கேளிக்கை என்று மக்கள் சந்தோஷமாக இருந்தார்கள். திருமகளின் அளவுக்கு மீறிய கடாட்சமிருந்தால், அது மூத்தவளின் பார்வையில் விழாமல் போகாது. இது இந்த நாரதன் சொல்லி உங்களுக்குத் தெரிய வேண்டியதில்லை. ரோமாபுரி நாகரிகத்துக்கு என்ன நேர்ந்தது என்பது பற்றி நீங்கள் அறிவீர்கள்.

யாதவர்கள் குடியே சொர்க்கம், சூதே வைகுண்டம் என்றிருந் தார்கள். அடிக்கடி ஒருவரோடு ஒருவர் சண்டையிட்டுக் கொண்டு இருந்தார்கள்.

அப்பொழுது ஒரு நாள், விஸ்வாமித்திரர், கன்வர், நான் மூவரும் கிருஷ்ணனைப் பார்க்கப் போயிருந்தோம். கிருஷ்ணனைப் பார்க்க வந்திருப்பதாகச் சொன்னோம். திடீரென்று, நன்றாகக் குடித்திருந்த சில யாதவர்கள் அங்கு வந்தார்கள். அவர்கள் கர்ப்பமாக இருந்த ஒரு பெண்ணைத் தள்ளிக் கொண்டு வந்து எங்கள் முன் நிறுத்தினார்கள்.

ஏ, முனி சிரேஷ்டர்களே! இவளுக்கு என்ன குழந்தை பிறக்கும், சொல்லுங்கள் என்று நாக்கு குழறக் கேட்டார்கள். அவர்கள் தள்ளிக் கொண்டு வந்தது பெண் இல்லை, ஆண் என்று எனக்குத்

தெரிந்துவிட்டது. அவன் கிருஷ்ணனின் பிள்ளை சாம்பன் என்றும் அடையாளம் கண்டுகொண்டேன். விஸ்வா மித்திரருக்கோ, கன்வருக்கோ அறவே நகைச்சுவை உணர்வு கிடையாது. எதற்காக இந்தக் கேள்வி கேட்கிறார்கள் என்றும் அவர்களுக்குப் புரியவில்லை. அவர்கள் என்னைப் பார்த்தார்கள். குடித்திருக்கிறார்கள், நம்மிடம் விளையாடுகிறார்கள், இவன் கிருஷ்ணன் பிள்ளை சாம்பன், பெண் இல்லை என்று சிரித்துக் கொண்டே சொன்னேன்.

அவ்வளவுதான், 'பொசுக்'கென்று அவர்கள் இருவருக்கும் கோபம் பொத்துக்கொண்டு வந்துவிட்டது. கமண்டலத்தில் இருந்து நீரை வார்த்துச் சாபம் கொடுத்து விட்டார்கள், இவனுக்கு ஓர் இரும்புத் தடி உலக்கை பிறக்கும், அதுவே யாதவர்களுடைய அழிவுக்கும் காரணமாக இருக்கும், என்று. சாபம் கொடுத்த தோடு மட்டுமில்லை, 'விர்'ரென்று வெளியேறி விட்டார்கள், எனக்காகக் கூடக் காத்திராமல்.

அப்பொழுது பலராமன் அங்கு வந்தான். யாதவர்கள் பயத்துடன் நின்று கொண்டிருப்பதைப் பார்த்ததும், அவன் ஒன்றும் புரியாமல் என்னை நோக்கினான். நான் நடந்ததைச் சொன்னேன். பலராமனுக்குக் கோபம் வந்துவிட்டது. அப்படி உலக்கை பிறந்தால் அதைப் பொடியாக்கிக் கடற்கரையருகே தூக்கி எறியுங்கள், என்றான் அவன்.

உலக்கை பிறந்தது. பலராமன் சொன்னபடியே அதைப் பொடி யாக்கித் தூக்கி எறிந்தார்கள். சில நாள்களில் அப்பொடிகள் நாணல்களாகப் பூத்தன.

சில வருடங்களுக்குப் பிறகு, யாதவர்கள் பிரபாஸத்துக்குக் கடலாடச் சென்றார்கள். வழக்கம்போல் குடி, சூதாட்டம் எல்லாம் ஒழுங்காக நடைபெற்றன. திடீரென்று ஒருவன் எழுந்து கத்தினான், கிருதவர்மா! நீ துரியோதனன் பக்கம் இருந்து போராடிய அயோக்கியன், அபிமன்யுவைப் பின்னாலிருந்து தாக்கிய கயவன், பாண்டவர் முகாமில் இருட்டில் புகுந்து, பெண்களையும் குழந்தைகளையும் கொன்ற நீசன், என்று. குடிவெறியில் அவன் இவ்வாறு கத்தியதும் கிருதவர்மன் பதிலுக்குக் கூப்பாடு போட்டான், நீ யாரடா போர் தர்மத்தைப் பற்றிப் பேச? பூரிஸ்வரஸை, அவன் யோக நிஷ்டையில் இருந்த போது கொன்றவன் நீ. நீயா எனக்குப் போர் தர்மத்தைப் பற்றி

உபதேசம் செய்ய வேண்டும், என்று. இதற்குள் இன்னொரு யாதவன் எழுந்து, யாருக்குத்தான் யோக்கியதை இருக்கிறது போர் தர்மத்தைப் பற்றிப் பேச - கிருஷ்ணன் உள்பட, என்றான். சாத்யகி சரேலென்று பாய்ந்து, கிருதவர்மன் தலையை வெட்டினான். சாத்யகியை இன்னொரு மாதவன் கொன்றான். அவனைக் கிருஷ்ணனின் மகன் பிரத்யும்னன் கண்ணிமைக்கும் நேரத்தில் வெட்டிச் சாய்த்தான். அவ்வளவுதான்! குடிவெறியில் எல்லாரும் ஒருவரையொருவர் அடித்துக்கொண்டு செத்தார்கள். அவர்கள் உபயோகித்த ஆயுதம், அங்கு முளைத்திருந்த ஏரக நாணல்கள். ரிஷிகளின் சாபம் பலித்து விட்டது!

குருக்ஷேத்திரப் போர் நடந்த முப்பத்தாறு வருஷங்களுக்குப் பிறகு யாதவர்கள் அழிவார்கள் என்று சாபம் கொடுத்தாள் காந்தாரி. எப்படிச் சாவார்கள் என்ற modus operandiஐச் சொன்னவர்கள் கன்வரும் விஸ்வாமித்திரரும், அப்படித்தானே?

கிருஷ்ணன் ஜரா என்கிற வேடனிடம், பலராமன் என்னிடம் ரிஷிகளுடைய சாபத்தைப் பற்றிச் சொன்னபோது எனக்குத் தெளிவாகி விட்டது. காந்தாரியின் சாபம் எப்படி நிறைவேறப் போகிறதென்று. ஒரு சர்வாதிகாரி இறந்தபிறகு, அடக்கப் பட்டிருந்த மக்கள் கட்டுப்பாடற்ற நிலையில் புதிதாக அடைந்த சுதந்தரத்தினாலும் செல்வத்தினாலும், கண்டதே காட்சி கொண்டதே கோலம் என்று இருப்பார்கள் என்பதுதான் சரித்திரம். யாதவர்களும் அப்படித்தான் கம்ஸனுடைய மரணத் துக்குப் பிறகு இருக்கத் தொடங்கினார்கள். செல்வம் ஒருவனை எப்படிக் கெடுத்துவிடும் என்பதற்கு சத்ராஜித்தும், நான் ஒரு சமயத்தில் நல்ல மரியாதை வைத்திருந்த அக்ரூரனுமே உதாரணம், என்று சொன்னான்.

அக்ரூரனை உங்களுக்குத் தெரியும். யார் இந்த சத்ராஜித் என்று கேட்பீர்கள். சரிதானே? அவனுடைய மகள் பேரைச் சொன்னால் உங்களுக்குப் புரியும். அவள்தான் சத்யபாமா. கிருஷ்ணனுடைய மனைவி. யாதவ குடும்பத்தினள். மிகவும் அழகான இப் பெண்ணை மணக்க மூவர் போட்டியிடுகின்றனர். கிருதவர்மன், ஷததன்வன், அக்ரூரன். ஆனால் அவளோ கிருஷ்ணனைத்தான் மணக்க விரும்புகின்றாள். அவளுடைய தந்தை சத்ராஜித் திடீரென்று செல்வந்தனாகி விடுகிறான். காரணம், காட்டில் அவனுக்குக் கிடைத்த ஸ்யமந்தகம் என்ற அற்புதமான ஆபரணம். அது தினம் பன்னிரண்டு மணங்கு பொன்னைத்

தருகிறது. சூரியனும் தானும் நண்பர்கள் என்றும் அவன் தனக்கு இந்த ஆபரணத்தைத் தந்ததாகவும் அவன் எல்லாரிடத்திலும் கூறுகிறான். பன்னிரெண்டு மணங்கு பொன்னை மட்டும் அது தரவில்லை. அது அவனுக்கு அகந்தையையும் தந்து விடுகிறது.

கிருதவர்மன் சத்யபாமாவை தான் மணக்க விரும்புவதாகச் சொன்னபோது சத்ராஜித் சொல்கிறான், என் மகளைக் கல்யாணம் செய்து கொள்ள யாதவர்களிலே யாருக்குத் தகுதி இருக்கிறது கிருஷ்ணன் உள்பட? செல்வம் என்னை க்ஷத்திரியனாக உயர்த்தி விட்டது. நான் என் மகளை ஒரு க்ஷத்திரிய குலத்து மாமன்னனுக்குத்தான் கட்டித் தருவேன், என்று.

கிருஷ்ணனைச் சந்தித்து சத்யபாமா தன் காதலை அவனுக்குத் தெரிவிப்பதோடு மட்டுமல்லாமல் தன் தந்தையின் செருக்கைப் பற்றியும் கூறுகிறாள். காட்டில் அவனுக்குக் கிடைத்த ஆபரணம் தான் இதற்குக் காரணம் என்றும் சொல்கிறாள்.

கிருஷ்ணன் சத்ராஜித்தைப் பார்க்கப் போகிறான். அவன் ஜரா என்கிற வேடனிடம் சொன்னதை அப்படியே தருகிறேன்:

நான் சத்ராஜித்திடம் சொன்னேன், நீங்கள் யாதவ குடும்பத்திலே மிகவும் மூத்தவர், உங்களுக்குக் காட்டிலே ஸ்யமந்தகம் கிடைத்தது என்பது பற்றி எனக்கு சந்தோஷம்தான். இது தினம் உங்களுக்குப் பன்னிரண்டு மணங்கு தங்கத்தைத் தருகின்றது என்பதைக் கேட்க இரட்டிப்பு சந்தோஷம். ஆனால் இது இந்நாட்டு அரசனிடம் இருந்தால் மக்களுக்குப் பிரயோஜனப் படும். எல்லாருக்கும் செல்வம் சமமாகப் பகிர்ந்தளிக்கப்பட வேண்டும் என்பதுதானே நியாயம்? ஆகவே, இந்த ஆபரணத்தை உக்ரசேனனிடம் கொடுத்து விடுங்கள், என்றேன். இந்த ஆபரணம் காட்டில் கிடைத்தது என்று யார் சொன்னார்கள்? சூரியனும் நானும் நண்பர்கள். அவன் எனக்கு இதைக் கொடுத்து விட்டு, உன் மகளை ஒரு க்ஷத்திரிய சக்கரவர்த்திக்குக் கல்யாணம் செய்து வைத்து இதைச் சீதனமாகக் கொடு என்று சொல்லி இருக்கிறான், என்று அவன் பதில் சொன்னான். இதற்கு மேல் அவனிடம் பேசிப் பயனில்லை என்று நான் வந்துவிட்டேன்.

கிருஷ்ணன் சொன்னது சரிதானே? ஒரு நல்ல அரசாங்கமாக இருந்தால் அதனிடத்துள்ள செல்வம் ஊருணி நீர்போல மக்கள் யாவருக்கும் பயன்படும் என்பது நியாயந்தானே? சத்ராஜித்துக்கு

தான் ஒரு ராஜாவுக்கு மாமனாராக வரவேண்டுமென்கிற ஆசை வந்துவிட்டது. கிருஷ்ணனோ எந்த நாட்டுக்கும் ராஜா இல்லை. ஆகவே சத்யபாமா, மணந்தால் கிருஷ்ணனைத்தான் மணப்பேன் என்றதை அவன் செவி கொடுத்துக் கேட்கத் தயாராக இல்லை. ஷததன்வன் வந்து பெண் கேட்டபோது அவனை அவமானப் படுத்தி அனுப்பி விடுகிறான்.

ஒருநாள் சத்ராஜித்தின் சகோதரன் பிரசேனன் பக்கத்து தேசத்துக்குப் போக வேண்டியிருந்தது. காட்டு வழியாகப் போயாக வேண்டும். இந்த ஆபரணம் அணிந்தால் அது பாது காப்பு அளிக்கும் என்பதால், அக்காட்டில் நிறைந்திருந்த கொடிய மிருகங்களிடமிருந்து தன்னைக் காப்பாற்றிக் கொள்ள, ஸ்யமந்தகத்தைக் கேட்டு வாங்கி அணிந்து செல்கிறான் பிரசேனன்.

சில நாள்களாகியும் அவன் திரும்ப வரவில்லை! காட்டுக்குச் சென்று தேடியபோது, அவன் குதிரையின் உடம்பும் அவன் உடம்பும் கிடைத்தன. ஆபரணத்தைக் காணவில்லை. தம்பியின் ஈமக் கடன்களை முடித்த கையோடு, ஸ்யமந்தகத்தைத் திருடியவன் கிருஷ்ணன்தான் என்ற ஒரு பெரிய குற்றச்சாட்டைச் சுமத்தினான் சத்ராஜித். அதைத் திருடுவதற்காகத் தன் சகோதரனை அவன்தான் கொலை செய்திருக்க வேண்டுமென்ற பழி வேறு. சான்றாதாரமாக கிருஷ்ணன் சில நாள்கள் முன்பு தன்னிடம் வந்து அந்த ஆபரணம் சம்பந்தமாகப் பேசியதையும் சொன்னான்.

தான் குற்றமற்றவன் என்பதை நிருபிக்க அந்த ஆபரணத்தைக் கண்டுபிடித்தாக வேண்டுமென்பதை கிருஷ்ணன் உணர்ந்தான். அவன் அந்தக் காட்டுக்குச் சென்றான். பிரசேனன் சரீரம் கிடைத்த இடத்துக்குப் போனான். அங்கிருந்து ரத்தக்கறை தொடர்ந்து போவதைப் பார்த்தான். சிறிது தூரம் சென்றதும் அங்கு ஒரு சிங்கம் செத்துக் கிடப்பதைப் பார்த்தான். சிங்கத்தை வேறு மிருகமோ அல்லது வலிமை மிகுந்த யாரோ கொன்றிருக்க வேண்டுமென்று தெரிந்தது.

அடர்ந்து, இருண்ட அக்காட்டின் உள்பகுதிக்குள் அவன் நுழைந்தான். அப்பொழுது யாரோ குதிரையில் வந்து கொண்டு இருக்கும் சத்தம் அவனுக்குக் கேட்டது. அவன் திரும்பிப் பார்த்தான். முன்னெச்சரிக்கையுடன் உடைவாளைக் கையில்

வைத்துக்கொண்டான். அருகில் வந்ததும், அந்த உருவம் குதிரையிலிருந்து இறங்கியது.

கிருஷ்ணன் சரேலென்று பாய்ந்து உடைவாளால் முகத்திரையை விலக்கினான். அந்த இருட்டிலும் சத்யபாமாவின் பிரகாசமான முகம் பளிச்சென்று தெரிந்தது!

நீயா, என்று திடுக்கிட்ட குரலில் கேட்டான் கிருஷ்ணன். நீ பெண்ணா, பிசாசா? இருட்டில் பயப்படாமல் வந்திருக்கிறாயே, என்றான் கிருஷ்ணன். ஸ்யமந்தகத்தைப் பற்றி உனக்குச் சொல்ல வேண்டும், அதற்காக வந்தேன் என்றாள் பாமா. உனக்குப் பெண், என்னிடம் வம்பு செய்ய வந்தால் அவர்களுக்குப் பிசாசு. எனக்கு வாள் பிடிக்கத் தெரியும், என்று சொல்லிக் கொண்டே போனவளை இடைமறித்த கிருஷ்ணன், உனக்குத் தெரியாதது என்ன, என்றான். பயம், என்றாள் சத்யபாமா.

சரி சொல், ஸ்யமந்தகத்தைப் பற்றி, என்றான் கிருஷ்ணன்.

இக்காட்டில் பூர்வகுடி மக்கள் இருக்கிறார்கள். கரடியைத் தெய்வமாகக் கொண்டாடுகிறவர்கள். கரடித் தோலை அணிந் திருப்பவர்கள். அச்சுறுத்தக் கூடிய பிருமாண்டமான வடிவத்தை உடையவர்கள். ராமாயண காலத்து ஜாம்பவான் வழிவந்த வர்கள். என் அப்பாவுக்கு இவர்கள் தலைவனோடு சிநேகம் ஏற்பட்டது. ஸ்யமந்தகம் அந்தத் தலைவனுக்குச் சொந்தமானது, சீதையின் ஆபரணம் என்று இவர்கள் நம்புகிறார்கள். நானும் என் அப்பாவும் இங்கு வந்திருந்தபோது அந்தத் தலைவன் ஸ்யமந்தகத்தை அப்பாவுக்குக் காண்பித்தான். அப்பா அதைத் திருடிக் கொண்டு வந்துவிட்டார். நான் இதை யாரிடமும் சொல்லக் கூடாது என்று என்னிடம் சத்தியம் வாங்கிக் கொண்டி ருக்கிறார். உன்னிடம் சொல்கிறேன், பாதகமில்லை, ஏனெனில் நீ என்னை மணக்கப் போகிறவன்..., என்றாள் சத்யபாமா.

ஏய்! என்ன சொல்கிறாய், நானா உன்னை மணக்கப் போகிறவன், என்றான் கிருஷ்ணன். ஆமாம், சொல்வதைக் கேள், ஆபரணம் வரவேண்டிய இடத்துக்கு வந்துவிட்டது. என் சித்தப்பாவை ஒரு சிங்கம் தாக்கியிருக்கிறது. இவர்கள் சிங்கத்தைக் கொன்று என் சித்தப்பாவிடம் இருந்த ஆபரணத்தை எடுத்துச் சென்று விட்டனர். இதுதான் நடந்திருக்கிறது, வா, போகலாம் என்றாள் பாமா.

அப்பொழுது திடீரென்று அவர்களை அந்தப் பூர்வகுடிமக்கள் சூழ்ந்து கொண்டனர். கரடியாடை போர்த்திய பயங்கர உருவத்தினர்.

நீ அந்தக் களவாணிப் பயலின் பெண்தானே என்று உறுமினான் அவர்கள் தலைவன். ஆமாம், என் தந்தை செய்தது தப்புதான். நான் அதற்காக வெட்கப்படுகிறேன். இவன்தான் கிருஷ்ணன். எங்கள் தலைவன். என் தந்தை செய்த தப்புக்காக யாதவர்கள் சார்பில் உங்களிடம் மன்னிப்புக் கேட்க வந்திருக்கிறான். வழிகாட்டுவதற்காக நான் கூட வந்திருக்கிறேன், என்றாள் பாமா புன்னகையுடன்.

சுவாரஸ்யமான இடத்தில் நாரதன் என்கிற நான் குறுக்கிடுவதற்கு மன்னிக்கவும். பாமாவின் துணிச்சலையும் சாமர்த்தியத்தைப் பற்றியும் வியாஸர்கூட அவ்வளவு அழகாகச் சித்திரிக்கவில்லை. கிருஷ்ணன் ஜரா என்கிற வேடனிடம் அவளைப் பற்றி மிகச் சிறப் பாகக் கூறியிருக்கிறான். நரகாசுரனிடம் கிருஷ்ணன் போராடச் சென்றபோது தேரோட்டியவள் சத்யபாமா. தேரோட்டியதோடு மட்டுமில்லை, கிருஷ்ணன் போரில் களைத்து உட்கார்ந்தபோது, அந்த அசுரன் மீது அம்பெய்தவள் பாமா. கிருஷ்ணனின் diplomacy தோற்றது போங்கள், எவ்வளவு நயமாக அந்தப் பூர்வகுடித் தலைவனுடன் பாமா பேசுகிறாள், பார்த்தீர்களா?

சரி, கதைக்குப் போவோம். அந்தத் தலைவன் கிருஷ்ணனையே சிறிது நேரம் பார்த்துக் கொண்டிருந்தான். இவன் யார், இவனை எங்கோ பார்த்திருப்பதுபோல் தோன்றுகின்றதே, ஆமாம், நாம் வழிபடும் தெய்வம் ராமனைப் போல் இருக்கிறான் இவன்... என்றெல்லாம் அவன் சிந்தனை ஓடியது.

உன் பேரென்ன சொன்னாய், என்றான் தலைவன்.

நான் சொல்லவில்லை, இவள் சொன்னாள். என் பெயர் கிருஷ்ணன்.

நாங்கள் வழிபடும் தெய்வம் ராமனைப் போல் இருக்கிறாய், கறுப்பு மேனி, செந்தாமரைக் கண்கள், பவளவாய், நீ ராமன்தான்... என்று கூறிக்கொண்டே அத்தலைவன் கிருஷ்ணன் பாதங்களில் சரேலென்று விழுந்து வணங்கினான்.

கிருஷ்ணன் குனிந்து அவனைத் தூக்கி நிறுத்தினான்.

எங்கள் முன்னோன் ஜாம்பவான் ராமனின் பக்தன், எங்கள் குலப்பிராட்டி சீதையின் ஆபரணத்தைத்தான் இவள் தகப்பன் திருடிக்கொண்டு போனான். நாங்கள் உடைந்து போனோம். அவன் திருடிக் கொண்டு போனது நல்லதுக்குத்தான், உன் தரிசனம் கிடைத்தது. ஸ்யமந்தகம் மீண்டும் எங்களுக்குக் கிடைத்து விட்டது. சில நாள்களுக்கு முன் ஒருவனை இக்காட்டில் சிங்கம் தாக்கிக் கொண்டிருந்தது. நான் போய் சிங்கத்தோடு சண்டையிட்டு அதைக் கொன்றேன். ஆனால், அந்த ஆள் பயத்திலேயே செத்துவிட்டான். அவனிடம் இந்த ஆபரணம் இருந்தது. இவள் அப்பன் திருடியது அவனிடம் எப்படி இருந்தது என்று எனக்குப் புரியவில்லை.

பாமா சொன்னாள், அவன் என் சித்தப்பன். ஓ! அப்படியா! சரி, என் மருமகனை என்னிடம் கொண்டு சேர்த்ததற்கு உனக்கு நான் நன்றி சொல்ல வேண்டும் என்றான் அத்தலைவன்.

மருமகனா என்று திடுக்கிட்டு கிருஷ்ணனும் பாமாவும் ஏககாலத்தில் கூவினர்.

ஆமாம், மருமகன்தான். எங்கள் கதைகளில் ஏற்கெனவே சொல்லப்பட்டிருக்கிறது. வழி வழியாக எங்கள் இனத் தலைவனின் மூத்த மகளாக சீதாதேவி பிறப்பாள். ஆபரணம் காணாமல் போய் மறுபடியும் கிடைக்கும். அப்பொழுது அவளை மணக்கப் போகிறவன் தானாகவே வருவான். அவன் தான் ராமன், என்று. ஸ்யமந்தகம் நான் உனக்குக் கொடுக்கப் போகிற சீதனம், என் மகள் ஜாம்பவதியை நீ மணக்க வேண்டும், என்கிறான் அத்தலைவன்.

கிருஷ்ணன் பாமாவைப் பார்க்கிறான். அவள் எதற்கும் அலட்டிக் கொள்ளாமல் மிக நிதானமான குரலில், ஜாம்பவதி எங்கே, என்றாள்.

ஜாம்பவதி வந்தாள். பூர்வகுடிப் பெண், நல்ல வாட்ட சாட்டமாகக் கம்பீரமாக நின்றாள். முகத்தில் பேதைமை கொஞ்சியது.

திருமணத்துக்கு ஏற்பாடு செய்யுங்கள், என்றாள் பாமா.

இவள் என்ன பெண், தன்னைக் கல்யாணம் செய்து கொள்ள வேண்டுமென்கிறாள், அதே சமயத்தில் இந்த இன்னொரு

பெண்ணை அவன் மணப்பதற்கு ஏற்பாடு செய்கிறாளே என்று கிருஷ்ணனுக்கு ஒன்றும் புரியவில்லை!

கிருஷ்ணன் பாமாவைத் தனியாக அழைத்துச் செல்கிறான். என்ன இது, வந்த இடத்தில் ஒரு பெண்ணைக் கல்யாணம் செய்து கொள்ளச் சொல்கிறாயே, இதற்கு என்ன அர்த்தம், என்றான் கிருஷ்ணன். நீ திருடவில்லை என்று நிரூபிக்க வேண்டும் என்றால் இந்த ஆபரணத்தை நீ திரும்பக் கொண்டு போயாக வேண்டும். நீ ஜாம்பவதியை மணந்தால்தான் அதைச் சீதனமாகப் பெற முடியும். ஒரு க்ஷத்திரியப் பெண்ணை மணந்திருக்கிறாய், ஒரு யாதவப் பெண்ணை மணக்கப் போகிறாய், ஒரு பூர்வகுடிப் பெண்ணை மணந்தால் என்ன, குறைந்தா போய்விடுவாய், ஜாம்பவதி அழகாகத்தான் இருக்கிறாள், நான் சொல்வதைக் கேள், மணந்து கொள், என்றாள் பாமா.

அவளுக்கு என்னை மணஞ்செய்து கொள்வதில் விருப்பம் இருக்கின்றதா என்று கேட்க வேண்டாமா, என்றான் கிருஷ்ணன். அந்தத் தலைவன் பேசியதைப் பார்த்தால் இந்த விஷயத்தில் உன் விருப்பத்துக்கோ அல்லது அவள் விருப்பத்துக்கோ இடம் இருந்ததாகத் தெரியவில்லை. அதோ, பார், பாட்டும் கும்மாள மும் தொடங்கி விட்டன. ஜாம்பவதியின் முகத்தில் சிரிப்பைப் பார், எவ்வளவு இயற்கையாக, பார்ப்பதற்கு ரம்மியமாக இருக்கிறது. வா, போகலாம்..., என்று கூறிக் கொண்டே அவன் கையைப் பிடித்து இழுத்துக் கொண்டு சென்றாள் பாமா.

அந்தக் காட்டினத் தலைவன் திருமணம் நடந்த பிறகு சொல்கிறான், எங்கள் வழக்கத்தின்படி பெண்ணை நாங்கள் மணமகன் வீட்டுக்கு அனுப்ப மாட்டோம். நீ தான் எங்களுடன் இருக்க வேண்டும், என்று. அது சாத்தியமில்லை, ஆனால் வருஷத்துக்கு இருமுறை நான் இங்கு வந்து தங்கி விட்டுப் போகி றேன், என்கிறான் கிருஷ்ணன். அவர்கள் இந்த ஏற்பாட்டுக்கு ஒப்புக்கொள்கிறார்கள். துவாரகைக்குத் திரும்பியதும் சத்ராஜித்தைப் பார்க்கச் செல்கிறான் கிருஷ்ணன். இதைத்தானே நான் திருடியதாகக் குற்றஞ்சாட்டினாய். நீ யாரிடமிருந்து திருடினாயோ அவனிடமே இது போய்ச் சேர்ந்திருக்கிறது. அவனுக்குப் பெரிய மனசு, திருப்பிக் கொடுத்து விட்டான். வைத்துக்கொண்டு அழு, என்றான் கிருஷ்ணன் கோபமாக. இதை யாரிடத்தும் தயவு செய்து சொல்லாதே. பாமாவை உனக்குக்

கல்யாணம் செய்து தருகிறேன் என்றான் சத்ராஜித். நீ என்ன கல்யாணம் செய்து தருவது, நான் அத்தை வீட்டுக்கும் போக வில்லை, சொத்தை வீட்டுக்கும் போகவில்லை. கிருஷ்ணனோடு காட்டுக்குப் போயிருந்தேன். எங்களுக்குக் கல்யாணம் ஆகிவிட்டது, என்று சொல்லிக் கொண்டே வந்தாள் பாமா.

கிருஷ்ணன் சிரித்தான். கல்யாணம் ஆகிவிட்டதா, படு பாவி, என்று அலறினான் சத்ராஜித். பயப்படாதே, ஒன்றும் ஆக வில்லை. கல்யாணத்துக்கு ஏற்பாடு செய், என்றாள் பாமா.

கிருஷ்ணன் தான் களங்கமற்றவன் என்று நிரூபித்த பிறகு பாமாவுக்கும் அவனுக்கும் திருமணம் நடந்தது. கிருஷ்ணன் பாண்டவர்களைச் சந்திக்க இந்திரபிரஸ்தம் போய்விட்டான்.

15

சத்ராஜித் மேல் மூவருக்கு அசாத்திய கோபம். அவர்கள் யார் தெரியுமா? பாமாவை மணக்க மனக்கோட்டை கட்டிய மூவர்கள். கிருதவர்மன், ஷததன்வன், அக்ரூரன். அக்ரூரனை நினைவில் வைத்திருக்கிறீர்களா? கம்ஸன் கிருஷ்ணனை பிருந்தாவனத்திலிருந்து அழைத்து வரும்படி அனுப்பினானே, அவர்தான். கிழவனாகியிருப்பானே என்று நினைக்காதீர்கள். அப்பொழுதே அவனுக்கு வயது ஒன்றும் ஆகிவிடவில்லை. நல்ல அனுஷ்டானங்களுடன் இருந்தான் என்பதால் வயதான வன் போல் உங்களுக்கு ஓர் அபிப்பிராயம் ஏற்பட்டு விட்டது, அப்படித்தானே? நல்லவர்களாக இருப்பதில் இதுதான் கஷ்டம், கிழவர்கள் என்று நினைத்து விடுகிறார்கள். கிழவனாயிருந்தால் தான் நல்லவனாக இருப்பதைத் தவிர வேறு வழியில்லை என்று நினைக்கிறீர்களா?

ஆனால் துவாரகைக்கு வந்தபின், அக்ரூரனுக்கு தனக்கு அப்படி ஒன்றும் வயதாகிவிடவில்லை என்ற நினைவு வந்துவிட்டது. அவனைக் குற்றம் சொல்லிப் பயனில்லை. காரணம், சுகபோக வாழ்க்கை. சத்யபாமாவின் அழகைப் பார்த்ததும் அவனுக்கும் அவளை மணக்க வேண்டுமென்றே ஆசை வந்துவிட்டது. மூவர் காத்திருக்க, எதிர்பாராத நிலையில் நாலாவதாக வந்த ஒருவன் trophyயைத் தட்டிக் கொண்டு போனது, இம்மூவருக்கும் எரிச்சலையும் அவர்களுக்கிடையே ஒரு பிணைப்பையும் ஏற்படுத்தித் தந்தது. இதற்கெல்லாம் காரணம் யார்? சத்ராஜித். அவனைக் கொன்று ஸ்யமந்தகத்தை அவனிடமிருந்து பறித்து விட வேண்டும். தான் பெண் கேட்டுச் சென்றபோது சத்ராஜித் திடம் அவமானப்பட்டதை கிருதவர்மனால் மறக்க முடிய வில்லை. மூவரும் திட்டமிட்டனர். கிருஷ்ணன் பாண்டவர்

களைப் பார்க்கப் போயிருக்கிறான். இதுதான் சரியான சமயம், சத்ராஜித்தைக் கொன்று விடலாமென்று தீர்மானித்தனர். இம்மூவரில் ஷததன்வன் முரடன், புத்திக்கூர்மை போதாது. விளைவைப் பற்றி யோசிக்க மாட்டான். சத்ராஜித்தை நீ கொன்று, அந்த ஆபரணத்தை எடுத்துக்கொண்டு வந்துவிடு, மற்றது எங்கள் பொறுப்பு என்கிறார்கள், கிருதவர்மனும் அக்ரூரனும். ஷததன்வன் ஒரு நள்ளிரவில் சென்று சத்ராஜித்தைக் கொன்று, ஆபரணத்தைத் திருடிக்கொண்டு வருகிறான். யாரோ ஓடும் சப்தம் கேட்டு, பாமா எழுந்து வாசலுக்கு விரைகின்றாள். அவளுக்கு அவன் ஷததன்வன் என்று தெரிந்து விடுகிறது. துரத்திக்கொண்டு போகிறாள். அவன் மறைந்து விடுகிறான்.

கிருஷ்ணனுக்குச் செய்தி அனுப்புகிறார்கள். ஷததன்வன், பாமா தன்னைப் பார்த்துவிட்டாள் என்ற பயத்தில், ஆபரணத்தை அக்ரூரனிடம் கொடுத்துவிட்டு, காட்டுக்குள் ஓடிவிடுகிறான். அக்ரூரன் கிருஷ்ணன் வரப்போகிறான் என்றறிந்ததும் ஆபரணத்தை எடுத்துக்கொண்டு காசிக்குப் போய் விடுகிறான்.

சத்ராஜித்தின் ஈமக்கடன்கள் முடிந்தவுடன் கிருஷ்ணன் ஷததன்வனைத் தேடிக்கொண்டு காட்டுக்குப் போகிறான். இரண்டு மூன்று நாள்களில் அவனைக் கண்டுபிடித்தவுடன் அவனைத் துரத்திச் செல்கிறான். ஷததன்வன் போன வேகம் தாங்க முடியாமல், குதிரை கீழே விழுந்து இறந்து விடுகிறது. ஷததன்வனும் கீழே விழுகிறான். விழுந்த வேகத்தில் அடிபட்டு இறந்து விடுகிறான். கிருஷ்ணன் அவனிடம் அந்த ஆபரணம் இல்லை என்று உணர்ந்ததும், வீணாக இவன் இறந்திருக்க வேண்டாம் என்று தனக்குள் சொல்லிக் கொண்டு திரும்புகிறான்.

காசிக்கு அக்ரூரன் சென்றபோது, அங்குப் பஞ்சம். மழை இல்லாததால் வயல்கள் தரிசாகக் கிடந்தன. அக்ரூரன் அவனிடம் இருந்த ஆபரணம் தினம் கொடுத்த தங்கத்தைக் கொண்டு பக்கத்து தேசங்களிலிருந்து உணவுப் பண்டங்கள் வாங்கி எல்லோருக்கும் விநியோகித்தான். அந்த ஆபரணத்தின் மகிமையினாலோ என்னவோ மழையும் பெய்யத் தொடங்கியது. அக்ரூரனின் புகழ் எங்கும் பரவத் தொடங்கியது.

துவாரகையையும் எட்டியது அவன் புகழ். துவாரகையில் ஒரு வதந்தி பரவியது. கிருஷ்ணனும் அக்ரூரனும் நல்ல நண்பர்கள். அவன்தான் ஸ்யமந்தகத்தை அக்ரூரனுக்குக் கொடுத்தானா?

அப்படிக் கொடுத்திருந்தால், சத்ராஜித் கொல்லப்பட்டதில் கிருஷ்ணனின் பங்கு என்ன என்பன போன்ற துப்பறியும் கேள்விகள். பாமாவே கிருஷ்ணனை சந்தேகப் பார்வையுடன் கேட்டுவிட்டாள். உனக்கும் என் அப்பா கொல்லப்பட்டதற்கும் சம்பந்தம் இல்லையே, என்று.

கிருஷ்ணனுக்குத் தன் பேரைக் காப்பாற்றிக் கொண்டாக வேண்டுமென்ற இன்னொரு நிர்பந்தம். அவன் அக்ரூரனுக்குச் செய்தி அனுப்பினான், அவன் உடனே துவாரகைக்கு வந்தாக வேண்டும், என்று. அக்ரூரன் பயந்துகொண்டே வந்தான். கிருஷ்ணனை அவன் இல்லத்துக்குச் சென்று பார்க்கப் போனான். கிருஷ்ணன் அவனைச் சந்திக்க மறுத்துவிட்டான். அடுத்த நாள் அரச சபை கூட இருக்கிறது, அங்கே பார்த்துக் கொள்ளலாம், என்று சொல்லிவிட்டான்.

அடுத்த நாள் அரச சபையில் என்ன நடந்தது? ஜரா என்கிற வேடனிடம் கிருஷ்ணன் சொன்னபடியே தருகிறேன்.

கிருஷ்ணன் : காசியில் பல தானதர்மங்களைச் செய்து எட்டு திசைகளிலும் புகழ்பெற்ற யாதவகுலத் திலகம் இங்கு வந்திருப்பதில் நமக்குச் சொல்ல மாளா பெருமை. இத்தனைச் செல்வம் உனக்கு எங்கிருந்து வந்தது? நீ இங்கிருந்தபோது அதற்கான அறிகுறி எதுவும் இல்லையே?

அக்ரூரன் மௌனம்.

கிருஷ்ணன் : ஏன் மௌனம் சாதிக்கிறாய், உன் செல்வத்தால் உன்னுடைய நாட்டு மக்களும் பயனடைய வேண்டாமா? நாராயணன் அருளா, மகேசனின் அருளா, குபேரன் கடன் கொடுத்திருக்கிறானா அல்லது சூரியன் அருளா, சொல் அக்ரூரா, சொல்.

இங்கு ஒன்று சொல்லியாக வேண்டும். நாரதன் என்கிற நான் குறுக்கிடுகிறேன். ஸ்யமந்தகம் என்ற அந்த ஆபரணம் சூரியன் தனக்குக் கொடுத்ததாக சத்ராஜித் சொன்னதை யாதவ மக்கள் அப்படியே நம்பிக் கொண்டிருக்கிறார்கள். சத்யபாமாவுக்குக் கொடுத்த வாக்குக்காக சத்ராஜித்தின் பொய்யை கிருஷ்ணன் அம்பலப்படுத்தவில்லை. ஆகவேதான், 'சூரியன் அருளா?' என்று கேட்டுவிட்டு, அக்ரூரனைப் பார்த்து கிருஷ்ணன் கண் சிமிட்டியதும் அக்ரூரன் உடைந்து போய் விடுகிறான்.

நடந்தனவற்றை ஒளிவு மறைவு இல்லாமல், கண்களில் ஈரக் கசிவுடன் சொல்லிவிடுகிறான். அவன் மேலும் கூறுகிறான்:

அக்ரூரன் : கிருஷ்ணா, உன்னைப் பார்க்கத்தான் எனக்கு வெட்கமாக இருந்தது. காசும் காதலும் என்னைத் தடுமாறச் செய்துவிட்டன. எப்படியிருந்தவன் எப்படியாகி விட்டேன் என்ற குற்ற உணர்வில் காசிக்கு ஓடினேன். அங்கு மக்கள் பட்டினியில் வாடுவதைப் பார்த்ததும் பகவான் இதற்காகத்தான் என்னை காசிக்கு விரட்டியிருக்கிறான் என்று தோன்றுகிறது. இந்தா, இதோ இருக்கிறது அந்த ஆபரணம்.

கிருஷ்ணன் : வேண்டாம், நீயே வைத்துக் கொள். இதைத்தான் நான் சத்ராஜித்திடம் சொன்னேன். எதிர்பாராமல் உனக்குக் கிடைத்த இச்செல்வத்தை அரசனிடம் கொடுத்து விடு, மக்களுக்குப் பயன்படும் என்றேன். அவன் கேட்கவில்லை. நீ நான் சொன்னதைச் செய்து வருகிறாய். தொடர்ந்து செய்து வா என்பதுதான் என் வேண்டுகோள். காசியில் மட்டுமல்லாமல் எங்கெங்கு எப்பொழுதெல்லாம் மக்கள் பசியிலும் பட்டினி யிலும் வாடுகிறார்களோ அவர்களுக்கு இவ்வாபரணம் உறு துணையாக இருக்க வேண்டும்.

மணிமேகலையின் அட்சய பாத்திரம் உங்கள் நினைவுக்கு வருகிறதா? அக்ரூரனை மணிமேகலையாக மாற்றிவிடுகிறது இந்த ஆபரணம். கங்கையில் குளித்தும், காட்டுக்குப் போய் தவம் செய்தும் கழுவாய் தேடுவதைக் காட்டிலும் நாட்டிலிருந்து, ஏழை மக்களுக்கு உண்டி கொடுத்து உதவுவதே உத்தமமான தர்மம் என்கிறான் கிருஷ்ணன்.

அக்ரூரன் மீது கிருஷ்ணன் கோபம் கொள்ளவில்லை. செல்வம் ஒருவனைக் கெடுத்துவிடக் கூடியது என்ற நடைமுறையை அவன் நன்கு உணர்ந்தவன். ஆகவே இத்தகைய அனுபவங்கள் ஒருவனுக்குத் தேவை என்பதுதான் கிருஷ்ணனின் சித்தாந்தம்.

ஜரா என்கிற வேடன் கேட்டான், செல்வம் ஒருவனைக் கெடுத்து விடும் என்கிறீர்களே? நல்லது, கெட்டது என்பனவெல்லாம் நாம் அவ்வப்பொழுதைய சௌகரிய, அசௌகரியங்களைப் பொருத்த விஷயம் என்று நீங்கள் முன்னால் சொன்னதை இதனோடு எப்படிப் பொருத்திப் பார்க்க வேண்டும், என்று.

செல்வத்தைப் பகிர்ந்து கொண்டால், சௌகரியம், பகிர்ந்து கொள்ளாமல் இருந்தால் அசௌகரியம், என்றான் கிருஷ்ணன்.

எவ்வளவு சுலபமாகச் சொல்லி விட்டான், பார்த்தீர்களா? தன்னளவில் பரிபூரணமாக, மற்றைய எதனோடும் தொடர் பில்லாமல் இவ்வுலகில் எதுவும் இருக்க இயலாது என்பதுதான் கிருஷ்ணனின் வாதம். அவன் தர்மனிடம் சொன்னான், நியாயம், அநியாயம் என்றால் ஒன்றுக்கொன்று நேர் முரணானது என்று அர்த்தமில்லை. நியாயத்தின் உள் அமைப்பிலேயே அநியாயத் தின் விதையும் உள்ளீடாக இருக்கக் கூடும். தர்மம், தர்மம் என்று சதா உச்சரித்துக் கொண்டே இருக்கும் உனக்கு, உங்கள் ஐவருக்கும் பொதுவான ஒரு மனைவியைச் சூதாட்டத்தில் பணய மாக வைத்து ஆடும் அளவுக்கு வெறி வருவதற்குக் காரணமே, தப்பு என்று உள்ளடக்கப்பட்ட உணர்வுகள் சந்தர்ப்பம் வரும் போது வேறு நிலையில் வெறியாக மாறுவதால்தான். அதர்மக் காரன் என்று நீ சொல்கிற துரியோதனன் எந்த நிலையிலும் ராதேயன்பால் உள்ள அன்பு மாறாமலிருப்பதற்குக் காரணம் நட்பின் புனிதத்தை அவன் அந்தரங்கத்தில் போற்றுவதால்தான். ஆகவே மனித வாழ்க்கையைச் சுவாரஸ்யப்படுத்த நமக்குத் தெரிந்தோ தெரியாமலோ நம்மிடம் இருக்கிற இந்த முரண் பாடுகள் அவசியம், என்று.

ஒவ்வொருவருடைய ஆழ்மனத்தைப் பற்றியும் கிருஷ்ணனுக்குத் தெரிந்த அளவுக்கு உளவியல் பிதாமகன் Freudக்குக் கூடத் தெரியுமா என்பது சந்தேகந்தான். அவன் பேரன் அநிருத்தன் - உஷா காதலை அவனால்தான் புரிந்து கொள்ள முடிந்தது.

உஷா - அநிருத்தன் கதையைக் கிருஷ்ணன் சொன்னபோது, ஜரா என்கிற வேடன் கேட்டிருக்கிறான், என்ன சொல்கிறாய் நீ? உஷா கனவில் அநிருத்தன் வந்தானா, என்று. நீங்களும் கேட்கக்கூடும். உஷாவுக்கு அநிருத்தன் யாரென்றுகூடத் தெரியாது. அவள் கனவில் அவன் எப்படி வந்திருக்க முடியுமென்று. நம்முடைய ஆழ்மனம் இருக்கிறதே, அதனுள் நம் பிறவியிலிருந்து நமக்கு ஏற்படும் அநுபவங்களின் தாக்கங்களும், பாரம்பரியமாக வரும் மரபணுவின் தொடர்நிலை உள்ளீட்டுச் செய்திகளும் புதைந்து கிடக்கின்றன. எது எப்பொழுது திடீரென்று தன்னைப் புலப்படுத்திக் கொள்ளும் என்று சொல்ல முடியாது. உஷாவின் கனவில் அநிருத்தன் வந்தான் என்றால் அதற்கு ஆயிரக்கணக்கான சாத்தியக் கூறுகள் உண்டு.

உஷாவுடைய நெருங்கிய சிநேகிதி சித்ரலேகா. உஷா அவளிடம் தன் கனவிலே வந்த இளைஞனைப் பற்றிக் கூறுகிறாள். அவன் யாரென்று தெரியவில்லை. சித்ரலேகாவுக்குச் சித்திரம் வரையத் தெரியும். உஷா சொன்ன அடையாளங்களை வைத்துக் கொண்டு சித்திரம் வரைகிறாள். திரும்பத் திரும்ப வரைந்தபிறகு உருவாகும் ஓவியத்தைப் பார்த்ததும், இவன்தான் என்று சந்தோஷத்துடன் கூவுகிறாள் உஷா.

இங்குதான் நான் வருகிறேன். நான் கதாபாத்திரமாக இல்லாத கதை எதுவுமே கிடையாது. இதை ஒரு நவீனக் கதையாக நினைத்து நீங்கள் கேட்டுக் கொண்டிருக்கிறீர்கள். இதை உங்களுக்குச் சொல்லும் சூதனாக நான் உங்கள் முன் நிற்கிறேன். சரி, நான் எங்கே வருகிறேன் என்று சொல்கிறேன். நானும் உஷாவின் அப்பா பாணாசுரனும் நெருங்கிய நண்பர்கள். எனக்கு அசுரர்கள், தேவர்கள் எல்லாருமே நண்பர்கள். எனக்கு Z category security எப்பொழுதுமே தேவைப்பட்டதில்லை. நான் பாணாசுரனைப் பார்க்கப் போயிருந்தேன். அப்பொழுது அவன் அந்தப்புரத்திலிருந்து, உஷா என்னைப் பார்க்க விரும்புகிறாள் என்று அழைப்பு வந்தது. நான் பிரம்மசாரியானாலும் அசுரர், தேவர் எல்லாருடைய அந்தப்புரங்களிலும் visa இல்லாமல் நுழையலாம், அவ்வளவு நம்பிக்கை என்மீது எல்லாருக்கும்.

உஷா, சித்ரலேகா வரைந்திருந்த ஓவியத்தைக் காட்டி அவன் யார் தெரியுமா என்று கேட்டாள். கிருஷ்ணன் மாதிரி இருக்கிறது என்றேன். கிருஷ்ணனா என்று சந்தோஷத்துடன் அவள் கூவினாள். ஏன் என்ன விஷயம் என்று கேட்டேன். இவன் என் கனவில் வந்தான். இவனைத்தான் நான் மணப்பேன் என்றாள். கிருஷ்ணன் மாதிரி இருக்கிறது, ஆனால் இவன் கிருஷ்ணன் இல்லை, இவன் அநிருத்தன். கிருஷ்ணனுடைய பேரன். பிரத்யும்னன் பிள்ளை என்றேன். இவனை எப்படி மணப்பது என்றாள். நீ இவன் கனவில் புகுந்து இவனைக் கடத்திக் கொண்டு வந்துவிடு. இதுவரை ஆண்கள்தாம் பெண்களைக் கடத்திக் கொண்டு வந்திருக்கிறார்கள். கிருஷ்ணன் ருக்மிணியைக் கடத்திக் கொண்டு போனான். அவன் பிள்ளை, உன் வருங்கால மாமனார் பிரத்யும்னன். அவன் மாமன் ருக்மியின் மகள் - உன் வருங்கால மாமியார் - ருக்மாவதியைக் கடத்திக் கொண்டு போனான். ஒரு வித்தியாசத்துக்காக நீ அநிருத்தன் கனவில் புகுந்து கடத்திக்கொண்டு வந்துவிடு என்றேன்.

கனவில் புகுந்து சாகஸங்கள் செய்வதெல்லாம் post–modern novelகளில்தாம் நடக்கும் என்று நினைத்துக் கொண்டிருக் கிறீர்களா? அந்தக் காலத்திலேயே நடந்திருக்கிறது. அநிருத்தன் கனவில் உஷா புகுந்தாள். ஒன்று சொல்ல மறந்துவிட்டேன். இந்த மாய வித்தைகளையெல்லாம் அவளுக்குக் கற்றுக் கொடுத்தது யார் தெரியுமா? அவள் சிநேகிதி சித்திரலேகாதான். அநிருத்தன் உஷா அழகைக் கண்டு சொக்கிப் போனான். என்னுடன் வருகிறாயா என்று கேட்டாள் உஷா. உடனே புறப் பட்டு விட்டான். உடன்போக்கு என்றுதானே தமிழிலக்கியத்தில் சொல்வார்கள்? கொஞ்சம் வித்தியாசம், தலைவியுடன் தலைவனின் உடன்போக்கு நிகழ்கிறது! அவனைத் தன் ஊருக்கு அழைத்துச் சென்று விடுகிறாள். இருவரும் அவள் அந்தப் புரத்தில் living-in companions ஆக வாழ்ந்து கொண்டு இருக்கிறார்கள். பாணாசுரனுக்கு இது தெரிந்து விடுகிறது. அவன் யார் தெரியுமா? பிரஹலாதனின் பேரன், பலி சக்கரவர்த்தியின் பிள்ளை. சிவபக்தன். சிவன் நடனத்துக்கு மிருதங்கம் வாசித்திருக் கிறான். நந்தியின் சிஷ்யன். இயற்கையான கோபத்துடன் அவன் அந்தப்புரத்தில் புகுந்து, அநிருத்தனைக் கட்டிப் போடும்படி ஆணையிட்டிருக்கிறான்.

துவாரகையில் அநிருத்தனைத் தேடிக் கொண்டிருக்கிறார்கள். அவர்களுக்கு யாரேனும் என்ன தகவல் என்று சொல்ல வேண்டாமா? Yours truly அங்கு போய்ச் சேர்ந்தேன். ருக்மிணி கொதித்தெழுந்தாள். கடத்திக் கொண்டு போயிருக்கிறாளா? என்ன அக்கிரமம்! உடனே போய் என் பேரனை மீட்டுக்கொண்டு வாருங்கள் என்றாள் அவள். கிருஷ்ணன் நான் எதிர்பார்த்தபடியே பதில் சொன்னான், கண்ணே, நாம் சரித்திரத்தை மறந்துவிடக் கூடாது. உனக்கு அப்பொழுது துணிச்சலில்லை, இப்பொழுது இந்தப் பெண்ணுக்குத் துணிச்சல் இருக்கிறது. இதுதான் வித்தியாசம். இரண்டு இளம் உள்ளங்கள் மனம் ஒருமித்து ஒன்று சேர்ந்து வாழ முடிவு செய்தால் யாரும் குறுக்கே நிற்கக் கூடாது. சரி நாரதா, பாணாசுரனிடம் என் பேரனை விடுவித்துக் கல்யாணத்துக்கு ஏற்பாடு பண்ணச் சொல், என்று.

நான் போய் பாணனிடம் கிருஷ்ணன் சொன்னதைச் சொன்னேன். அந்த மாட்டுக்காரப் பயலுடன் நான் சம்பந்தம் வைத்துக் கொள்வதா? அவனைச் சண்டைக்கு வரச்சொல் என்று தீர்மானமாகச் சொல்லி விட்டான். ஒரு பெரிய யுத்தம் நடந்தது. பாணன் தோற்றுவிட்டான். உன்னை நான் கொல்ல விரும்ப

வில்லை. நீ இசையில் வல்லுநன். உன் இசை ஞானத்துக்கு நான் மதிப்புக் கொடுக்கிறேன். இளம் உள்ளங்களின் கனவுகளுக்குத் தடை உத்தரவு போட நாம் யார், கல்யாணத்துக்கு ஏற்பாடு செய், என்றான் கிருஷ்ணன். கல்யாணம் எதற்கு, எங்கள் கனவு கலைந்துவிடும். இப்படியே இருந்து விடுகிறோமே என்றாள் உஷா. இதுவும் நல்லதுதான், இப்படியே இருங்கள் என்று ஆசீர்வதித்தான் கிருஷ்ணன்.

ஜரா என்கிற வேடனிடம் கிருஷ்ணன் சொன்னான், வியாஸர் என் கதையை அவர் வழியில் சொல்லப் போகிறார். இக்கதைகளில் அவரே ஒரு கதாபாத்திரம் என்பதால் நிகழ்ச்சிகளை அவர் பார்வையில்தான் சொல்லக் கூடும். நான் இப்பொழுது சொல்வது என் பார்வை. உஷாவும் அநிருத்தனும் கல்யாணம் செய்து கொண்டாக வேண்டும் என்று நீ நினைத்தால் திருமணம் செய்து வைத்துவிடு, எனக்கு ஆட்சேபணை இல்லை, என்று.

ஜரா என்கிற வேடன் என்னிடம் கேட்டான், நீ என்ன நினைக்கிறாய் இது பற்றி, என்று.

நான் சொன்னேன், நான் பிரம்மசாரி. கல்யாணமும் வேண்டாம், கல்யாணம் என்று செய்து கொள்ளாமல் ஆணும் பெண்ணும் சேர்ந்து வாழவும் வேண்டாம் என்று ஒதுங்கியிருப்பவன். எது சரி என்று என்னால் எப்படிச் சொல்ல முடியும், என்று.

கிருஷ்ணனுக்குத் தெரியும் எது எந்தக் காலத்துக்குச் சரியென்று. அதனால்தான் எல்லாக் காலத்துக்கும் உரியவனாக இருக்கிறான்.

கிருஷ்ணனோடு சம்பந்தப்பட்ட பெண்கள் எல்லாருமே சற்று சிக்கலானவர்கள்தான் என்றான் ஜரா என்கிற வேடன் திடீரென்று. ஏன் அப்படிச் சொல்கிறாய், என்றேன் நான். ஷைல்பியாவைப் பாருங்களேன், அவள்... என்று அவன் மேலே சொல்லிக் கொண்டே போனான். அவன் என்ன சொன்னான் என்பது இருக்கட்டும், ஷைல்பியா என்பவள் யாரென்று தெரியுமா உங்களுக்கு? நமது புராணங்களிலும் இதிகாசங் களிலும் வருகின்ற பெண்கள் எல்லாருமே ஒவ்வொரு வகையில் சிக்கலானவர்கள்தான். ஷைல்பியாவுக்கு ஓர் அரசியல் கோட்பாடும் இருந்தது என்பதுதான் அவளை மற்றவர் களிடமிருந்து வேறுபடுத்திக் காட்டுகின்றது.

அது என்ன அரசியல் கோட்பாடு என்கிறீர்களா? தான்தான் உண்மையான வாசுதேவன் என்கிற நாராயணன், அதாவது பகவான் கிருஷ்ணன் வெறும் மானிடன், மாட்டிடையன், அவனுக்குத் தன்னை வாசுதேவன் என்று சொல்லிக் கொள்ள எந்த உரிமையுமில்லை என்றெல்லாம் பிரகடனப்படுத்திக் கொண்டு வந்த அவள் பெரியப்பா பௌண்ட்ரகனை உறுதியாக நம்பி அவனுக்குப் பக்கபலமாக, அவன் பிரசார பீரங்கியாக இருந்தாள் ஷைல்பியா. பௌண்ட்ரகன், கருஷா நாட்டு அரசன். அவனும் யாதவ குடும்பத்தைச் சார்ந்தவன்தான். ஆனால் பாரத நாட்டில் பல இடங்களில் பரவியிருந்த ஒரு யாதவ குடும்பத்தைச் சார்ந்தவன். இக்குடும்பத்தின் குலகுரு ஸ்ரீகலவர் என்ற ரிஷி. வாசுதேவ நாராயணனை வழிபடும் குழுவைச் சார்ந்தவர். ஆகவே இவரை குருவாக கொண்ட யாதவ அரசர்களும் வாசுதேவ நாராயணனைத் தாங்கள் முழுமுதற் கடவுளாகக் கொண்டார்கள். இந்த வம்சத்தில் வந்த பௌண்ட்ரகன் என்கிற ஸ்ரீகலவலன் தன்னையே பகவானாக அறிவித்துக் கொண்டான். கௌஸ்துபம், பாஞ்சஜன்யம், சுதர்சனம், பீதாம்பரம், ஸ்ரீவத்ஸம் எல்லாம் பூண்டு, அவனே வாசுதேவன் என்கிற நாராயணன் என்று விளம்பரப்படுத்திக் கொண்டான். ஜராசந்தனுக்குப் பயந்து துவாரகையில் குடியேறிவிட்ட கிருஷ்ண வாசுதேவன் ஒரு போலி என்பதும் அவன் தன் நாட்டு மக்களுக்கு விடுத்த செய்தி.

ஷைல்பியா இப்பொழுது உங்கள் காலத்தில் இருந்திருந்தால் ஒரு பெண்ணியவாதியாக இருந்திருப்பாள். கிருஷ்ணனைப் பற்றி அவள் கேள்விப்பட்டிருந்தாள். கோகுலத்திலும் பிருந்தாவனத் திலும் அவன் கோபிகைகளோடு ஆடிய ஆட்டங்கள், ராதா வுக்கும் அவனுக்குமிருந்த நெருக்கம், அவன் புன்னகைக்காகவே எத்தனை ராஜகுமாரிகள் தவம் கிடக்கிறார்கள் ஆகிய எல்லா செய்திகளும் அவளுக்குத் தெரியும். இந்தச் செய்திகளினால், மற்ற பெண்கள் அவனை ஒரு கவர்ச்சிப் புருஷனாகக் கருதிய போது, ஷைல்பியாவுக்கு இதன் காரணமாகவே அவன்பால் ஒரு வெறுப்புணர்வு தோன்றியது. அவள் பெரியப்பாவுக்குக் கிருஷ்ணன் மீதிருந்த கோபத்தைப் பகிர்ந்து கொண்டாள். அவள் பெரியப்பாதான் உண்மையான வாசுதேவன் என்பது அவளது அரசியல் கோட்பாடு ஆயிற்று.

ஷைல்பியா மிகவும் அழகான பெண். பிரும்மசாரியான நான் அவளை அங்கம் அங்கமாகச் சித்திரித்துச் சொல்ல விரும்ப

வில்லை. நீங்கள் சந்தித்திருக்கக் கூடிய மிகவும் அழகான பெண்களைவிட அழகானவள். அப்படியானால் அவள் எப்படி இருந்திருப்பாள் என்பதை உங்கள் கற்பனைக்கு விட்டு விடுகிறேன். ஸ்வேதகேதுவைப் பற்றி முன்னால் உங்களுக்குச் சொல்லியிருக்கிறேனா? நான் சொல்லும் கதைக்குத்தான் முன்பின் கிடையாதே, ஆகவே முன்னால் சொல்லாவிட்டாலும் பரவாயில்லை, இப்பொழுது சொல்கிறேன், கேளுங்கள்.

16

கிருஷ்ணனின் குரு சாந்திபனி முனிவர். அவருடைய தலை மாணாக்கன்தான், ஸ்வேதகேது. குருவின் கட்டளையின்படி, சிற்சில சமயங்களில், அவன் கிருஷ்ணனுக்கும் ஆசிரியராக இருந்திருக்கிறான். வேத நூல்களைக் கரைத்துக் குடித்தவன். அவன் போதாத வேளை, ஒருநாள் விடியற்காலை சுழித்து ஓடும் நதிக்கு நீராடப் போயிருக்கிறான். நதியில் நீராடிவிட்டு, அருகில் யாருமே இல்லை என்று நினைத்து, 'தகதக'வென்று, சுட்ட பொன் போல் பிரகாசித்த பிறந்த மேனித் திருப்பொலிவுடன், நீரினின்றும் பூத்த ஓர் அழகிய பெண்ணைப் பார்த்து மெய்மறந்து நின்றான் ஸ்வேதகேது. நதிக்கரைக்கு வந்து அவசர அவசரமாக புடைவையை மேலே சுற்றிக் கொண்ட அந்தப் பெண், யார் நீ, என்று மிகுந்த கோபத்துடன் கேட்டாள். குரு சாந்திபனியின் சிஷ்யன், என் பெயர் ஸ்வேதகேது, என்றான் அவன். அவள் மௌனமாகச் சில விநாடிகள் உற்றுப் பார்த்துக் கொண்டே இருந்தாள். கிருஷ்ணனின் குரு சாந்திபனியா, என்று கேட்டாள் அவள். ஆமாம், என்று மலர்ந்த முகத்துடன் சொன்னான் ஸ்வேதகேது.

ஒன்று சொல்ல மறந்துவிட்டேன், ஸ்வேதகேதுவைப் பற்றி, அவன் ஒரு கம்பீர புருஷன், ஆணழகன், படிப்பில் மட்டுமின்றிப் போர்ப் பயிற்சியிலும் தேர்ந்தவன்.

ஷைல்பியா அவனைப் பார்த்துப் புன்னகை செய்தாள். புல்லரித்து நின்றான் ஸ்வேதகேது. பிறகு என்ன? குருவை மறந்து, ஸ்வேத கேது, ஷைல்பியாவைப் பின்தொடர்ந்தான். கிருஷ்ணனின் குரு சாந்திபனி முனிவரின் தலை மாணாக்கனைப் பறித்துக் கொண்டதைத் தன் மகத்தான வெற்றியாகக் கருதினாள்

ஷைல்பியா. பௌண்ட்ரகனின் ராஜகுருவானான் ஸ்வேதகேது. ஸ்ரீகலவலன் என்ற பௌண்ட்ரகன்தான் உண்மையான வாசுதேவன் என்று நிறுவ வேண்டியது அவனுடைய அரசியல் கோட்பாடாக ஆகிவிட்டது! ஒரு பெண் நினைத்தால் என்னதான் நடக்காது? குருக்ஷேத்திரத்தையே நடத்திக் காட்டியிருக்கிறாள் ஒரு பெண், வேறென்ன சான்று வேண்டும் இதற்கு?

எதிரியின் எதிரி தனக்கு நண்பன் என்பதுதானே அரசியல்? அதற் கேற்ப, ஜராசந்தனும் பௌண்ட்ரகனும் நெருங்கிய நண்பர்கள் ஆனார்கள். கோமந்தகாவில் கிருஷ்ணனை முறியடித்துவிட்டு அவன் நாட்டுக்கு வருவதாக ஸ்ரீகலவலனிடம் சொல்லி இருந்தான் ஜராசந்தன். அவனை வரவேற்க பலத்த ஏற்பாடுகள் செய்திருந்தான் ஸ்ரீகலவலன் என்கிற பௌண்ட்ரகன்.

கிருஷ்ணன் ஸ்ரீகலவலனைப் பகைவனாகக் கொள்ள விரும்ப வில்லை. சிறுபிள்ளைத்தனமாகத் தன்மீது பொறாமை கொண்டிருக்கும் அவனைத் தன்னால் திருத்திவிட முடியும் என்றுதான் கிருஷ்ணன் நம்பினான். ஜராசந்தன் கோமந்தகாவில் தோற்று மகத நாட்டுக்குத் திரும்பியவுடன், கிருஷ்ணன் கருஷ நாட்டுக் கரவீரபுரத்துக்கு தான் விஜயம் செய்ய இருப்பதை ஸ்ரீகலவலனிடம் சொல்லும்படி தன் நெருங்கிய சிநேகிதன் உத்தவனை அனுப்புகிறான்.

உத்தவன் கரவீரபுரம் சென்றதும் திடுக்கிட்டான். வீதிகள் தோறும் பௌண்ட்ரகனுடைய படங்கள்! அவன்தான் பகவான் என்று அறிவிக்கும் வாசகங்கள்! ஆங்காங்கே கோயில்கள் கட்டி அவனுக்கு உற்சவங்கள் வேறு நடத்திக் கொண்டிருந்தார்கள் மக்கள்! உத்தவனுக்குப் பொறுக்கவில்லை. அவன் உங்களைப் போல ஒரு மனிதன், அவனைக் கடவுள் ஸ்தானத்துக்கு உயர்த்தி விட்டீர்களே, இதென்ன அக்கிரமம் என்று கொதித்தெழுந் திருக்கிறான் வீதியில். அவ்வளவுதான், அவனைக் கைது செய்து அரசனிடம் கொண்டு போய் விட்டார்கள். அங்கு அவனுக்கு ஒரு பெரிய அதிர்ச்சி காத்திருந்தது. கௌஸ்துபம், ஸ்ரீவத்ஸம், சுதர்ஸனம், பாஞ்சஜன்யம், பீதாம்பரம் அணிந்து, கிருஷ்ண வாசுதேவனின் cloneஆக பௌண்ட்ரக வாசுதேவன், சிம்மாசனத்தில் வீற்றிருந்தான்! அவனுக்குப் பக்கத்தில் அவன் ராஜகுருவாக ஸ்வேதகேது! அவன் பக்கத்தில் தங்கப் பிழம்பாக ஒரு பெண் ஜொலித்துக் கொண்டிருந்தாள்! நீ அந்நிய தேசத்தைச்

சேர்ந்தவன், எங்கள் நாட்டுக்கு வந்து எங்கள் இறைவனை இகழ்ந்து பேசியது ஈஸ்வரக் குற்றம், என்றாள். தன்னையே கடவுளாக பௌண்ட்ரகன் அறிவித்ததுதான் பெரும் குற்றம், அதற்கான தண்டனையை கிருஷ்ணனே இங்கு வந்து வழங்குவார் என்று உத்தவன் ஸ்வேதகேதுவைப் பார்த்தான். அவன் வேறு எங்கோ பார்த்துக் கொண்டிருந்தான். அந்தப் போலி வாசுதேவன் வரப்போகிறான் என்று இவன் சொல்கிறான். அவன் வந்தபிறகு, இருவரையும் பிணைத்து ஒன்றாகக் கொல்லுவோம் என்றான் ஸ்ரீகலவலன். மிக மிருதுவான குரலில், எல்லோரும் சோம பானம் செய்வோம் என்று சொல்வது போல, இக்கொடிய தீர்ப்பை அவன் வழங்கியது, உத்தவனுக்கு ஆச்சரியத்தை அளித்தது.

அன்று நள்ளிரவில், அந்தப் பெண் உத்தவனைச் சந்திக்க வந்தாள். அவள் சொன்னாள், எங்கள் அரசர்தான் உண்மையான வாசுதேவன், கிருஷ்ணன் போலி என்று நாளை அவையில் பகிரங்கமாக ஏற்றுக் கொண்டு விடு, உன்னைக் கொல்ல மாட்டோம், என்று. வசுதேவனின் மகனாகிய கிருஷ்ணன் தன்னைக் கிருஷ்ண வாசுதேவன் என்று அழைத்துக் கொள்வதில் என்ன தவறு. ஆனால் அவன் தன்னை பகவான் என்று சொல்லிக் கொள்ளவில்லையே, என்றான் உத்தவன். ஆமாம், உத்தவன் சொல்வதுதான் சரி என்ற குரல் கேட்டதும் இருவரும் திரும்பிப் பார்த்தனர்.

ஸ்வேதகேது! அவன் சொன்னான், ஷைல்பியா, கிருஷ்ணன் இங்கு வரப்போகிறான் என்று உத்தவன் சொன்ன பிறகுதான், என் கண்கள் திறந்தன. நீயும் கெட்டிக்காரப் பெண்தான். யோசித்துப் பார். ஒரு மானுடனை, அவன் சர்வாதிகார ஆசையைத் தணிப்பதற்காகக் கடவுளாக ஏற்றிப் பேசி எப்பேர்ப்பட்ட தவறு செய்து கொண்டிருக்கிறோம் என்பதை. நீ போய் உன் பெரியப்பாவிடம் பேசி, கிருஷ்ணனை வரவேற்க ஏற்பாடு செய், என்று. ஷைல்பியா அவனைச் சுட்டெரித்துவிடுபவள் போல் பார்த்துவிட்டுப் போய்விட்டாள். என்னைக் கைது செய்வதற்கு அவள் உத்தரவு பிறப்பிப்பதற்குள் நான் போய்விடுகிறேன். கவலைப்படாதே. நான் கிருஷ்ணனை அழைத்துக் கொண்டு வருகிறேன், என்று சொல்லிவிட்டு ஸ்வேதகேது அந்த இடத்தை விட்டு அகன்றான். ஸ்வேதகேது, கரவீரபுரத்து எல்லையில் கிருஷ்ணனைச் சந்தித்து நடந்த செய்திகளை எல்லாம் ஒன்று

விடாமல் சொல்லி, தன் செய்கைக்கும் வருந்தி தன்னை மன்னிக்குமாறும் கேட்டுக் கொண்டான்.

கிருஷ்ணன் அவனிடம், உன்மீது தவறு ஏதுமில்லை. தவறு, அந்தப் பெண்ணின் அழகு மேல்தான். ஸ்ரீகலவலனைச் சந்திப்போம் வா, என்றான். ஸ்ரீகலவலன் அவனைச் சந்திக்கக் காத்திருந்தான், ஒரு பெரிய படையுடன். நீ என் மாதிரியே இருக்கிறாய், வாஸ்தவந்தான், கௌஸ்துபம், ஸ்ரீவத்ஸம், சுதர்ஸனம், பாஞ்சஜன்யம், பீதாம்பரம் எல்லாம் சரி, உன்னுடன் நான் சண்டையிட்டால், கண்ணாடியில் தெரியும் என் பிரதி பிம்பத்துடன் போரிடுவது போலிருக்கும் என்றான் கிருஷ்ணன் சிரித்துக் கொண்டே. நீ தான் பிரதிபிம்பம், நீதான் போலி, நான்தான் உண்மையான வாசுதேவன், நாராயணன், பகவான் என்றான் பௌண்ட்ரகன்.

கிருஷ்ணன் சொன்னான், நான் என்னை மட்டும் பகவான் என்று அறைகூவிக் கொண்டு மற்றவர்கள் என்னை வழிபடுவதற் காகவே படைக்கப்பட்டிருக்கிறார்கள் என்று சொல்ல வில்லையே? என்னைப் பொருத்தவரையில் நாம் எல்லாருமே பகவான்கள்தான். அப்படி உணர்ந்தால்தான் மனித இனத்துக்குள் ஒருவர் பால் ஒருவருக்கு பரஸ்பர மரியாதையும் மதிப்பும் இருக்கும், என்று.

ஆயர்பாடிப் பெண்களிடத்து நீ மரியாதை வைத்திருந்தாயா அல்லது அவர்கள் நீ விளையாடுவதற்கென்றே படைக்கப்பட்ட பொழுதுபோக்குப் பொருள்கள் என்று நினைத்தாயா, என்ற குரல் கேட்டதும் கிருஷ்ணன் திரும்பினான். ஷைல்பியா.

ஓ, நீதான் ஸ்வேதகேது தடுமாற்றம் கொள்வதற்குக் காரணமான பெண்ணோ? ஸ்வேதகேது அப்படித் தடுமாறவில்லை என்றால், அவன் அழகுணர்ச்சி ஏதுமில்லாத ஜடம் என்றுதான் சொல்வேன். உன் பெயர் ஷைல்பியாதானே, என்றான் கிருஷ்ணன் புன்னகையுடன். நான் கேட்ட கேள்விக்குப் பதில் சொல் என்று சீறினாள் அவள். நான் அவர்களுக்கு விளையாட்டுப் பொருள் என்று அவர்கள் கருதியிருந்திருக்காவிட்டால் அவர்களுடன் என்னால் விளையாடியிருக்க முடியாது. பார்க்கப் போனால், எல்லாமே விளையாட்டுதான். பாவனை, இதை விளையாட்டு என்று கொள்ளாமல், விதிகளை உருவாக்கி ஒரு கோட்பாட்டுச் சிறையில் உன்னை நீயே அடைத்துக் கொண்டு,

இடுங்கிய கண்களுடன் எல்லாவற்றையும் நீ பார்க்க முயற்சி செய்கிறாய் என்பதுதான் உன் பிரச்னையாக இருக்கக் கூடும். தவறான காரணங்களுக்காக என்மீது உனக்கு ஏற்பட்ட கோபத்தில், ஒரு கொடுங்கோலனுக்கு நீ ஆதரவு தருவதுதான் எனக்கு ஆச்சரியமாக இருக்கிறது ஷைல்பியா, என்றான் கிருஷ்ணன்.

யார் கொடுங்கோலன் என்று கோபத்துடன் வினவினான் பௌண்ட்ரகன். நீதான்! இல்லாவிட்டால், நீதான் பகவான், மக்கள் உன்னை வழிபடவேண்டுமென்று கட்டாயப்படுத்துவாயா? நரபலி கொடுத்து உலகாள வேண்டுமென்பதற்காக அரசர்களைச் சிறையில் அடைத்து வைத்திருக்கிறானே ஜராசந்தன், அவனுக்குப் பக்க பலமாக நிற்பாயா? நீ பகவான் இல்லை என்று சொன்ன குற்றத்துக்காக நூற்றுக்கணக்கான அறிவாளிகளைக் கொல்வாயா? உனக்கு ஒரு வாய்ப்பு தருகிறேன். நீ சிறையில் வைத்திருக்கும் முனிவர்களை விடுதலை செய். நான்தான் பகவான் என்று சொல்லிக் கொண்டு திரிந்தது தவறு என்று ஒப்புக்கொண்டு விடு. சிறையில் வைத்திருக்கும் அரசர்களை விடுதலை செய்ய வேண்டுமென்று ஜராசந்தனுக்குச் செய்தி அனுப்பு, என்றான் கிருஷ்ணன்.

உன்னை நான் இங்கு கொல்ல விரும்பவில்லை. நாளை கரவீரபுரத்துப் பொது மைதானத்தில் சந்திப்போம். நாம் இருவர் மட்டும் போரிடுவோம். மக்கள் தெரிந்து கொள்வார்கள், யார் உண்மையான வாசுதேவன் என்று. என்ன சொல்லுகிறாய், என்றான் ஸ்ரீகலவலன். கிருஷ்ணன் புன்னகையுடன் கூறினான், உன் நாட்டு மக்களை முட்டாள்களாக ஆக்குவதற்காக நீ உன்னை பகவான் என்று சொல்லிக் கொண்டு திரிகிறாய் என்று நினைத்தேன். நீ இதுவரை சொல்லிக் கொண்டு வந்ததை நீயே நம்பத் தொடங்கி விட்ட முட்டாள் என்பது இப்பொழுதுதான் தெரிகிறது. நீ தற்கொலை செய்து கொள்ள விரும்பினால் யார் உன்னைத் தடுக்க முடியும், என்று.

அடுத்தநாள் கரவீரபுரத்து மைதானத்தில் இருவரும் நேருக்கு நேர் நின்றார்கள். கரவீரபுரமே திரண்டு அங்குக் குழுமியிருந்தது. இது ஈஸ்வரபக்தியா, ராஜபக்தியா, தேசபக்தியா, எதனால் மக்கள் அனைவரும் அங்கு வந்திருந்தார்கள் என்பதைப் பற்றி நீங்களே தீர்மானம் செய்து கொள்ளலாம். இந்தக் கொடுங்கோலன்

சாவானா என்ற நம்பிக்கையுடன்கூட பலர் வந்திருக்கக் கூடும். கிருஷ்ணன் சொன்னான், நான் உன்னைக் கொல்ல விரும்பவில்லை. நீயும் என்னைப் போல ஒரு யாதவன்தான். உன்னை பகவான் என்று சொல்லிக் கொள்ள எனக்கு ஆட்சேபணை இல்லை. ஆனால் ஜராசந்தனுக்கு ஆதரவாக இருக்க மாட்டேன் என்று வாக்குறுதி கொடு, உன்னைக் கொல்ல மாட்டேன், என்று.

இதுதான் என் பதில் என்று தன் கையிலிருந்த சக்கராயுதத்தை ஏவினான் பௌண்ட்ரகன். கிருஷ்ணன் கையிலிருந்த சுதர்ஸனத்துக்குப் பொறுக்கவில்லை. 'விர்'ரென்று தானாகவே கிருஷ்ணன் கையை விட்டுப் புறப்பட்டுச் சென்றது. மக்கள் போலிகளைக் கண்டு ஏமாறக் கூடாது என்கிற கோபம். உங்களுடைய இந்தக் காலத்து விளம்பர பாஷையில் சொல்லப் போனால், patent war, எது உண்மையான சுதர்ஸனம் என்று. கிருஷ்ணனின் சுதர்ஸனம், ஸ்ரீகலவலனின் சக்கராயுதத்தை வீழ்த்திவிட்டு, விரைவில் பாய்ந்து சென்று அவன் கழுத்தையும் அறுத்தது. மக்கள் ஆரவாரம் செய்தனர். 'கிருஷ்ண வாசுதேவன் வாழ்க' என்ற கோஷங்கள் வானைப் பிளந்தன. மக்களைப் பொறுத்த வரையில் வழிபடுவதற்கு ஒரு வாசுதேவன் வேண்டும், அவ்வளவுதானே?

கிருஷ்ணன் உடனே அறிவித்தான், நண்பர்களே, அரசனாக வேண்டுமென்ற ஆசை எனக்கு எப்பொழுதுமே இருந்ததில்லை. நானும் உங்களைப் போன்ற ஒரு சாமான்யன்தான். பௌண்ட்ரகன் மகன் சிறுவன் ஷக்ரதேவன் இனி உங்கள் அரசன். நான் பௌண்ட்ரகனைக் கொல்ல நேர்ந்ததற்கு, ராணி பத்மாவதியிடமும், இளவரசன் ஷக்ரதேவனிடமும், உங்களிடமும் மன்னிப்புக் கேட்கிறேன், என்று.

ஸ்ரீகலவலன் இறந்ததனால் அவளுக்கு ஒரு விடுதலை உணர்வு தோன்றியது போல் பத்மாவதியின் முகத்தில் தெரிந்தது. தன்னைத்தானே கடவுள் என்று நினைத்துக் கொண்டிருப்பவனிடம் குடித்தனம் நடத்துவது அவ்வளவு சுலபமான காரியமா, நீங்களே சொல்லுங்கள். பத்மாவதி சொன்னாள், என் கணவர் இயல்பாகவே அவ்வளவு மோசமானவர் இல்லை. அவர் தன்னைத்தானே ஈஸ்வரன் என்று சொல்லிக் கொண்டபோது, தங்கள் தங்கள் சொந்த சௌகரியத்துக்காக அவர் சொன்னதை ஆமோதித்து வந்தவர்கள் அவருடைய மந்திரிப் பிரதானிகளும்

இந்தப் பெண் ஷைல்பியாவும்தான். என் மகன் நல்லபடியாக அரசாள வேண்டுமென்றால் இவர்கள் இந்நாட்டில் இருக்கக் கூடாது, என்று. அவள் இவ்வாறு சொன்னதும் ஷைல்பியா அந்த இடத்தை விட்டு மிகக் கோபமாக வெளியேறினாள்.

கிருஷ்ணன் அவளைச் சந்தித்தான். அவன் அவளிடம் சொன்னான், ஷைல்பியா, உன் வேதனையை என்னால் புரிந்து கொள்ள முடிகிறது. நீ இதுவரை கொண்டாடி வந்த தெய்வம் உன்னை ஏமாற்றி விட்டது என்பதை உன்னால் பொறுத்துக் கொள்ள முடியவில்லை. இது உனக்கு உன்மீதே ஏற்பட்டிருக்கக் கூடிய கோபம், நான் சொல்வதைக் கேள், என்னுடன் துவாரகை வந்து விடு, சகோதரி, என்று. சகோதரி என்று அவன் சொன்னதும் அவள் அவனை ஏறிட்டுப் பார்த்தாள். ஏன் இப்படி பார்க்கிறாய், என்றான் கிருஷ்ணன். பிருந்தாவனத்தில் இருந்த கோபிகைகள் அனைவரும் உன் சகோதரிகளா என்று அவள் ஓர் ஏளனச் சிரிப்புடன் கேட்டாள். ஆமாம், அவர்களும் என் சகோதரிகள் தான். உறவுமுறை ஒரு பாவனை, உணர்ச்சிப் பரிமாற்றத்தை உடலாலும் செய்யலாம், உள்ளத்தாலும் செய்யலாம். உடல், உள்ளம் எல்லாமே நம் அன்பைத் தெரிவிக்கும் மொழிகள். தேர்ந்தெடுக்கும் மொழிக்கேற்ப உறவுமுறையை வெவ்வேறு வகையாகச் சொல்லிக் கொள்கிறோம். அவ்வளவுதான், என்றான் கிருஷ்ணன்.

அவர்களை ஏமாற்றிவிட்ட தெய்வம் என்று உன்னைச் சொல்லலாமா, என்றாள் ஷைல்பியா. கிருஷ்ணன் கூறினான், நான் தெய்வம் என்று அவர்களிடம் சொல்லிக் கொள்ளவு மில்லை. அவர்கள் என்னை அப்படி வழிபடவும் இல்லை. நான் அவர்களை ஏமாற்றவும் இல்லை, என்று. நான் எதற்காக துவாரகை வர வேண்டும். அரசியல் அகதி என்றா, என்று கேட்டாள் ஷைல்பியா. ஸ்வேதகேது உன் மீது உயிரை வைத்திருக்கிறான். அவன் என்னுடன் துவாரகை வரப் போகிறான். நீ என் சகோதரி என்ற முறையில் என் பெற்றோர்கள் தேவகியும் வசுதேவனும் உன்னை ஸ்வேதகேதுவுக்குத் திருமணம் செய்து வைப்பார்கள் என்றான் கிருஷ்ணன். ஸ்வேத கேதுவைத் திருமணம் செய்து கொள்வதில் என் அபிப்பிராயம் என்று ஒன்று இருக்கிறது என்பதை ஒப்புக் கொள்கிறாயா, என்றாள் ஷைல்பியா. நீ அவனை எப்பொழுதுமே விரும்ப வில்லை என்று சொல்கிறாயா, என்று கேட்டான் கிருஷ்ணன். சரி, உன்னுடன் வருகிறேன் துவாரகைக்கு என்று கிருஷ்ணன் கேட்ட

கேள்விக்குப் பதில் சொல்லத் தவிர்ப்பது போல், மொட்டை யாகச் சொன்னாள் ஷைல்பியா. கிருஷ்ணன் அவளை ஓரிரு விநாடிகள் ஏறிட்டுப் பார்த்துவிட்டு, இதைப் பற்றிய விவாதத்தைப் பிறகு வைத்துக் கொள்ளலாம் என்பது போல் மௌனமாகப் போய்விட்டான்.

ஷைல்பியா, துவாரகையில் தேவகியின் அரண்மனையில் இருந்தாள். தேவகிக்கு அவளை மிகவும் பிடித்துப் போய் விட்டது. ஷைல்பியாவுக்கு ஒன்று புரியவில்லை. தேவகி பாலகிருஷ்ணனின் விக்கிரகம் ஒன்றை வைத்துக் கொண்டு ஏன் கொஞ்சுகிறாளென்று. தவழ்ந்து செல்லும் சின்னஞ்சிறு வடிவம். கண்களில் விஷமம் தெரிந்தது. உங்கள் மகனே அருகில் இருக்கும்போது, அவனுடைய குழந்தைப் பருவ உருவத்தை வைத்துக் கொண்டு ஏன் கொஞ்சுகிறீர்கள் என்று அவள் கேட்டாள் தேவகியிடம். யசோதைக்குக் கிடைத்த பாக்கியம் எனக்குக் கிடைக்கவில்லை. அதனால்தான் என்றாள் தேவகி.

ஷைல்பியாவுக்குக் கிருஷ்ணன் மீதிருந்த கோபம் தணிய வில்லை. அவளை தேவகியின் அரண்மனையில் இருக்கச் செய்து விட்ட பிறகு அவன் அவளை வந்து பார்க்கவேயில்லை. தேவகியை மட்டும் வந்து பார்த்து விட்டுப் போகிறான் என்று தெரிந்தது. உனக்கும் ஸ்வேதகேதுவுக்கும் திருமணம் ஏற்பாடாகிக் கொண்டிருக்கிறது என்றாள் தேவகி ஒருநாள் சந்தோஷத்துடன். யார் ஏற்பாடு என்றாள் ஷைல்பியா கோபத்துடன். எல்லாம் உன் அண்ணன்தான், என்றாள் தேவகி சிரித்துக் கொண்டே. அவனை நான் பார்க்க வேண்டும் என்றாள் ஷைல்பியா. அதோ, நந்தவனத்தில் தங்கை சுபத்திராவுடன் விளையாடிக் கொண்டிருக்கிறான், போய்ப் பார் என்றாள் தேவகி. ஷைல்பியா வருவதைப் பார்த்ததும், உன் அக்கா வருகிறாள் பார், அவளுக்குக் கூடிய சீக்கிரத்தில் கல்யாணம் ஆகப் போகிறது என்று சிரித்துக் கொண்டே சொன்னான் கிருஷ்ணன். ஷைல்பியாவைக் கண்டதும் ஓடிப்போய் அவளைக் கட்டிக் கொண்டாள் சுபத்திரா. பதினாறு வயதாகியும் அவளை இன்னும் குழந்தையாகவே நடத்தி வருகின்றார்களே என்பது ஷைல்பியாவுக்குச் சற்று ஆச்சரியமாக இருந்தது. நீ உள்ளே போ. நான் உன் அண்ணனுடன் கொஞ்சம் பேச வேண்டும், என்றாள் ஷைல்பியா. சுபத்திரா உள்ளே போய்விட்டாள். உனக்கும் அண்ணன்தான் என்றான் கிருஷ்ணன். ஏன் இதை அடிக்கடிச்

சொல்லி நீயே இதை நம்ப வேண்டுமென்று பிடிவாதமாக இருக்கிறாய், என்றாள் ஷைல்பியா. அப்படியானால், நான் உன் சகோதரன் இல்லையா என்றான் கிருஷ்ணன். ஸ்வேதகேதுவுக்கு மனைவியாக என்னை விற்பதற்கு நான் என்ன கடைப்பொருளா, நீ யார் என்னை விற்பதற்கு என்று சினத்துடன் வினவினாள் ஷைல்பியா.

கிருஷ்ணன் ஒன்றும் பேசாமல் சில விநாடிகள் அவளை உற்று நோக்கினான். பிறகு சொன்னான், வேதக் கடல், அழகும் வீரமுமுடைய சிறந்த பண்பாளன், உன் மீது உயிரையே வைத்திருப்பவன். நீயும் இந்த அளவுக்கு அவன் உன் மீது காதல் கொள்வதை ஊக்குவித்திருக்கிறாய். இப்பொழுது நான் உன்னை அவனுக்கு விற்கிறேன் என்கிறாயே, இது நியாயமா, என்று. நான் உன்னை அடியோடு வெறுத்தேன். அப்படி வெறுத்ததினாலேயே என் பெரியப்பா சொல்லி வந்ததை என் கோட்பாடாகக் கொண்டு, உன்னை அழிக்க முயற்சி செய்தேன். ஆனால் உன்னைக் கண்ட நிகழ்வும், உன் பேச்சுகளும் என் வெறுப்பை விருப்பாக மாற்றிய ரஸவாதத்தை என்னால் விளக்கிச் சொல்ல முடியவில்லை. ஒருவேளை ஆரம்பத்திலிருந்தே உன்னை என் அடிமனத்தில் விரும்பி வந்திருக்கிறேனோ என்ற சந்தேகம் எனக்கு ஏற்படுகிறது. என்னை ஏற்றுக் கொள்வதில் உனக்கு என்ன ஆட்சேபணை என்றாள் ஷைல்பியா. கிருஷ்ணன் புன்னகையுடன் ஆதரவாக அவள் தோளைத் தொட்டுச் சொன்னான், ஸ்வேதகேது எனக்கு குரு, நண்பன். நம்மிடையே இருக்கும் பரஸ்பர அன்பு நம்மைக் காதலர்களாகத்தான் அறிவிக்க வேண்டுமென்பது என்ன அவசியம், என்று. சரி, நாம் நண்பர்களாக இருப்போம். ஆனால் நான் ஸ்வேதகேதுவை மணந்து கொள்ள வேண்டுமென்று வற்புறுத்தாதே. அவன் உன்னைப் பார்த்ததும் கோழையாகி விட்டான் என்ற நினைவு எப்பொழுது என் மனத்தை விட்டு அகல்கிறதோ அப்பொழுது அவனை மணந்து கொள்ளுகிறேன், என்றாள் ஷைல்பியா.

நீங்கள் என்ன சொல்கிறீர்கள், ஜரா என்கிற வேடன் சொன்னது சரிதானே. கிருஷ்ணனுடன் சம்பந்தப்பட்ட பெண்கள் எல்லாருமே சிக்கலானவர்களென்று. ஜரா என்கிற வேடன் கேட்டிருக்கிறான் கிருஷ்ணனை, கடைசியில் என்ன ஆயிற்று? அந்தப் பெண் ஷைல்பியா ஸ்வேதகேதுவைத் திருமணம் செய்து கொண்டாளா இல்லையா, என்று.

கிருஷ்ணன் சொன்னான், அது முக்கியமில்லை, ஷைல்பியா, யயாதி - தேவயானியின் மகன் யது வழியில் வந்தவள், தேவ யானியின் அகங்காரத்தையும் பிடிவாதத்தையும் பாரம்பரியச் சொத்தாகப் பெற்றிருந்தாள் என்பதுதான் முக்கியம், என்று. யது ஒரு நல்ல பையன். அப்பாவின் திடீர் வயோதிகப் பருவத்தை அவன் வாங்கிக் கொள்ள மறுத்ததற்கு ஒரு நல்ல காரணம் சொன்னான், அப்பா, நீங்கள் ஏன் இளமையைக் கேட்கிறீர்கள், அம்மாவுடன் சுகித்திருப்பதற்குத்தானே, என் இளமையை வாங்கிக் கொண்டு போகத்தில் ஆழ்ந்திருந்தீர்களானால், அது நாம் அம்மாவைச் சுகிப்பது போல்தானே. உங்களுக்கு அது சொர்க்கமாக இருக்கலாம், அது எனக்கு நரகம். அப்பா, நான் இயல்பிலேயே ஆன்மிகவாதி. தாத்தா சுக்ரர் சொல்கிறார், ஒருவன் நல்ல ஆன்மிகவாதியாகப் பழுக்க வேண்டுமானால், அந்தந்தப் பருவத்து ஆஸ்ரமங்களை அந்தந்தப் பருவத்தில் ஒழுங்காகக் கடைப்பிடிக்க வேண்டும். ஆகவே நான் இந்தப் பருவக் குழப்பத்தை வரவேற்க மாட்டேன், என்று.

ஜரா என்கிற வேடன் கேட்டான், யார் அந்த யயாதி, என்று. யாதவ வம்ஸத்தைத் தொடங்கியவன் யது, யயாதியின் மூத்த மகன். அப்பாவின் வயோதிகத்தைப் பெற்றுக் கொள்ள மறுத்ததனால் சக்கரவர்த்திப் பட்டத்தைப் பெற முடியவில்லை. ஆனால் தன் கொள்கையை விட்டுக் கொடுக்கவில்லை என்பதனால், அப்பட்டத்தைப் பெற்ற பூருவைக் காட்டிலும் மேலானவன் என்பது என் அபிப்பிராயம் என்றான் கிருஷ்ணன்.

என்ன வயோதிகப் பருவம், எனக்கு ஒன்றும் புரியவில்லை என்றிருக்கிறான் ஜரா என்கிற வேடன். கிருஷ்ணன் அவனுக்குச் சொன்னதை நான் உங்களுக்குச் சொல்கிறேன்.

17

யயாதி, நகுஷனுடைய பிள்ளை. நகுஷன், ஆணவம் மிகுந்து, இந்திரனைப் பதவியிலிருந்து விரட்டி, இந்திரனாக ஆனதோடு மட்டுமல்லாமல், அவன் மனைவி சசியையும் மணந்தவன். பிறகு அகஸ்தியரால் சபிக்கப்பட்டு, மலைப் பாம்பாகி, யுதிஷ்டிரன் மூலம் மோக்ஷத்தை அடைகிறான். யயாதி, வாழ்க்கையை அனுபவிக்கத் தெரிந்தவன். அவன் ஒரு சமயம் காட்டுக்கு வேட்டையாடச் செல்கிறான். இங்கே இன்னொரு விஷயத்தைச் சொல்லியாக வேண்டும். சுக்ரரைத் தெரியுமா உங்களுக்கு? அசுரர்களுடைய குரு அவர். பிராமணர். பிராமணர்கள், அந்தக் காலத்திய intellectual professionals. சுரர்கள், அசுரர்கள், க்ஷத்திரியர்கள் ஆகிய எல்லோருமே பிராமணர்களைத்தான் தங்கள் குருவாகக் கொண்டிருந்தார்கள்.

சுக்ரர், விருஷபர்வன் என்ற அசுர அரசனுக்கு ராஜகுருவாக இருந்தார். அவன் மிகவும் நல்லவன். அசுரன் என்றால் கெட்டவனாகத்தான் இருக்க வேண்டுமென்ற அவசியமில்லை. நான் முன்னால் கூறியது நினைவிருக்கிறதா, நம் மரபில் நன்மையையோ, தீமையையோ பரிபூரணமாக வரையறுக்க முடியாதென்று. அதை மீண்டும் சொல்ல விரும்புகிறேன். கிறிஸ்தவத்திலும் இஸ்லாத்திலும் இருப்பது போல் Good, Evil என்று வரையறுக்கப்பட்ட பாகுபாடு ஹிந்து மதத்தில் இல்லை. அதனால்தான் நூறு சதவிகிதம் கெட்டவனான சைத்தானும் இல்லை. நாம் எந்த சொர்க்கத்தையும் யாருடைய தூண்டு கோலினால் இழந்துவிடவுமில்லை. பூமியும் நமக்கு சொர்க்கந்தான். எதற்கு இதைக் கூற வந்தேன் என்றால், அசுரர்கள் என்றாலே கெட்டவர்கள் என்ற முடிவுக்கு வந்துவிடாதீர்கள் என்பதற்காகத்தான். 'ஆக்ரமிப்பு மனப்பான்மை உடையவர்களே அசுரர்கள்' என்கிறான் கிருஷ்ணன்.

இந்த விருஷபர்வனுக்கு ஓர் அழகான பெண் இருந்தாள். அவள் பெயர் சர்மிஷ்டை. சுக்ரருக்கும் ஓர் அழகான பெண் இருந்தாள். அவள் பெயர் தேவயானி. ராஜகுருவின் மகள் என்பதாலும் இயல்பாகவும் தேவயானிக்கு அசாத்திய செருக்கு. சர்மிஷ்டைக்கும் செருக்கு இருந்தது. ஆனால் இந்தக் காலத்தில் நீங்கள் என்ன சொல்லுவீர்கள், cool customer, அந்த மாதிரி அவள். தேவயானி ஊசிப் பட்டாசுக் கொத்து மாதிரி வெடிப் பவள். ஆனால், இருவரும் நெருங்கிய சிநேகிதிகளாக இருந்தார்கள், பிரச்னை வரும் வரை.

பிரச்னை வந்தது. சர்மிஷ்டை, அவளுடைய பணிப் பெண்கள், தேவயானி ஆகிய எல்லோரும் ஆற்றுக்கு நீராடப் போயிருந் தார்கள். அப்பொழுது வீசிய பயங்கரக் காற்றினால், கரையோரம் அவர்கள் வைத்திருந்த அவர்கள் ஆடைகள் ஒன்றோடொன்று கலந்து போய்விட்டன. அரண்மனைக்குத் திரும்ப வேண்டிய அவசரத்தில், சர்மிஷ்டை, தவறுதலாக தேவயானியின் உடையை அணிந்து விட்டாள். தேவயானியின் பிராமண ரத்தம் கொதித்தது. அந்தக் காலத்திலிருந்து இந்தத் தருணம் வரை, பாரதப் புண்ணிய பூமியில், ஜாதி ரத்தம் கொதித்துக் கொண்டும் சிந்திக் கொண்டும்தான் இருக்கிறது என்று நீங்கள் சொல்லக் கூடும். இது உங்கள் பிரச்னை.

தேவயானி சீறினாள், அசுரப் பெண், அக்கிரஹாரத்துப் பெண்ணின் ஆடையை அணிந்து அதை அசுத்தப்படுத்தி விட்டாயே, என்று. சர்மிஷ்டை இதை எதிர்பார்க்கவில்லை. அசுத்தமா, என்ன சொல்கிறாய் நீ, என்று கேட்டிருக்கிறாள். ஆமாம், அசுத்தந்தான். பிராமண ஜாதி எங்கே, அசுர ஜாதி எங்கே, விண்ணுக்கும் மண்ணுக்கும் உள்ள தூரம் என்றாள் தேவயானி. சர்மிஷ்டைக்கும் கோபம் வந்துவிட்டது. அவள் சொன்னாள், நீ அணியும் இந்தப் புனிதமான, தீட்டுப்படாத ஆடை என்னுடைய தந்தை அளிக்கும் சன்மானம், தெரியுமா உனக்கு? சோறு போடுகின்ற கையைக் கடிக்காதே, அது நன்றிக்கெட்டத்தனம், என்று. அவ்வளவுதான், வாய்ச்சண்டை, கைச்சண்டையாக மாறிற்று. சர்மிஷ்டை, தன் அசுர பலத்தைக் கொண்டு, தேவ யானியை ஒரு பாழுங்கிணற்றில் தள்ளி விட்டுப் போய்விட்டாள்.

க்ஷத்திரிய குலத்து அரசன் யயாதி அந்தக் கிணறு இருந்த காட்டுக்கு வேட்டையாட வருகிறான். ஒரு பெண்ணின் முனகல் சப்தம் கேட்டு, சுற்றுமுற்றும் பார்த்து விட்டு, அந்தக் கிணற்றை

நோக்கி வருகிறான். பாழுங்கிணற்றில், கண்ணீர்த் துளிகளுடன் ஒரு தாமரைப்பூ, கிணற்றில் நீர் இல்லாத குறையைப் போக்கியிருந்தது. என்ன, நாரதன் கவிதை பாடத் தொடங்கி விட்டான் என்று பார்க்காதீர்கள். ஒரு romance தொடங்க இருக்கிறது. அதைச் சித்திரித்துச் சொல்ல வேண்டாமா?

யயாதி கிணற்றில் இறங்கி தேவயானியைத் தூக்கி மேலே கொண்டு வந்தான். தேவயானி சொன்னாள், நீங்கள் என்னைத் தொட்டுத் தூக்கிக் கொண்டு வந்தீர்கள், என்னால் இனி பரபுருஷனைத் தொட முடியாது. நீங்கள்தான் இனி என் கணவன், என்று. யயாதி திடுக்கிட்டுச் சொன்னான், ஆபத்திலிருக்கும் பெண்ணைத் தொட்டுக் காப்பாற்றுவதில் தவறு இல்லை என்று நம் தர்ம சாஸ்திரங்கள் சொல்கின்றன. ஆனால் அந்தப் பெண்ணைக் கல்யாணம் செய்து கொள்ள வேண்டுமென்று அவை சொல்லவில்லை. நீ யார், எப்படி கிணற்றில் விழுந்தாய் என்ற தகவல் ஏதும் சொல்லாமல், கல்யாணம் வரை வந்து விட்டாயே, என்று.

கிருஷ்ணன் சொன்னான், ஜரா என்கிற வேடனிடம், இந்தப் பெண்ணின் வேஷதாரித்தனத்தைப் பார், அசுரப் பெண் தன் ஆடையை அணிந்ததால் தீட்டு வந்துவிட்டது என்பவள், முன்பின் தெரியாத யாரோ ஒருவன் தன்னைத் தொட்டுவிட்டான் என்றவுடன், அவன் குல கோத்திரத்தைக் கேட்காமல், என்னைக் கல்யாணம் செய்து கொள் என்கிறாளே, ஏன் இந்த முரண்பாடு, என்று. ஜரா என்கிற வேடன் சொன்னானாம். அவன் உடையைப் பார்த்தாலே அரசன் என்று தெரியுமே, குலம், கோத்திரம் எதற்காகக் கேட்க வேண்டும், என்று. கிருஷ்ணன் புன்னகையுடன் கூறியிருக்கிறான். அதைத்தான் நான் சொல்ல வந்தேன். பதவி இருந்தால் ஜாதி கிடையாது, என்று.

தேவயானி தான் யார், யாருடைய பெண் என்ற தகவலைத் தந்தாளே தவிர, அவளுக்கும் சர்மிஷ்டைக்குமிடையே ஏற்பட்ட பூசலைப் பற்றி, ஏன், சர்மிஷ்டையைப் பற்றியே எதுவும் சொல்லவில்லை. தான் தவறிக் கிணற்றில் விழுந்து விட்டதாகத் தான் கூறுகிறாள். இன்னொரு பெண் தன்னைத் தள்ளி விட்டாள் என்று சொன்னால் அது அவமானம்.

பெண்ணே, நீ பிராமணப் பெண். நான் க்ஷத்திரியன். நான் பிராமணக் கோபத்துக்கு ஆளாக விரும்பவில்லை என்றிருக்

கிறான் யயாதி. நீ என்னைத் தொட்டுவிட்டாய் என்று என் தந்தையிடம் நான் சொன்னால், அவர் அதற்காக உன் பேரில் கோபம் கொள்ளக் கூடும். தொட்டதற்குப் பரிகாரம் விவாகம் என்றால், அவர் மனச்சமாதானம் அடையலாம், என்றாள் தேவயானி. சரி, வா, உன் தந்தையைப் பார்க்கலாம் என்கிறான் யயாதி. தேவயானி சொல்கிறாள், நீ உன் நகரத்துக்குப் போ, நான் என் தந்தையிடம் பேசிய பிறகு, அவர் உன்னைக் கூப்பிட்டு அனுப்புவார். அப்பொழுது வா, என்று.

சுக்ரரிடம் தேவயானி வைத்த முதல் கோரிக்கை, சர்மிஷ்டை தன்னை அவமானப்படுத்தி விட்டாள் என்பதனால், அவளை, அவளுடைய ஆயிரம் பணிப்பெண்களுடன், தான் அடிமை கொள்ள வேண்டுமென்பது. இரண்டாவது கோரிக்கை, தன்னைத் தொட்டுக் காப்பாற்றிய யயாதியை மணக்க வேண்டுமென்பது. சுக்ரர், இரண்டாவது கோரிக்கைக்கு உடனே இசைந்து விட்டா லும், முதல் கோரிக்கை நியாயமானதில்லை என்று எவ்வளவோ வாதாடிப் பார்த்தார். தேவயானி பிடிவாதமாக இருந்தாள்.

சுக்ரர், விருஷபர்வனிடம் காட்டில் நடந்தைக் கூறி, தேவயானி யின் கோரிக்கையையும் முன் வைத்தார். அவன் மகளை அழைத்து விசாரித்தான். சர்மிஷ்டை, தான் தேவயானியைக் கிணற்றில் தள்ளியதை ஒப்புக் கொண்டாள். விருஷபர்வன் சொன்னான், தேவயானிக்கும் யயாதிக்கும் திருமணம் ஆகப் போகிறது. நீ தேவயானியின் பணிப்பெண்ணாக அவளுடன் யயாதியின் நாட்டுக்குச் செல்ல வேண்டும். தேவயானியின் கோரிக்கை இது. என்ன சொல்கிறாய், என்று. சர்மிஷ்டை, சிறிது கூடத் தயக்கமில்லாமல் சரி என்று தலையசைத்தாள்.

தேவயானிக்கும் யயாதிக்கும் திருமணம் நடந்து சர்மிஷ்டை தேவயானியுடன் யயாதி ஆண்ட நாட்டின் தலைநகராகிய ஹஸ்தினாபுரம் செல்கிறாள். இங்கு நான் ஒன்று சொல்லியாக வேண்டும். தேவயானி அழகான பெண்தான். சந்தேகமில்லை, ஆனாலும் கட்டாயத்தின் பேரில், சுக்ரருடைய தர்ப்பைக்கு பயந்து நடந்த கல்யாணம் இது. யயாதியினால் இந்த நினைவை அகற்றவே முடியவில்லை. இது நாரதனுடைய தீர்ப்பு என்று நினைக்காதீர்கள். கிருஷ்ணன், ஜரா என்கிற வேடனிடம் சொன்னதை, நான் உங்களிடம் சொல்கிறேன். அவ்வளவுதான், மனத்தடை இருந்தாலும், கருத்தடை ஏதுமில்லை. யயாதிக்கும்

தேவயானிக்கும் இரண்டு குழந்தைகள் பிறக்கின்றன. மூத்தவன் யது, இளையவன் துர்வசு. ஒருநாள், மென்காற்று மேனியைத் தழுவித் தொட்டு விளையாட, யயாதி நந்தவனத்தில் ஊஞ்சலாடிக் கொண்டிருந்தபோது, ஊஞ்சல் திடீரென்று நின்றது. யார் நிறுத்தினார்கள்? யயாதி திரும்பிப் பார்த்தான். அவன் இதயம் நின்றுவிடும் போலிருந்தது. கனவுக்கே மட்டும் உரிய காரிகை ஒருத்தி, முகத் தாமரையில் நிலவுப் புன்னகை பூக்க (தமிழ்ப் பண்டிதர்கள், இதை இல்பொருளுவமை அணி என்பார்கள். நாரதனுக்கு சாமவேதமும் தெரியும். தமிழும் நன்றாகத் தெரியும்) நின்று கொண்டிருந்தாள்! யார் நீ, என்றான். அரசசே உங்கள் அடிமை என்றாள் அவள். அடிமையா, எனக்கு இவ்வளவு அழகான அடிமை இருக்கிறாள் என்பது எப்படி இது வரை தெரியாமல் போயிற்று, என்றான் யயாதி. தெரிந்திருந்தால், என்ன செய்திருப்பீர்கள், என்றாள் அவள். அரண்மனையில் இருக்கும் அழகான அடிமைப் பெண்களை அரசர்கள் என்ன செய்வார்கள், என்று சிரித்துக்கொண்டே கேட்டான் யயாதி. நான் அழகான அடிமை மட்டும் இல்லை, அசுரச் சக்ரவர்த்தி விருஷ பர்வனின் மகள், பெயர் சர்மிஷ்டை, என்றாள் அவள். யயாதி திடுக்கிட்டான். நீ அடிமையா, எனக்கு ஒன்றும் புரியவில்லை என்றான் யயாதி.

அப்பொழுதுதான், சர்மிஷ்டை, தேவயானிக்கும் தனக்கும் நடந்த சண்டை, தான் அவளைக் கிணற்றில் தள்ளியது, தேவயானியின் கோரிக்கை ஆகிய எல்லா விவரங்களையும் சொன்னாள். தேவயானி உன்னைக் கிணற்றில் தள்ளி நான் உன்னைக் காப்பாற்றியிருந்தால் எவ்வளவு நன்றாக இருந் திருக்கும். எனக்கு இப்பொழுது பிரச்னையே இருந்திருக்காது, என்றான் யயாதி. பிரச்னையென்று எதைச் சொல்கிறீர்கள், நான் தேவயானியின் சொத்து என்றால், உங்களுடைய சொத்தும்கூட, என்றாள் சர்மிஷ்டை. நீ அவளுடைய அடிமை என்பதைக் காட்டிலும் முக்கியமான விஷயம், நீ அவளுடைய எதிரி. தேவயானியின் கோபத்தைப் பற்றி உனக்குத் தெரியும். அசுரச் சக்கரவர்த்தியின் அருமைப் பெண்ணையே அடிமையாகக் கொண்ட அகங்காரக்காரி. அவளுடைய தந்தை சுக்ரருடைய கோபத்தைப் பற்றிக் கேட்க வேண்டாம். பிராமணக் கோபம் பொல்லாது, வேண்டாம் இந்த விஷப்பரீட்சை, என்றான் யயாதி.

ஒரு கன்னிப் பெண். அவளே வலிந்து ஓர் ஆடவனைப் படுக்கைக்கு அழைத்து, அவன் அதற்கு இசைய மறுத்தால்,

அவன் நரகத்துக்குத்தான் போவான் என்று நம் தர்ம சாஸ்திரங்கள் சொல்கின்றன. நமக்கிடையே ஏற்படப்போகிற உறவைப் பற்றி மற்றவர்களுக்குச் சொல்ல வேண்டாம். ஐந்து வகையான சூழ்நிலைகளில் பொய் சொல்லலாம் என்று நம் முன்னோர்கள் சொல்லியிருக்கிறார்கள், மைதுனத்தின்போது, ஒரு பெண்ணை ஓர் ஆடவன் அடைய விரும்பும்போது, கல்யாணம் நடந்தேற வேண்டும் எனும்போது, உயிருக்கு ஆபத்து என்ற நிலை வரும்போது, பொய் சொல்லாவிட்டால் செல்வத்தை இழக்க வேண்டும் எனும்போது, என்று. ஆகவே, என்னைத் தயவு செய்து ஏற்றுக்கொள்ளுங்கள் என்றாள் சர்மிஷ்டை. உன்னுடைய அழகே போதும் என்னை உன் அடிமையாக்க. பிராமணக் கோபத்தை அது வரும்போது சமாளிக்கிறேன் என்றான் யயாதி.

சர்மிஷ்டைக்கும் த்ருஹ்யு, அனு, பூரு என்று மூன்று குழந்தைகள் பிறந்தன. தேவயானி இதைப் பற்றி விசாரித்தபோது சர்மிஷ்டை சொன்னாள், இவை ஒரு ரிஷியின் அருளாசியால் பிறந்தவை. வெவ்வேறு மூன்று முகூர்த்த வேளைகளில் அவர் என்னைச் சந்தித்தபோது அருள் செய்தார், என்று. ஆனால் ஒரு நாள் அந்தக் குழந்தைகள் சிறுவர்களான பிறகு, தேவயானி நந்தவனத்தில் அவர்களைப் பார்த்திருக்கிறாள். எவ்வளவு அழகான பையன்கள் என்று வியந்து உங்கள் அப்பா - அந்த ரிஷி - யார் என்று கேட்டிருக்கிறாள். த்ருஹ்யு சொன்னான், எங்கள் அப்பாவுக்கு தாடியெல்லாம் கிடையாது. அழகான மீசை உண்டு. அவர் ரிஷி இல்லை, அதோ வந்து கொண்டிருக்கிறாரே அவர்தான், என்று அங்கே வந்துகொண்டிருந்த யயாதியைச் சுட்டிக் காட்டினான்.

மூன்று சிறுவர்களும் 'அப்பா' என்று கூவிக் கொண்டே யயாதியைப் போய்க் கட்டிக் கொண்டனர். தேவயானிக்குப் புரிந்துவிட்டது. சர்மிஷ்டை ஜெயித்து விட்டாள் என்று. தேவயானி தந்தையிடம் சென்று முறையிட்டாள். சுக்ரர் யயாதியைக் கூப்பிட்டு அனுப்பினார். அவன் தலையைக் குனிந்து கொண்டே வந்தான். சுக்ரர் கமண்டலமும் கையுமாகத் தயாராக நின்றார், சாபம் கொடுப்பதற்கு. என் மகளைச் சிறுமைப்படுத்தி விட்டாய். நரையும் திரையும் மூடிய வயோதிகப் பருவத்தை இந்தத் தருணத்திலேயே அடைவாய் என்று கூறி நீரைத் தாரை வார்த்துச் சாபமும் கொடுத்து விட்டார் சுக்ரர். யயாதி சொன்னான், நீங்கள் எல்லாம் தெரிந்தவர். ஒரு கன்னிப் பெண் வெட்கத்தை விட்டு ஓர் ஆடவனை அழைக்கும்போது, அவளை

அவன் உதாசீனம் செய்வது தர்மமா? மேலும் அவள் என் மனைவியின் அடிமை எனும்போது, அவள் என்னுடைய உடைமைப் பொருளாகவும் ஆகிறாள். அவள் மனம் கோணாமல் பார்த்துக் கொள்ள வேண்டியது என் பொறுப்பு அல்லவா, என்று. நீ எதற்காக உன் குழந்தைகளை யாரோ ஒரு ரிஷியினுடைய ஆசீர்வாதம் என்று பொய் சொன்னாய். அதற்காகத்தான் இந்தத் தண்டனை என்றார் சுக்ரர். அப்பொழுது தேவயானி சொன்னாள், அப்பா, என்ன இது, அவரைக் கிழவனாக்கி விட்டீர்களே, அப்புறம் நான் என்ன செய்வது, சர்மிஷ்டையைக் கிழவியாக ஆக்கியிருந்தால் அர்த்தமுண்டு. சாபத்தை மாற்றுங்கள் அப்பா என்று. சுக்ரர் சொன்னார், சாபத்தை மாற்ற முடியாது, அவன் பிள்ளைகளில் யாரேனும் ஒருவன் அவனுடைய வயோதிகப் பருவத்தை வாங்கிக் கொண்டானானால், அந்தப் பிள்ளையின் வரப்போகிற வாலிபப் பருவத்தைப் பெற்று அவன் சுகித்திருக் கலாம், என்று.

பார்த்தீர்களா, ஒரு மனிதனுடைய பருவங்கள் அந்தக் காலத்தில் transferable ஆக இருந்திருக்கின்றன. இப்பொழுது clone செய்வதைப் பார்த்துக் கொண்டிருக்கும் நீங்கள் இதையும் நம்பித்தான் ஆகவேண்டும். ஒவ்வொரு தகப்பனும் தன் பிள்ளை, at least தன் மூத்தப் பிள்ளை, தன் clone ஆக இருக்க வேண்டுமென்று விரும்புகிறான். Freud கூறுவதுபோல, oedipal பிரச்னை இங்குதான் வருகிறது. தந்தை சொல்வதை ஏற்க மறுக்கிறான் தனயன். இது அவர் அதிகாரத்துக்கு எதிராகத் தொடுக்கும் போர். அதுவும், ஒரு தந்தை மகனிடம், என் வயோதிகத்தை வாங்கிக் கொண்டு உன் இளமையைக் கொடு என்றால், எந்தப் பிள்ளை சம்மதிப்பான்? யயாதியின் மூத்தப் பிள்ளை இருக்கிறானே, யது, இந்த விஷயத்தில் சில தார்மீகக் கேள்விகளை முன்வைக்கிறான். இந்தக் காலத்தில் cloneஐப் பொருத்த வரையில் பலர் ethical பிரச்னைகளை எழுப்ப வில்லையா, அந்த மாதிரி. அப்பா, என் இளமையை வாங்கிக் கொண்டு, நீங்கள் என் அம்மாவுடன் சுகித்திருந்தால், அது நான், என் தாயைப் பெண்டாளுவது போல் ஆகாதா? இது தர்மத்துக்கு இசைந்ததா? நான்கு ஆஸ்ரமங்களை வரிசைக்கிரமமாக ஒருவன் வாழ்ந்து காட்ட வேண்டுமென்று தாத்தா சுக்ரர் அடிக்கடிச் சொல்வாரே, அப்படியிருக்கும்போது, நான் என் இளமையை இப்பொழுது உங்களுக்குக் கொடுத்து விட்டு, உங்கள் வயோதிகத்தை வாங்கிக் கொண்டேனானால், ஆஸ்ரமத்தின்

வரிசைக்கிரமம் மாறிப் போகாதா, நீங்கள் எனக்கு மகுடத்தைத்
தர மறுக்கலாம். அதைப் பற்றி நான் கவலைப்படவில்லை.
தாயைப் பெண்டாண்டு விட்டு நரகத்துக்குப் போகமாட்டேன்
என்கிற சந்தோஷம் எனக்கு இருக்கும். என் இளமையைத்
தரவியலாது என்று தீர்மானமாகக் கூறிவிடுகிறான். யதுவிடம்
எவ்வளவோ கெஞ்சிப் பார்க்கிறான். பூரு, சர்மிஷ்டையின்
பிள்ளை, அப்பாவின் வயோதிகத்தை ஏற்கிறான். அப்பா
பலப்பல ஆண்டுகளுக்குப் பிறகு, தேவயானியோடு சுகித்திருந்து
விட்டு, இளமையையும் மகுடத்தையும் மகனுக்குத் தருகிறான்.
தேவயானி பெற்ற தாய் இல்லை என்ற காரணத்தினால் incest
பிரச்னைக்கு இடமில்லை என்பது பூருவின் மனச் சமாதானம்.

18

ஜரா என்கிற வேடன் கேட்டான், நீங்கள் சொல்வது உங்கள் கதையா அல்லது யயாதி கதையா என்று. கிருஷ்ணன் சொன்னான், யயாதி யார், வயோதிகப் பருவமா, என்ன சொல்லு கிறீர்கள் என்று கேட்டுவிட்டு, உங்கள் கதையா, யயாதி கதையா என்று கேட்கிறாயே? யாதவ குலத்து முன்னோன், எனக்கும் ஷைல்பியாவுக்கும் முன்னோன், யதுவைப் பற்றி நீ அறிய வேண்டாமா? ஷைல்பியா, அந்த தேவயானி - யது வழி வந்தவள், தேவயானியின் செருக்கும் யதுவின் கொள்கைப் பிடிப்பும் அவளுக்கு இருக்காதா? ஸ்வேதகேது, தனக்குப் பக்க பலமாக இருக்க வேண்டிய சமயத்தில் தன்னைக் கைவிட்டு விட்டான் என்பதை அவளால் எப்படி மறக்க முடியும். இதனால் தான், அவள் ஸ்வேதகேதுவை மணந்து கொள்வதைப் பற்றிப் பிறகு யோசித்துச் சொல்கிறேன் என்றதும், என்னால் அவளைப் புரிந்து கொள்ள முடிந்தது, என்று.

மனித மனத்தை - ஆண், பெண் இரண்டுமே சேர்த்துச் சொல் கிறேன் - புரிந்து கொண்டு விட்டதாக ஒருவன் சொன்னானானால் அவனை நான் நம்பமாட்டேன். ஏனென்றால், என் பிராண சிநேகிதன் உத்தவனை என்னாலேயே புரிந்து கொள்ள முடிய வில்லை. உத்தவன் என்னை ஒரு நாள் திடீரென்று கேட்டபோது தான், எனக்குப் புரிந்தது, மனித மனத்தை யாராலும் புரிந்து கொள்ள முடியாதென்று. உத்தவன் என்ன கேட்டான் என்றான் ஜரா என்ற வேடன். கிருஷ்ணா, ஷைல்பியா, ஸ்வேதகேதுவை மணக்கவில்லையென்றால், நான் அவளை மணக்கலாமா என்பதுதான் அவன் கேள்வி. நான் திடுக்கிட்டு விட்டேன். நான் சொன்னேன், உத்தவா, நீயோ சத்வ குணம் நிறைந்தவன். அவளோ ராஜஸ குணமுடையவள். இரண்டு பேருக்கும்

பொருந்துமா, உனக்கு அவள் மீது காதல் ஏற்பட்டு விட்டது என்பதே எனக்கு ஆச்சரியமாக இருக்கிறது, என்று.

பார்த்தீர்களா, கிருஷ்ணன் சொல்வதை. சந்தோஷமான தாம்பத்யத்துக்கு மனப் பொருத்தம் வேண்டும். உத்தவன் சாந்த குணமுடையவன். இரைந்த சொல் பேசமாட்டான். கிருஷ்ண னுடைய நிழல் போல, அவனுக்கு உறுதுணையாக இருப்பதற் கென்றே பால்யத்தில் ஆயர்பாடியிலிருந்து அனுப்பப்பட்ட நாளிலிருந்து அவனுடன் இருந்து வருகின்றவன். அவனுடைய நலத்தை மனத்துள் கொண்டுதான் கிருஷ்ணன் அவனைக் கேட்கின்றான், ஷைல்பியாவுக்கும் உனக்கும் பொருந்தி வருமா என்று. கிருஷ்ணன் கேட்ட கேள்வி உத்தவன் மனத்தில் இன்னமும் பல கேள்விகளை எழுப்புகின்றது. அவன் தீவிரமாக யோசித்துவிட்டு, சரி நீ சொல்வது சரிதான் என்று கிருஷ்ணனிடம் கூறிவிட்டுப் போய் விடுகிறான். கிருஷ்ணன் எவ்வளவு நாசூக்காகப் பிரச்னையை அணுகிச் சமாளிக்கிறான் பாருங்கள்.

உத்தவனுக்கேற்ற பெண் மிகவும் எளிமையானவளாகவும் நகர நாகரிகத்தால் பாதிக்கப்படாத நிலையில் சாதுவாகவும் இருக்க வேண்டுமென்று உணர்ந்த கிருஷ்ணன், அவனை நாகர்கள் வாழும் நாககூடத்துக்கு அனுப்புகிறான். நாககூடம் ஒரு காட்டுப் பிரதேசம். உத்தவனுடைய அம்மா நாகர் வழி வந்தவள். உத்தவனுடைய முன்னோன் சூரன் இக்காட்டுக்கு வேட்டையாட வந்தபோது, நாக அரசன் ஆர்யகனுடைய மகள் மாரீஷையை மணந்தவன். அவர்களுடைய குரு வேத வியாஸர். கிருஷ்ணன் வியாஸருடன் உத்தவனை அனுப்புகிறான். இரண்டு காரணங் கள். ஒன்று, அரக்கு மாளிகையிலிருந்து தப்பிய பாண்டவர்கள் அங்கிருக்கின்றார்களா என்றறிய. இரண்டு, நாக மன்னன் கார்க்கோடகனுடைய மகள் பிங்களையை உத்தவன் மணக்க வேண்டுமென்பதற்காக. வியாஸர் உத்தவன் யாரென்று கார்க்கோடகனுக்கு அறிமுகப்படுத்தியவுடன், அவனுக்குப் பிரமாதமான வரவேற்பு கிடைத்ததோடு மட்டுமல்லாமல், பிங்களையுடன் அவன் திருமணமும் நிச்சயமாகி விட்டது. ஷைல்பியா சம்பவத்துக்குப் பிறகு பிரம்மசாரியாகவே இருந்து விடுவதென்பது தீர்மானித்திருந்த உத்தவனால் வேத வியாஸர் சொல்லைத் தட்டமுடியவில்லை. எல்லாமே கிருஷ்ணனுடைய set-up. பிரபாஸத்தில் எல்லா யாதவர்களும் ஒருவரையொருவர் அடித்துக்கொண்டு சாகப்போகிறார்கள். எஞ்சியிருக்கப்

போகின்றவன் உத்தவன்தான். அவனால்தான் யாதவ வம்ஸம் மீண்டும் துளிர்த்தாக வேண்டும் என்ற அக்கறை. அதனால்தான் யாதவர்கள் பிரபாஸாவுக்குப் போவதற்கு முன்னால், கிருஷ்ணன் உத்தவனை ஹரித்துவாரத்துக்கு அனுப்பி விடுகிறான். நாகர் மலைக்குப் பக்கத்திலிருந்த ராட்சசர் மலைப்பகுதியில் பாண்டவர்கள் ஹஸ்தினாபுரத்தில் இருந்ததைவிட சந்தோஷ மாக இருக்கின்றார்கள் என்ற செய்தியும் உத்தவனுக்குக் கிடைக்கிறது. ஹிடிம்பி என்ற ராட்சசப் பெண்ணை பீமன் மணந்ததனால் பாண்டவர்களுக்கு ராட்சச சம்பந்தம் வேறு கிடைக்கிறது. கடோத்கஜன் என்ற பிள்ளை உடனே பிறந்து, ஆயிரம் யானைகளுடைய பலம் கொண்ட வாலிபனாகவும் ஆகிவிடுகிறான். ரிஷி கர்ப்பமும் ராட்சச கர்ப்பமும் ரா தாங்காது என்பது உங்களுக்குத் தெரியுமே! கடோத்கஜனைக் கொல்வதற் காகத்தான் ராதேயன் ஒருமுறைதான் பயன்படுத்த முடிந்த சக்தி அஸ்திரத்தை அவன் மீது பிரயோகித்து, அர்ஜுனனோடு போரிடும்போது அவ்வாயுதம் இல்லையே என்று வருந்தி நிற்கிறான். கிருஷ்ணன் ஜரா என்கிற வேடனிடம் சொன்னான், உலகத்திலுள்ள கோடிக்கணக்கான ஜீவராசிகள் ஒவ்வொன்றுக் கும் ஏதாவது ஒரு பயன் இல்லாமலிருக்காது. எல்லாம் ஒன்றோ டொன்று ஏதேனும் ஒரு வகையில் தொடர்பு உடையதாக இருக்கும். கடோத்கஜன் இருந்திராவிட்டால், அர்ஜுனனால் கர்ணனைக் கொன்றிருக்க முடியுமா, என்று.

'எத்தனை கோடி இன்பம் வைத்தாய்' என்று பாரதி பாடியிருப்பது இப்பொழுது உங்களுக்குப் புரிகிறதா? ஒவ்வோர் இன்பமும் ஒன்றுடன் ஒன்று தொடர்புடையதாக இருப்பதே அதன் அர்த்தமாக இருக்க வேண்டும். இப்படிப் பார்த்தால் பூலோகமே இந்திரலோகமாகிவிடும். இந்திரலோகமாளும் அச்சுவை பெறினும் வேண்டேன் அரங்கமாநகருளானே என்று ஆழ்வாரோடு சேர்ந்து நாமும் பாடலாம்.

கிருஷ்ணனுடைய - என்ன சொல்வது... ambassador-at-large உத்தவன். மிகப் பிரத்யேகமான அந்தரங்கக் காரியங்களைச் செய்யும் பொறுப்பை அவனிடம் ஒப்படைக்கிறான் கிருஷ்ணன். ஆனால் அதே சமயத்தில், அவனைப் போரில் ஈடுபடுத்த கிருஷ்ணன் விரும்பவில்லை. மஹாபாரதப் போர் தொடங்கு வதற்கு முன் அவனை நைமிசாரண்யத்துக்கு அனுப்பி விடுகிறான் கிருஷ்ணன். உத்தவன் கேட்கிறான், சண்டை வரும் போல

இருக்கிறதே, நான் பார்த்துவிட்டுப் போகிறேனே, என்று. கிருஷ்ணன் சொன்னான், நான் துரியோதனனுக்கு வாக்குறுதி கொடுத்திருக்கிறபடி, நீ அவன் பக்கம் இருந்து போராட வேண்டும். நீ எந்தப் பக்கமும் போராடாமல் பார்த்து விட்டுப் போகிறேன் என்றால், இந்தப் போரை நீ பார்க்க வேண்டியது அவசியந்தானா? போரைப் பொருத்தவரையில், தர்மப் போர், அதர்மப் போர் என்று எதுவுமில்லை. போரே ஓர் அசிங்கமான விஷயம். இந்தப் போர் முடிந்தபிறகு, இந்தப் போரில் ஈடுபட்ட யாருமே யோக்கியமானவர்கள் இல்லையென்று நீ பார்க்கப் போகிறாய். நல்லவர்களுக்கிடமில்லை என்று பலராமன் ஒதுங்கி விட்டான். நீ மிகவும் நல்லவன் என்பதால் சொல்கிறேன். பேசாமல் நைமிசாரண்யம் போய்விடு, என்று. யுதிஷ்டிரன் போராடப் போகிறானே, என்றான் உத்தவன். யுதிஷ்டிரனை அவன் போக்கில் விட்டிருந்தால் தலைமறைவாகக் காட்டி லேயே அவன் இருந்திருப்பான். முதலில் அவன் பாஞ்சாலிக்குக் கணவன். இரண்டாவது, பாண்டவர்களில் மூத்தவன். தர்மமோ, அதர்மமோ அவன் போராடித்தான் ஆக வேண்டும். போர் முடிந்தபிறகு நீ கேட்கப் போகிறாய். தர்மனுமா இப்படி... என்று. அதுவும் எனக்குத் தெரியும். போர் என்றாலே அப்படித் தான். நல்லவனையும் கெட்டவனாக்கிவிடும். உன் பேரைக் காப்பாற்றிக் கொள்ள வேண்டுமென்றால் நைமிசாரண்யம் போ, என்று கிருஷ்ணன் சொன்னபடியே உத்தவன் நைமிசாரண்யம் போய்விட்டான்.

நீங்கள் உடனே என்னைக் கேட்கக்கூடும், நாரதா, கிருஷ்ணனே பகவத் கீதையில் தர்மக்ஷேத்ரே, குருக்ஷேத்ரே என்று சொல்லி இருக்கிறான். அப்படியிருக்கும்போது, சண்டை ஆரம்பிப்பதற்கு முன்னாலேயே, போரே அசிங்கம், அதர்மமானது என்று சொல்வது சரியா, என்று. போராட என்று வந்துவிட்டு, பகைவர்களின் படை எதிரே நிற்கும்போது, ஐயோ, தாத்தாவைக் கொல்லணுமா, வாத்தியாரைக் கொல்லணுமா, அண்ணனைக் கொல்லணுமா, தம்பியைக் கொல்லணுமா என்று ஒருவன் வில்லைக் கீழே போட்டு விட்டு, சோர்ந்து உட்கார்ந்து விட்டானானால், அவனிடம் ஆமாம், நீ சொல்வது சரிதான், போரே அசிங்கமானது என்றா, அவன் நண்பன் என்று சொல்லிக் கொள்கிறவன், கூறுவான்? அப்படிச் சொல்லியிருந்தானானால் பாரதப் போர், பதினெட்டு நாள்கள் நடந்திருக்காது, பதினெட்டு நிமிஷங்களில், பாண்டவர்களுடைய கதையை முடித்துவிட்டு,

துரியோதனன் அரியாசனத்தில் அமர்ந்திருப்பான். கிருஷ்ணன் யார் யாரிடம் என்ன சொல்ல வேண்டுமோ அதைத்தான் சொல்வான்.

அர்ஜுனன் போர் தொடங்குவதற்கு முன்னால் சோர்ந்து உட்கார்ந்தான். யுதிஷ்டிரனோ, போர் முடிந்து, துரியோதனனும் இறந்தபிறகு, ஹஸ்தினாபுரத்தையே சுடுகாடாக்கிவிட்டு நான் அரசாள வேண்டியது அவசியந்தானா என்று சோர்ந்து உட்கார்ந்து விடுகிறான். அவனுடைய சகோதரர்கள், திரௌபதி, குந்தி, விதுரன், ஏன், திருதிராஷ்டிரன், காந்தாரிகூட சொல்லிப் பார்க்கிறார்கள். நீ போரை வேண்டவில்லை, போர் உன் மீது சுமத்தப்பட்டது. நீ என்ன செய்வாய், என்றெல்லாம் கூறுகிறார்கள். கிருஷ்ணன் யுதிஷ்டிரன் அருகில் சென்று, இறந்து போன உறவினர்கள் எல்லாருக்கும் ஈமக்கடன் செய்ய வேண்டியது உன்னுடைய முதல் கடமை. முதல் உறவினர் யார் என்று சொல்ல உன் அம்மா குந்தி காத்துக் கொண்டிருக்கிறாள். அவள் உன்னைவிட பெரிய வேதனையில் இருக்கிறாள். அவள் பொறுமை உனக்கு இல்லையே, என்று சொல்கிறான். எல்லாருடைய பார்வையும் குந்தி மீது. அவள் உடம்பு நடுங்குகிறது. அவளால் அழுகையை அடக்க முடியவில்லை. யுதிஷ்டிரனும் மற்றைய பாண்டவர்களும் பாஞ்சாலியும் குந்தி அருகே செல்கின்றனர். உடைந்த குரலில் குந்தி யுதிஷ்டிரனிடம், உன் அண்ணனுக்கு ஈமக்கடன் செய்ய வேண்டும் என்று சொல்கிறாள். அண்ணனா? யார் என் அண்ணன், என்கிறான் தர்மன்.

குந்தி கதை சொல்கிறாள், ஒரு கன்னிப் பெண்ணுக்கு சூரியன் அருளால் அற்புதமான குழந்தை பிறக்கிறது. ராஜவம்சத்துக் கன்னிப் பெண் தாயானாள் என்ற களங்கம் வரக்கூடாதென்ற கவலையினால் அந்தக் குழந்தையை அவள் கங்கை நதியில் ஒரு கூடையில் வைத்து விட்டு விடுகிறாள். ஒரு தேர்ப்பாகன் எடுத்து வளர்க்கிறான் அந்தக் குழந்தையை. தேர்ப்பாகன் வளர்த்ததனால் அக்குழந்தையை க்ஷத்திரியப் பிள்ளை இல்லை என்று சொல்லி விட முடியுமா, என்று. ராதேயன் க்ஷத்திரியனா என்று திடுக்கிட்டுக் கேட்கிறான் அர்ஜுனன். அவன் க்ஷத்திரியனாக இருக்கலாம். அதற்காக அவன் எங்கள் அண்ணன் ஆகிவிட முடியுமா என்று கேட்கிறான் தர்மன். அந்தக் கன்னிப்பெண் நான்தான் என்கிறாள் குந்தி. திடீரென்று ஒரு கனமான மௌனம்

அங்கு சூழ்கிறது. எல்லாரும் ஒருவரையொருவர் பார்த்துக் கொண்டு அதிர்ச்சியடைந்து நிற்கின்றனர். ராதேயனுக்கு இது தெரியுமா என்று கேட்கிறான் அர்ஜுனன். தெரியும், நான் போர் தொடங்குவதற்கு முன்னால் அவனிடம் விஷயத்தைச் சொல்லி நம் பக்கம் சேர்ந்து விடும்படி கேட்டேன். அவன் மறுத்து விட்டான். அவன் சொன்னான், என் தம்பிகள் எல்லோரும் என்னை ஸூத புத்திரன் என்று கிண்டல் செய்தபோது, என்னை அங்கதேசத்து அதிபதியாக்கியவன் துரியோதனன். அவன் என்னை நம்பியே இப்போரில் இறங்கியிருக்கிறான். அவனை நான் கைவிட மாட்டேன். நான் உன் மகன் என்று உன் பிள்ளைகளிடம் சொல்லிவிடாதே. யுதிஷ்டிரனை எனக்கு நன்றாகத் தெரியும், அவன் போரே வேண்டாம் என்று நிறுத்தி விடுவான். தம்பிகளுடன் போரிட வேண்டியிருக்கிறதே என்று எனக்கும் கஷ்டமாகத்தான் இருக்கிறது. ஆயினும் என்ன செய்ய? விதி என்னை இதற்காகத் தேர்ந்தெடுத்திருக்கும்போது, என்னால் அதை மாற்றிவிட முடியுமா? ஆனால் இந்த வாக்குறுதி நான் தருகிறேன். அர்ஜுனனைத் தவிர என் மற்ற தம்பிகளுடன் நான் போரிட மாட்டேன். ஒரு தடவை பிரயோகித்த அஸ்திரத்தை அர்ஜுனன் மீது மறுபடியும் உபயோகிக்க மாட்டேன். நான் இறந்த பிறகு நீ என்னுடைய தாய் என்பதைப் பகிரங்கமாக அறிவிக்க வேண்டும், என்று. அவனுக்கு அளித்த வாக்குறுதி யினால் அவன் யாரென்று உங்களுக்கு நான் சொல்லவில்லை. ஆரம்பத்தில் செய்தது தவறு. அந்தக் குற்ற உணர்வுதான் என் வாழ்க்கை முழுவதும் துரத்தித் துரத்தி என்னை அலைக்கழித்தது என்றாள் குந்தி.

யுதிஷ்டிரன் சொன்னான், இப்பொழுது புரிகிறது ஏன் ராதேயன் அர்ஜுனனைத் தவிர எங்களுடன், நாங்கள் யுத்தத்துக்கு அழைத்தாலும் போரிட மறுத்துவிட்டான் என்பது. அன்று ஜெயத்ரதன் கொல்லப்பட்ட போது, பீமனை ராதேயன் சுலபமாகக் கொன்றிருக்க முடியும், கொல்லவில்லை. அடுத்த நாள் நகுலனும், அதற்கு அடுத்த நாள் சகாதேவனும், ஏன் நானுமே அவனால் கொல்லப்பட்டிருக்கக் கூடிய நிலையில் இருந்தும் அவன் எங்களை ஒன்றும் செய்யவில்லை. பீமன் அவனை ஸூத புத்திரன், ஸூத புத்திரன் என்று ஏசியும் அவன் எங்கள் மீது கோபம் கொள்ளவில்லை. தாய்க்குக் கொடுத்த வரத்தின் காரணமாக, அவன் ஒருமுறை ஏவிய அஸ்திரத்தை மறுபடியும் அர்ஜுனன் மீது செலுத்தவில்லை. ஆனால் அவன்

போரிடாமல் பூமிக்குள் அழுந்தியிருந்த தேர்ச்சக்கரத்தைச் சரிசெய்யும்போது, கிருஷ்ணன் சொன்னான் என்று அர்ஜுனன் அம்பு தொடுத்து அவனைக் கொன்றான். எனக்கு இன்னொன்று நினைவுக்கு வருகிறது. சூதாடி எல்லாவற்றையும் தோற்ற போது, ராதேயன் சுடுசொற்களால் எங்களை அவமானப் படுத்தியபோது, நான் குனிந்த தலையுடன் நின்றுகொண்டி ருந்தேன். அப்பொழுது ராதேயன் பாதங்கள் என் கண்ணில் பட்டன. அவை என் அன்னையின் பாதங்களை எனக்கு நினைவூட்டியதும் எனக்கு ஒன்றும் புரியவில்லை. மனக் குழப்பத்தில் எப்படியெல்லாம் விசித்திரமாக என் சிந்தனை ஓடுகிறது என்று என்னை நானே கடிந்து கொண்டேன். எப்பேர்ப்பட்ட உத்தமமான ஒரு பிறவியை நாங்கள் கொன்று விட்டோம். அம்மா நீ செய்தது சரியா? எங்கள் ஐந்து பேரையும் கொலைகாரர்களாக ஆக்கி விட்டாயே, என்று.

அப்பொழுது அர்ஜுனன் கிருஷ்ணனைக் கேட்டான், ராதேயன் பாண்டவர்களில் மூத்தவன் என்று உனக்கு முன்னமே தெரியுமா, என்று. தெரியும், என்றான் கிருஷ்ணன். உடனே குந்தி சொன்னாள், நான் போவதற்கு முன்னால் கிருஷ்ணன் அவனிடம் சென்று அவன் யாருடைய மகன் என்று சொல்லி, போரில் நம் பக்கம் சேரும்படி அவனைக் கேட்டிருக்கிறான். அவன் மறுத்து விட்டான் என்பதால்தான் என்னைப் போகும்படி சொன்னான். பெற்ற தாய் சொன்னால் ஒருவேளை கேட்கக் கூடுமென்று. எந்தச் சூழ்நிலையிலும் சமரசம் செய்து கொள்ள விரும்பாத அற்புதமான நன்றி உணர்வின் காரணமாக அவன் நான் சொல்லியும் கேட்கவில்லை, என்று. அன்னையும் நெருங்கிய நண்பனுமே நமக்குத் துரோகம் செய்திருக்கும்போது நாம் யாரிடம் போய் முறையிடுவது, என்றான் யுதிஷ்டிரன்.

யுதிஷ்டிரன் சொன்னது எனக்குத் தப்பாகப் படவில்லை. உங்களுக்குக் கர்ணன் யார் என்று தெரிந்திருந்தும் பாண்டவர் களிடம் அதைச் சொல்லவில்லை என்பது மன்னிக்க முடியாத குற்றம் என்றான் ஜரா என்கிற வேடன். கிருஷ்ணன் அவனுக்குச் சொன்ன பதிலை அவன் வார்த்தைகளிலேயே தருகிறேன்.

உலக சரித்திரத்தில் மகோன்னதமான மகாபுருஷர்களின் கதைகளைப் பார்க்கும்போது, அவர்களைச் சுற்றிக் கண்ணுக்குப் புலப்படாத ஒரு துன்பியல் வலை சூழ்ந்திருப்பதை நாம் உணரலாம். அவர்கள் விதியின் குழந்தைகள். ராமன், பீஷ்மன்,

ராதேயன் போன்றவர்கள் அத்தகைய உத்தமப் பிறவிகள். அவர்களால் வேறு விதமாக இருந்திருக்க முடியாது என்பதால் தான் அவர்களை விதியின் குழந்தைகள் என்றேன். ராதேயன் பாண்டவர்கள் பக்கம் சேர்ந்திருந்தால் இன்னொரு பாண்டவனாக ஆகியிருப்பானேயன்றி, பாண்டவர்களையும் குந்தியையும் பீஷ்மனையும் தன் மனைவி காஞ்சன மாலாவையும், ஏன் என்னையும் குற்ற உணர்வுக்கு உள்ளாக்கிய ராதேயனாக ஆகியிருக்க முடியாது. இதை அனைவரும் உணரவேண்டும் என்பதால் தான் நான் ராதேயன் யாரென்று எனக்குத் தெரிந்திருந்தும் பாண்டவர்களுக்குச் சொல்லவில்லை. என்னுடன் சம்பந்தப்பட்டவர்களிலேயே இருவர்தாம் விஸ்வ ரூபம் எடுத்து என் கண்முன் நிற்கின்றனர். ஒருவன் பீஷ்மன், மற்றொருவன் ராதேயன். இவர்களில் பீஷ்மனை விட உயர்ந்தவன் ராதேயன்.

19

பார்த்தீர்களா, அவதாரங்களில் ராமனைக் குறிப்பிட்டானே யன்றித் தன்னைச் சொல்லிக் கொள்ளவில்லை. காரணம், அவனுடைய குண இயல்பில் இன்றியமையாத தன்மை என்று எதுவுமில்லை. Most flexible character என்று சொல்ல வேண்டும். அதனால்தான், சிறையில் பிறந்து, வேறெங்கோ வளர்ந்தாலும், எத்தனையோ துன்பங்களைச் சந்தித்தான் என்றாலும், அவனைப் பற்றி நினைக்கும்போது, அவனைச் சுற்றிக் கண்ணுக்குப் புலப்படாத ஒரு துன்பியல் வலை சூழ்ந்திருப்பதாக நமக்குப் படுவதேயில்லை. கிருஷ்ணன் என்றாலே நம் மனத்தில் வானவில் தோன்றுகிறது. உவகை ஆட்கொள்கிறது. நான் சொல்வது சரிதானே?

யுதிஷ்டிரன் உங்களைக் குறை கூறியதற்கு நீங்கள் பதில் ஒன்றும் சொல்லவில்லையா என்று கேட்டிருக்கிறான் ஜரா என்கிற வேடன். நான் உன்னிடம் இப்பொழுது கூறியதைத்தான் அவனிடம் சொன்னேன். ஆனால் யுதிஷ்டிரன் கோபத்துடன், உன்னால் இந்தப் போரில் எத்தனை அதர்மங்களைச் செய்திருக் கிறோம்? ராதேயனைக் கொன்றது மட்டுமல்ல, துரியோதனன் தொடைகளில் அடிக்கும்படி பீமனுக்குச் சொன்னது நீதானே? போர் தர்மத்துக்கு உரிய வீரமா இது என்று கேட்டதுதான் என் கோபத்தைக் கிளறியது. நான் சொன்னேன், போர் தர்மத்தைப் பற்றி என்னுடன் பேசாதே. த்வைபாயன ஏரியில் துரியோதனன் தன் போர்ப் புண்களை ஆற்றிக் கொண்டிருக்கிறான் என்று அறிந்து அவனிடம் சென்று நீ, கோழையைப் போல் இங்கு வந்து ஒளிந்து கொண்டிருக்கிறாயே, தைரியம் இருந்தால் வெளியே வந்து போரிட வா, எங்கள் ஐவரில் ஒருவனைத் தேர்ந்தெடுத்து, அவனுடன் நீ உன் விருப்பப்படி ஆயுதத்தைத் தேர்ந்தெடுத்து

போராடலாம். நீ ஜெயித்தால் நாட்டை முழுவதும் திருப்பித் தருகிறேன். நீ தோற்றால் உனக்கு வீரமரணம். என்ன சொல்கிறாய் என்று கேட்டாயே, அவன் உன்னைத் தேர்ந்தெடுத்து கதைப் போருக்கு உன்னை அழைத்திருந்தானானால், ஜெயித்த நாட்டை தாரை வார்த்துத்தானே கொடுத்திருப்பாய்? நல்ல வேளை, துரியோதனன் முழுவீரன். அவன் அவனுக்குச் சரிநிகர் சமானமான பீமனை கதைப் போருக்கு அழைத்தான். தொடைகளை பீமனுக்கு நினைவுபடுத்தியது அதர்மம் என்கிறாயே, பீமன் அன்று சூதாட்ட மண்டபத்தில், துரியோதனன் திரௌபதியைத் தன் தொடையில் வந்து உட்காரும்படிச் சொன்னபோது, அவன் தொடைகளைப் பிளப்பதாக சபதம் எடுத்தானே அப்பொழுதே நீயோ, பீஷ்ம பிதாமகனோ, துரோணனோ, விதுரனோ இது யுத்த தர்மத்துக்கு விரோதம், சபதத்தை மாற்று என்று சொல்லியிருக்கக் கூடாதா? தொடைகளை பிளந்திருக்காவிட்டால், சபதத்தை நிறைவேற்றவில்லை என்ற நிலையில் பீமன் இறக்கத்தானே வேண்டும். இதுவா உன் விருப்பம்? கண்ணீரும் கம்பலையுமாக நின்ற ஒரு அபலைப் பெண்ணைப் பொது மன்றத்தில் அவமானப்படுத்தினானே அவனை எப்படி வேண்டுமானாலும் கொல்லலாம் என்பதுதான் என் யுத்த தர்மம், என்று.

பார்த்தீர்களா, மஹாபாரதப் போர் ஒரு செய்தியைத் திட்ட வட்டமாக உலகுக்கு அறிவித்து விட்டது. மனிதனுக்குத்தான் தர்மமேயன்றி, தர்மத்துக்காக மனிதனில்லை என்பதை கிருஷ்ணன் உணர்த்திவிட்டான். இப்போர் முடிந்த பிறகு நல்லவன் என்றோ கெட்டவன் என்றோ யாரும் இல்லை என்பது நிரூபணம் ஆகிவிட்டது. ஆயுதம் எடுத்துப் போராடிய பிராமண குல சிரேஷ்டன் துரோணன் மகன் அஸ்வத்தாமன் என்ன செய்தான்? சகுனி இறந்தபிறகு, போராடியவர்களில் எஞ்சியவர்கள் அஸ்வத்தாமன், ஆசாரியன் கிருபன், கிருதவர்மன் ஆகியோர்கள்தாம். த்வைபாயன ஏரியிலிருந்த துரியோதனனை அவர்கள் பார்க்கப் போகிறார்கள். ஒரு மாபெரும் சாம்ராஜ்ஜியத்தை இழந்து, இந்த ஏரியைப் புகலிடமாகக் கொள்வதற்காகவா நான் போராடினேன். என்னால் என் குடும்பமே நிர்மூலமாகி விட்டது. என் அகங்காரம் என்னை எங்குக் கொண்டு வந்து நிறுத்தியிருக்கிறது என்று வணங்காமுடி மன்னன் மனம் நொந்து பேசியிருக்கிறான். அதற்கு அஸ்வத்தாமன் சொன்னான், சக்கரவர்த்தி, ஒன்றும் குடி மூழ்கிப்

போய்விடவில்லை. நாங்கள் மூவர் இருக்கிறோம். இறுதிவரை போராடிப் பார்ப்போம், என்று. உங்களுக்கு Paradise Lost நினைவுக்கு வருகிறதா? 'What though the field be lost' என்கிறானே Satan, அந்த மாதிரி! இனி இழப்பதற்கு ஏதுமில்லை, போராடிப் பார்க்கலாமென்று தோன்றியிருக்கிறது. வணங்காமுடி மன்னனுக்கு. சரி உன்னை கௌரவர் மஹா சைன்யத்துக்குப் பிரதான படைத்தளபதியாக நியமனம் செய்கிறேன். கிருபன் துணைத்தளபதி, கிருதவர்மன் சைன்யம், மூவரும் போராடுங்கள் என்று சொல்லி விட்டான் துரியோதனன்! 'King Lear' நினைவுக்கு வருகிறதா உங்களுக்கு? நாட்டை இரண்டு பெண்களுக்கும் கொடுத்து விட்டு, அவர்களால் புறக்கணிக்கப் பட்ட நிலையில், ஒரு வனாந்திரத்தில் இருந்துகொண்டு ஒரு கோமாளியோடு ராஜ்ய பரிபாலனம் நடத்துகின்றானே லியர் அரசன், அவனைப் போல், துரியோதனனும் சமந்த பஞ்சகத்தில் இருந்துகொண்டு, மூன்று பேர்களைக் கொண்ட படையின் மூலம் இழந்துவிட்ட தன் சாம்ராஜ்ஜியத்தை மீண்டும் பிடிக்க முயற்சி செய்கிறான்! காரணம், 'I am every inch a king' என்று சொல்லும் லியரின் மிடுக்கு இவனிடத்தில் எள்ளளவும் குறைவில்லை! அவன் வணங்காமுடி மன்னன்!

போர் என்றாலே மனிதனும் மிருகமாகி விடுவான் என்பதில் சந்தேகமேயில்லை. அதுவும் தோற்றுப் போனவனுக்கு இருக்கும் ஆத்திரம், கொடிய மிருகங்களையும் சாதுவான பிராணிகள் என்று சொல்லும்படியாகச் செய்துவிடும். பிரதான தளபதியாகப் பட்டமேற்ற அஸ்வத்தாமன், பிராமணன். அவன் என்ன செய்கிறான் பாருங்கள். பாரதி வாக்கில் சொல்லப் போனால், 'விலங்குகளும் நாணிக் கண் புதைக்கும்.'

அஸ்வத்தாமன் கிருபனிடமும் கிருதவர்மனிடமும் சொல் கிறான், இன்றிரவு பாண்டவர்கள் ஐவரும் அவர்களுடைய பாடி வீட்டில் தூங்க மாட்டார்கள். போர் வெற்றியைக் கொண்டாடும் மரபு இதுதான் என்று உங்களுக்குத் தெரியும். ஆகவே நாம் இன்றிரவு அவர்கள் பாடி வீட்டுக்குப் போய் அவர்களுடைய பிள்ளைகள் மற்றும் அங்கே தூங்கிக் கொண்டிருக்கும் அவர்களுடைய சிநேகிதர்கள், உறவினர்கள் எல்லோரையும் கொன்று விடுவோம், என்று. கிருபனும் கிருதவர்மனும் திடுக்கிட்டு விட்டார்கள். ஆந்தைகள்தாம் நள்ளிரவில் தூங்கிக் கொண்டிருக்கும் காக்கைக் குஞ்சுகளைக் கொல்லும், மனிதர்கள்

இக்காரியத்தைச் செய்ய மாட்டார்கள், என்கிறான் கிருபன். கிருதவர்மனும் ஆமோதிக்கிறான். அஸ்வத்தாமன் கோபத்துடன் சொன்னான், என் தந்தையை அவர்கள், யுதிஷ்டிரனைப் பொய் சொல்லச் செய்து, நயவஞ்சகமாகத்தானே கொன்றார்கள். நான் பழி வாங்காமல் விடமாட்டேன். இந்தப் பூமியில் இனி பாண்டவர் வம்சமே இருக்கக் கூடாது, என்று. உன் தந்தையின் மரணத்துக்குக் காரணமான திருஷ்டத்யும்னனைப் போருக்கு நேரில் அழைப்போம். நமக்கோ வெற்றி, தோல்வி என்று எதற்கும் அர்த்தமில்லாமல் போய்விட்டது. துரியோதனன் தொடைகளை இழந்து மரணப்படுக்கையில் இருக்கிறான். இதுவரை பரிசுத்தமான மாபெரும் வீரன் என்று பேர் எடுத்துவிட்டு, இப்பொழுது உன் பெயரைக் களங்கப்படுத்திக் கொள்ளாதே, என்றான் கிருபன். இராமாயணத்தில் ராவணன் கூறுகின்றானே ஞாபகம் இருக்கிறதா, 'என்னையே நோக்கி இந்நெடும்பகைத் தேடிக் கொண்டேன்' என்று. அந்த மாதிரி அஸ்வத்தாமன் சொல்கிறான், நீங்கள் வராவிட்டால் போங்கள், என்னையே நோக்கி இந்நெடும்பழி தேடிக் கொள்வேன், என்று. தண்ணீரில் மூழ்கியாகி விட்டது. சாண் போனால் என்ன, முழம் போனால் என்ன, அஸ்வத்தாமனுடன் போவோம், வா என்று கிருதவர்மன் கிருபனிடம் சொன்னான்.

நள்ளிரவு. பாடி வீட்டில் எல்லாரும் உறங்கிக் கொண்டிருக் கிறார்கள். காவல் ஏதுமில்லை. தூங்கும்போது யார் என்ன செய்யப் போகிறார்கள் என்ற நம்பிக்கை. கிருபனும் கிருதவர்மனும் வெளியே நிற்கிறார்கள். ஆசாரியன் கிருபன் கூறுகிறான், அஸ்வத்தாமா, நீ தைரியமாகப் போய் தூங்குகிற வர்களைக் கொன்று விட்டு வா, நாங்கள் வெளியே தப்பித்துவரப் பார்க்கிறவர்களைக் கொல்கிறோம். அப்புறம் பாடிவீட்டுக் கூடாரங்கள் அனைத்துக்கும் நெருப்பு வைத்துப் படை முழுவதையும் அழிப்போம், என்று.

அஸ்வத்தாமன் கறுப்பு ஆடையால் தன்னை மறைத்துக் கொண்டு, திருடனைப் போல் பாடி வீட்டுக்குள் புகுகிறான். திருஷ்டத்யும்னன் ஆழ்ந்த உறக்கத்தில் இருந்தான். அவ்வளவு களைப்பு. தன் தந்தையின் பகைவன் துருபதன் மகன், திரௌபதியின் சகோதரன், தன் தந்தையைக் கொல்வதற்கென்றே அக்னியில் பிறந்தவன். ஓர் இனிமையான கனவு காண்கிறான் போலிருக்கிறது. முகத்தில் ஏன் இந்தப் புன்னகை என்றெல்லாம்

நினைத்துக்கொண்டே குபீரென்று தூங்குகிறவன் மேல் பாய்ந்தான் அஸ்வத்தாமன். திருஷ்டத்யும்னன் அருகில் வைத்திருந்த அம்பின் நாணை அவன் கழுத்தில் முறுக்கி அவனைக் கொல்ல முயற்சி செய்தான் அஸ்வத்தாமன். எனக்கு இத்தகைய சாவு வேண்டாம், தயவு செய்து, அம்பை நாணேற்றி என்னைக் கொன்றுவிடு, என்று திருஷ்டத்யும்னன் மன்றாடினான். அஸ்வத்தாமன் சொன்னான், நீ எப்படி என் தந்தையைக் கொன்றாய், நான் இறந்து விட்டதாகப் பொய் வதந்தி பரவியதும் என் தந்தை ஆயுதங்களைக் கீழே போட்டுவிட்டு யோகத்தில் அமர்ந்ததும், உன் வாளினால் அவர் தலையைக் கொய்தாய். நீ வீர மரணத்துக்குத் தகுதியான வன் இல்லை, என்று. திருஷ்டத்யும்னனால் மூச்சு விட முடிய வில்லை. நாணினால் கழுத்து நெரிக்கப்பட்டு அவன் இறந்தான்.

அடுத்த கூடாரத்துக்குள் புகுந்தான் அஸ்வத்தாமன். திரௌபதியின் பிள்ளைகள் ஐவர். நித்திரையில் ஆழ்ந்திருந்த ஒவ்வொருவரையும் கழுத்தை நெரித்து, அவர்கள் கண் விழித்து ஆச்சரியப் படுவதற்குக் கூட நேரமளிக்காமல், அவர்களைக் கொன்றான். அடுத்தது சிகண்டி. அபிமன்யுவின் மனைவி உத்தராவின் வயிற்றில் இருந்த சிசுவைத் தவிர, பாண்டவர்கள் வம்சமே துவம்சமாயிற்று. கழுத்தை நெரித்துக் கொன்றது போதாமல் கையில் வைத்திருந்த வெட்டரிவாளினாலும் கொன்றான் அஸ்வத்தாமன். அவன் கருப்பு ஆடை ரத்தக் கறையினால் சிவந்தது. கொலை வெறியில் அவன் கண்களும் சிவந்திருந்தன.

கிருபனும் கிருதவர்மனும் தப்பித்துக் கொண்டு வந்தவர்களைக் கொன்றதோடு மட்டுமல்லாமல் கூடாரங்களுக்குத் தீ வைத்தனர். ஜாலியன் வாலா பாக் புகழ் ஜெனரல் டயர் மஹாபாரதம் படித்திருப்பான் என்று தோன்றுகின்றது, என்ன சொல்கிறீர்கள்?

அடுத்த நாள், விடியற்காலை, காலைக் கடன்களை முடித்து, ஆற்றில் நீராடிவிட்டு பாண்டவர்களும் கிருஷ்ணனும் பாடி வீட்டுக்கு வந்தனர். அங்கு திருஷ்டத்யும்னனுடைய தேரோட்டி கண்களில் நீர் பெருக்கெடுத்தோட நின்று கொண்டிருந்தான். போர்தான் முடிந்து விட்டதே என்று தன்னை யார் தேடப் போகிறார்களென்று அவன் தன் கள்ளக் காதலியைப் பார்க்கப் போயிருந்தான். விடிவதற்கு முன்னால் வந்தவனுக்குப் பெரிய அதிர்ச்சி. கள்ளக் காதலியைப் பார்க்கப் போனது தன் அதிர்ஷ்டந் தான் என்று அவனுக்குப் பட்டாலும், நீ மட்டும் எப்படித் தப்பித்தாய் என்று கேட்டால், என்ன பதில் சொல்வதென்று

அவனுக்குப் புரியவில்லை. ஏன் அழுகிறாய் என்று கேட்டான் யுதிஷ்டிரன். சக்கரவர்த்தி, உள்ளே போய்ப் பாருங்கள் என்று சொல்லிக் கொண்டே கேவிக் கேவி அழுதான் அவன். அனைவருக்கும் இதயம் நின்றுவிடும் போலிருந்தது அந்தக் காட்சியைப் பார்த்ததும். பாண்டவ குமாரர்கள், யுதாமன்யு, உத்தமௌஜஸ், திருஷ்டத்யும்னன், சிகண்டி எல்லோரும் மாண்டு கிடந்தனர். பாடிவீடு சாம்பலாகக் கிடந்தது. படை யினரில் ஒருவர்கூடப் பிழைத்ததாகத் தெரியவில்லை, இதைச் செய்திருக்கக் கூடியவன் ஒருவன்தான் என்றான் கிருஷ்ணன். யார் என்று கேட்டான் பீமன். அஸ்வத்தாமா என்றான் கிருஷ்ணன். அஸ்வத்தாமா பிராமணன், அவன் சுத்த வீரன், அவன் இக்காரியத்தைச் செய்திருக்க மாட்டான் என்றான் அர்ஜுனன். கௌரவப் படையினரில் தப்பித்தவர்கள், கிருபன், கிருதவர்மன், அஸ்வத்தாமன், அவர்கள் எங்கிருக்கிறார்கள் என்று தெரிந்தால், விஷயம் விளங்கும். சமந்த பஞ்சகத்துக்கு அருகே சென்று பார், என்று சாத்யகியை அனுப்பினான் கிருஷ்ணன். அதற்குள் செய்தி அறிந்து பாஞ்சாலியும் மற்ற பெண்களும் அங்கு வந்துவிட்டனர். பாஞ்சாலியைச் சமாதானப்படுத்த முடியவில்லை. அவளுடைய பிள்ளைகள் யாவரும், சகோதரர்களும் கொலை செய்யப்பட்டுக் கிடந்தனர். அப்பொழுது அங்கு குந்தியும் காந்தாரியும் திருதராஷ்டிரனும் விதுரனும் வந்தனர். குந்தி கதறினாள். காந்தாரி அப்பொழுது குந்தியை அணைத்துக் கொண்டு, இதுதான் குருக்ஷேத்திரம் என்கிற தர்மக்ஷேத்திரம் என்று கோபத்துடன் கிருஷ்ணனைப் பார்த்துக் கொண்டே சொன்னாள். காந்தாரி பிறகு பாஞ்சாலியை கட்டிக் கொண்டு கண்ணீர் பெருக்கினாள். மகளே, இப்பொழுது, யார் யாரைத் தேற்றுவ தென்பது எனக்குப் புரியவில்லை. பாரத புண்ணிய பூமியில், இப்பொழுது எஞ்சியிருப்பவர்கள் பெண்கள்தாம். அவர்கள் யாவரும் கணவனை இழந்தவர்களாகவோ, பிள்ளைகளை இழந்தவர்களாகவோ, சகோதரர்களை இழந்தவர்களாகவோ இருப்பார்கள். நாமிருவரும் பிள்ளைகளைப் பறிகொடுத்துவிட்டு நிற்கிறோம். எல்லாவற்றுக்கும் காரணம் இவன்தான் என்றாள் காந்தாரி கிருஷ்ணனைச் சுட்டிக் காட்டிக் கொண்டே. நானா, என்று திடுக்கிட்டவனைப் போல காந்தாரியைப் பார்த்தான் கிருஷ்ணன். ஆமாம், நீதான், க்ஷத்திரியர்கள் அனைவரையும் ஒழித்துக் கட்ட வேண்டுமென்பதுதானே உன் திட்டம், என்றாள் காந்தாரி.

இதைப் பற்றி நான் முன்னமே சொல்லியிருக்கிறேன். ஜரா என்கிற வேடன், கிருஷ்ணனை, க்ஷத்திரியர்கள் அனைவரையும் ஒழித்துக் கட்டுவதுதானா உன் திட்டம் என்று கேட்டபோது, கிருஷ்ணன், காந்தாரியும் இப்படித்தான் கேட்டாள் என்று பதில் கூறியதாகச் சொன்னேன். நினைவிருக்கிறதா? அதை இப்பொழுது சற்று விவரமாகக் கூறுகிறேன்.

கிருஷ்ணன் காந்தாரி சொன்னதை ஒப்புக் கொண்டான். ஆமாம், பிறவியினால் யாரும் எந்த ஜாதியுமில்லை, குணத்தினால் வருவது ஜாதி, அரசியலில் ஆக்கிரமிப்பு மனப்பான்மை உடைய வர்கள் க்ஷத்திரியர்கள், அறிவினாலும் கலாசாரத்தினாலும் ஆக்கிரமிப்பு மனப்பான்மை உடையவர்கள் பிராமணர்கள். எந்த விதமான ஆக்கிரமிப்பாக இருந்தாலும் சரி, அதை எதிர்க் கின்றவன் நான். நான் ஒரு கலகக்காரன், எந்தக் கோட்பாடாக இருந்தாலும் சரி, அது காலத்துக்கு ஏற்றவாறு தன்னைப் புதுப்பித்துக் கொண்டே இருக்க வேண்டும். க்ஷத்திரியச் செருக்கினால் விளைந்த இந்த குருக்ஷேத்திரப் போரை யாராலும் தடுத்திருக்க முடியாது. இது சரித்திர நிர்ப்பந்தம், என்றான் கிருஷ்ணன். நீ தடுத்திருக்க முடியாதா, தூது வந்தபோது விஸ்வரூப வேடிக்கை காட்டியவன் நீ, உன்னால் துரியோதனன் மனத்தை மாற்றியிருக்க முடியாதா என்றாள் காந்தாரி. மனித இயல்பு, வாழ்க்கை என்ற விளையாட்டு விதிகளுக்கேற்ப, மாறுவதிலும், மாறாமல் இருப்பதிலும்தான் வாழ்க்கையின் சுவாரஸ்யமே அடங்கியிருக்கிறது. இன்னொரு வகையில் சொல்லப் போனால் இவற்றுக்கிடையே ஓயாமல் நிகழும் முரண் பாட்டுப் போராட்டந்தான் வாழ்க்கையைச் சுவாரஸ்யமாக்கு கிறது. இந்தச் சுவாரஸ்யத்தை நான் என்றுமே கெடுக்க விரும்பிய தில்லை, என்றான் கிருஷ்ணன். வார்த்தைகளைச் சிக்கலாக்கி அவற்றைப் பொருளிழக்கச் செய்வதுதானா உன் விளையாட்டு. நடந்திருக்கும் எதற்குமே அர்த்தமில்லையா? இத்தனை பேர் உயிர் இழந்திருக்கிறார்களே, இது சுவாரஸ்யமான விஷயமா? அற்புதத்திலும் அற்புதமான மனிதன் ராதேயன், வைராக்கியத்தின் சிகரம் பீஷ்ம பிதாமகன், என் குழந்தைகள், அபிமன்யு, கணக்கற்ற போர் வீரர்கள் செத்துப் போயிருக் கிறார்களே, இது உன் மனத்தைத் தொடவில்லையா, கிருஷ்ணா, உன்னால்தான் இன்று சகோதரர்கள் ஒருவரையொருவர் அடித்துக்கொண்டு நிர்மூலமாகிவிட்டனர். பாழ்பட்டு நிற்கும் இப்பாரதப் புண்ணிய பூமியைப் பாண்டவர்கள் ஆண்டால்

என்ன, ஆளாவிட்டால் என்ன? நான் நோற்றிருக்கும் நோன்புகள் உண்மையானால், இது நான் உனக்கு அளிக்கும் சாபம், இன்றிலிருந்து முப்பத்தாறு வருடங்களில் உன் விருஷ்ணி வம்சம் ஒருவரையொருவர் அடித்துக்கொண்டு அழியப் போகிறது. நான் இப்பொழுது படும் வேதனையை நீ அனுபவிக்கப் போகிறாய், என்றாள். கிருஷ்ணன் புன்னகை யுடன் சொன்னான், உங்கள் வேதனை எனக்குப் புரிகிறது, ஆனால் யாதவ வம்சம் அழிந்தால் நான் வேதனைப்பட மாட்டேன். செல்வச் செருக்கு விளைவிக்கும் அகங்காரத்தினால், கண்டதே காட்சி கொண்டதே கோலம் என்றிருக்கும் எந்தச் சமூகமும் அழிந்துதான் ஆகவேண்டும். என் வேலையை நீங்கள் சுலபமாக்கி விட்டீர்கள். நான் அழித்திருக்கக் கூடிய இனம் உங்கள் சாபத்தினால் தானாகவே நிர்மூலமாகப் போகிறது, நன்றி தாயே, என்று.

அப்பொழுது அஸ்வத்தாமனைத் தேடிச் சென்ற சாத்யகி திரும்பி வந்து சொன்னான், அஸ்வத்தாமன்தான் இந்தப் படுகொலை களைச் செய்திருக்கிறான். அவன் இப்பொழுது வியாஸர் ஆசிரமத்துக்குப் பின்னால் ஒளிந்து கொண்டிருக்கிறான், என்று. உடனே பாஞ்சாலி மிகுந்த சினத்துடன் கூறினாள், பாண்டவர் களிலேயே பீமா, நீதான் ரோஷம் உள்ளவன், நீ உடனே போய் அஸ்வத்தாமனைக் கொன்று, அவன் தலையை என்னிடம் வந்து காட்ட வேண்டும், என்று. கிருஷ்ணன் சொன்னான், அஸ்வத்தாமனைக் கொல்ல முடியாது. அவன் சாகாவரம் பெற்றவன். அவன் தலையிலுள்ள ஒளி மிகுந்த மணியில்தான் அவன் வலிமை இருக்கிறது. அதைப் பறித்தாலேயே அவன் மனத்தளவில் செத்துப் போன மாதிரிதான், என்று. இப்பொழுதே அந்த மணியைக் கொண்டு வந்து என்னிடம் தா, என்று பீமனுக்கு ஆணையிட்டாள் திரௌபதி. பீமன் வியாஸர் ஆசிரமத்தை நோக்கி விரைந்து சென்றான்.

கிருஷ்ணன் அர்ஜுனனிடம் கூறினான், பீமனால் அஸ்வத்தாமனைச் சமாளிக்க முடியாது. நாமும் போய்த்தான் ஆக வேண்டும், என்று. பீமன் வியாஸர் ஆசிரமத்துக்குச் சென்று, குள்ளநரியைப் போல் கள்ளத்தனமாகக் கொலைகள் செய்து விட்டு ஒளிந்து கொண்டிருக்கும் கோழையே, துணிவு இருந்தால் என்னுடன் போராட வா என்று கூச்சலிட்டான். அஸ்வத்தாமன் வெளியே வந்து பதிலுக்குக் கோபத்துடன் கூப்பாடு போட்டான்.

எதிரியைத் தொடையில் அடித்துவிட்டு அதுதான் வீரம் என்று வெட்கமில்லாமல் கொண்டாடும் நீயா என்னைக் கோழை என்கிறாய். இங்கு நான் வந்ததற்குக் காரணம் நீங்கள் ஐவரும் என்னைத்தேடி வருவீர்கள் என்று எனக்குத் தெரியும். உலகத்தில் பாண்டவர்களே இருக்கக் கூடாது என்பதுதான் என் கொள்கை, இதோ நான் விடப்போகும் அம்பு பிரம சிரஸ், இது உன்னைக் கொன்று, மற்ற பாண்டவர்களைக் கொன்று, அபிமன்யுவின் மனைவி உத்தராவின் வயிற்றிலிருக்கும் சிசுவையும் கொல்லப் போகிறது. இதைவிட வலிமையான ஆயுதம் பிரபஞ்சத்தில் கிடையாது, என்று.

இந்தக் காலத்தில் atom bomb, hydrogen bomb, chemical weapons, என்றெல்லாம் நீங்கள் சொல்கிறீர்களே? பாருங்கள், அந்தக் காலத்திலேயே ultimate weapons பற்றிப் பேசி இருக்கிறார்கள். அன்றைக்கும் இன்றைக்கும் மனிதன் மனிதன்தான். இந்த பிரம சிரஸ் இருக்கிறதே, அதைத் தொடுத்தால் மட்டும் போதாது, திரும்பப் பெற்றாக வேண்டும். இல்லாவிட்டால், உலகத்தையே அழித்துவிடும். அர்ஜுனனுக்கு விடவும் தெரியும். திரும்பப் பெற்றுக் கொள்ளவும் தெரியும். அஸ்வத்தாமன் திரும்பப் பெறும் மந்திரத்தை மறந்துவிட்டான். இம்மாதிரியான சந்தர்ப்பம் வரும் என்று தெரிந்திருந்தால், இந்தக் காலத்தில் செய்து கொள்கிறார்களே, அதுபோல் ஆயுதக் குறைப்பு ஒப்பந்தம் ஒன்று மஹாபாரதப் போர் தொடங்கியதற்கு முன்னால் அவர்கள் செய்து கொண்டிருக்கலாம்! செய்யவில்லை. பிரச்னை, அஸ்வத்தாமன் அந்தக் கொடுமையான ஆயுதத்தைத் தொடுத்து விட்டான். கிருஷ்ணன் அர்ஜுனனிடம் அதே ஆயுதத்தைப் பிரயோகிக்கச் சொன்னான். இரண்டு ஆயுதங்களும் மோதிக் கொண்டால், உலகமே அழிந்து போகும். கிருஷ்ணனுக்கு இது தெரியும். இருந்தாலும் அஸ்வத்தாமன் மீது அவ்வளவு கோபம் அவனுக்கு. அப்பொழுது வியாஸர் அடியேனைக் கூப்பிட்டார். நாரதா, கிருஷ்ணனும் கோபத்தில் என்ன செய்கிறோம் என்று தெரியாமல், அர்ஜுனனையும் தொடுக்கும்படிச் சொல்லி விட்டான். உலகத்தை நாம்தான் காப்பாற்ற வேண்டும். இரண்டு அஸ்திரங்களின் நடுவே நிற்கலாம் என்றார் அவர் என்னிடம். நின்றோம், உலகம் காப்பாற்றப்பட்டு விட்டது. அர்ஜுனன் தன் ஆயுதத்தை திரும்பப் பெற்றுக் கொண்டான். ஆனால் அஸ்வத்தாமனால் முடியவில்லை. அவன்தான் மந்திரத்தை மறந்துவிட்டானே! அவன் ஆயுதம் கர்ப்பமுற்றிருந்த

உத்தராவின் கர்ப்பப்பையை நோக்கிச் சென்றது. கிருஷ்ணன் உடனே அணுவிலும் சிறிய அவதாரம் எடுத்து, உத்தராவின் வயிற்றில் புகுந்து அவ்வாயுதத்தைத் தடுத்து நிறுத்தி அதைச் செயலிழக்கச் செய்தான். காப்பாற்றப்பட்ட சிசுதான் பரீட்சித்.

அஸ்வத்தாமன் நடுநடுங்கி நின்றுகொண்டிருந்தான். வியாஸர் சொன்னார், உன் தலையில் இருக்கும் மணியை பீமனிடம் கொடு, இதுதான் உனக்குத் தண்டனை, என்று. அவனுக்குக் கொடுப்பதைத் தவிர வேறு வழியிருப்பதாகத் தெரியவில்லை. கிருஷ்ணன் மிகுந்த சினத்துடன் அவனுக்குச் சாபம் கொடுத்தான். என்ன சாபம் தெரியுமா? காலம் மாறினாலும் நீ மாறாமல் இன்று போல் என்றும் இருக்க வேண்டும், என்று. இது சாபமா, வாழ்த்து போல் அல்லவா இருக்கிறது என்று நீங்கள் சொல்லக் கூடும். மாறிக் கொண்டே வரும் உலகத்தில் ஒருவன் தான் மாறாமல் யுகாந்திரம் தோறும் அப்படியே இருந்தானானால், அவனுக்கு வேறு என்ன நரகம் வேண்டும்? யோசித்துப் பாருங்கள். மாற்றம்தான் உலக நியதி என்கிறான் கிருஷ்ணன்.

பீமன் பாஞ்சாலியிடம் அஸ்வத்தாமன் தலையை அலங்கரித்த அந்த மணியைக் கொண்டு வந்து கொடுக்கிறான். அவள் அதை யுதிஷ்டிரனிடம் கொடுத்து விட்டுச் சொல்கிறாள், இப்பொழுது தான் என் மனம் நிம்மதியாயிருக்கிறது, என்று. பாஞ்சாலி மாதிரி ஓர் உறுதியான பெண் இல்லாவிட்டால், பாரதப் போரே நடந்திருக்காது என்கிறான் கிருஷ்ணன் ஜரா என்கிற வேடனிடம். நான் தூது போவது பற்றி விவாதம் நிகழ்ந்தபோது, எதிர்பாராத விதமாக பீமனும் யுதிஷ்டிரனோடு சேர்ந்து கொண்டு கொஞ்சம் சாத்வீகமாகப் பேசியவுடன், பாஞ்சாலி திடீரென்று அவன் முன்னால் வந்து நின்றாள். முடியப்படாமல் நீண்டு தொங்கிய அவள் கூந்தல் இரை தின்ற மலைப்பாம்பைப் போல் பரந்து கிடந்தது. பீமா, இந்தக் கூந்தலைப் பார்த்துவிட்டு அடுத்த வார்த்தையைச் சொல், இது முடியப்பட வேண்டுமா, வேண்டாமா, என்றாள் அவள். பீமன் திடுக்கிட்டு விட்டான். அவன் பின்னால் துரியோதனனின் தொடைகளை நினைவூட்டி யதும் அவனுக்கு மனக்கண் முன்னால் நின்றது திரௌபதியின் முடியப்படாமலிருந்த அவளது அவிழ்ந்த கூந்தல்தான் என்று பிறகு அவன் என்னிடம் சொன்னான். அந்த அளவுக்கு பாரதக் கதையை நடத்திச் செல்கின்றவள் பாஞ்சாலி, என்றான் கிருஷ்ணன். நீங்களும் அவளும் என்று சொல்லுங்கள்,

என்றிருக்கிறான் ஜரா என்கிற வேடன். தூது போவது பற்றி விவாதிக்கும்போது என்னைத் தனியாகச் சந்தித்த திரௌபதி என்னிடம் என்ன சொன்னாள் தெரியுமா? கண்ணா, துரியோதனன் மாளிகைக்குச் சென்றதும், உனக்கு பானுமதி நினைவு வராமல் பார்த்துக் கொள் என்று, என்றான் கிருஷ்ணன். பானுமதிக்கும் இதற்கும் என்ன சம்பந்தம் என்று கேட்டான் ஜரா என்கிற வேடன். துரியோதனனின் மனைவி பானுமதி, கருவுயிர்க்கும்போது, இளம் வயதிலேயே போய்விட்டாள், அவள் இறந்து போவதற்கு முன்னால் என்னைப் பார்க்க விரும்பினாள். அவள் என்னைப் பார்க்கும்போது, அந்த அறையில் யாரும் இருக்கக் கூடாது என்று சொல்லிவிட்டாள். அவள் என்னிடம் சொன்னாள், கண்ணா, என் கணவனை அவன் விரோதிகளிடமிருந்து காப்பாற்றுகின்றேன் என்ற வாக்குறுதியை எனக்கு நீ தரவேண்டும் என்று. நான் சொன்னேன், பானுமதி, உன் கணவனின் விரோதி உன் கணவனேதான். அவனேதான் அவனைத் தன்னிடமிருந்து காப்பாற்றிக் கொள்ள முடியும், வேறு யாராலும் முடியாது என்று. போர் வராமல் உன்னால் தடுக்க முடியாதா என்றாள் பானுமதி. முடிந்தவரை நான் பார்க்கிறேன் என்றேன் நான். திரௌபதிக்கு பயம். நான் பானுமதி நினைவு வந்து, போர் வராமலிருப்பதற்காக துரியோதனன் சொல்வதையெல்லாம் ஏற்றுக்கொண்டு விடு வேனோ என்று. அதற்காகத்தான், பானுமதி நினைவு வராமல் பார்த்துக் கொள் என்று கூறினாள் பாஞ்சாலி, என்று சொன்னான் கிருஷ்ணன். துரியோதனனின் பிடிவாதத்தினால் எனக்கும் பானுமதி நினைவே வரவில்லை என்றான் அவன் மேலும்.

சொல்லப் போனால், பாஞ்சாலி போர்தான் இறுதித் தீர்வு என்று நினைத்த அளவுக்கு, விஜயன் நினைக்கவில்லை என்பதுதான் உண்மை. எதிரும் புதிருமாகப் போர்ப் படைகள் நின்று, போரைத் தொடங்குவதற்கு முன், பாட்டனையும் ஆசிரியரையும் பார்த்து விட்டு, அர்ஜுனன் என்ன செய்கிறான்? இவர்களையெல்லாம் கொன்றுவிட்டு நாட்டை ஆளவேண்டியது என்ன அவசியம் என்று, வில்லைக் கீழே வைத்துவிட்டு, சோர்ந்து உட்கார்ந்து விடுகிறான். உடனே என்ன ஆகிறது?

கீதை பிறக்கிறது.

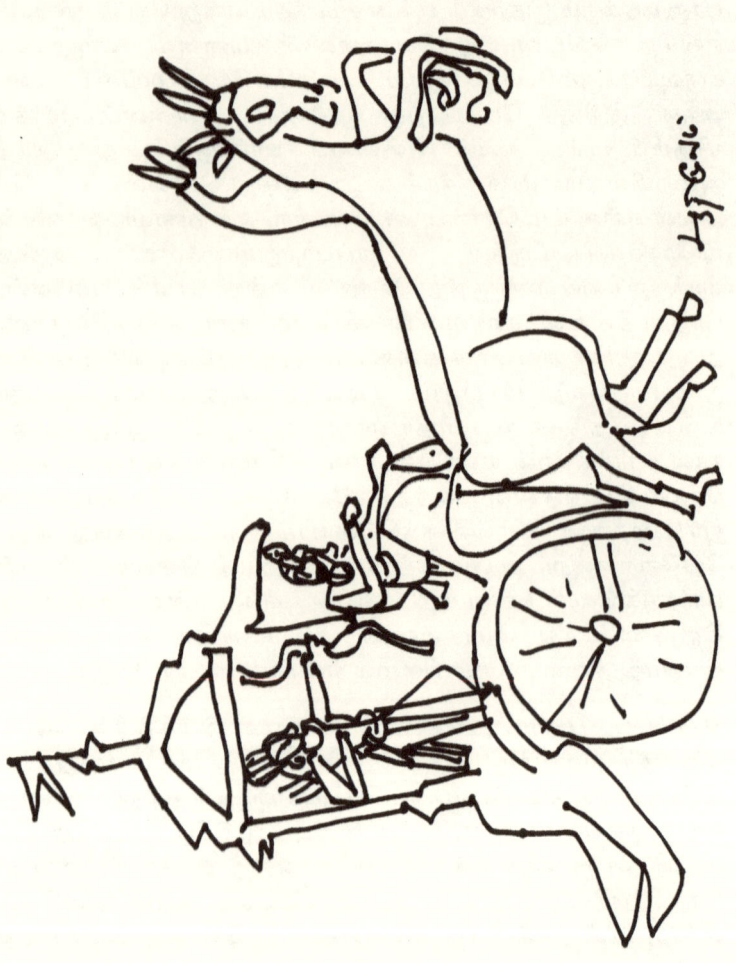

20

சோர்ந்துபோய்த் தேரில் உட்கார்ந்து விடுகிற அர்ஜுனனை ஊக்குவித்து போராடச் செய்கிறான் கிருஷ்ணன். எப்படி? அர்ஜுனன் கேள்வியும் கிருஷ்ணன் அவனுக்குக் கூறும் பதில்களும் என்று 700 ஸ்லோகங்களாக, கீதை விரிகிறது. எதிர்த்தாற்போல் பகைவர்கள் போராடத் தயாராக நின்றுகொண்டிருக்கும் போது, கிருஷ்ணன் மணிக்கணக்கில் இவ்வாறு அர்ஜுனனிடம் பேசியிருப்பான் என்பது சாத்தியமா என்பது நியாயமான கேள்வி. நானே கிருஷ்ணனிடம் இதுபற்றிக் கேட்டேன், கிருஷ்ணன் சொன்னான், நாரதா, வார்த்தைகளின் உதவியின்றி, மனமும் மனமும் வெறும் எண்ண மொழியில் பேசினால், இந்த உரையாடல் நிகழ அதிகபட்சம் ஐந்து நிமிஷங்களாகும் என்று. நீங்கள் இப்பொழுது சொல்கிறீர்களே telepathy என்று, அதுவேதான் கிருஷ்ணன் சொல்லும் 'எண்ண மொழி'.

கீதையின் விசேஷம் என்னவென்றால், மாறுபட்ட கொள்கை களை உடையவர்கள் ஒவ்வொருவரும் இதன் மூலம் தத்தம் கோட்பாட்டுக்கு ஆதரவு தேட முயற்சி செய்வதுதான். அந்தக் காலத்திலிருந்தே இது தொடர்ந்து நடந்து வந்திருக்கிறது. கீதை அத்வைதத்தைப் போதிக்கின்றது என்றார் சங்கரர். இல்லை, விசிஷ்டாத்வைதத்தை ஸ்தாபனம் செய்கிறது என்றார் இராமாநுஜர். இல்லை, இல்லை, த்வைதத்தை விளக்குகிறது என்றார் மாத்வர். காந்தி மட்டுமல்ல, கம்யூனிஸ்ட் தோழர் டாங்கேகூட கீதையிலிருந்து மேற்கோள் காட்டுவதுதான், அதை இக்காலத்துக்கும் பொருந்தி வரும் ஓர் அரசியல் manual ஆக அடையாளம் காட்டுகிறது. என்ன சொல்கிறீர்கள்? திருக் குறளுக்கும் கீதைக்கும் உள்ள பொருத்தம், அவை இரண்டுமே எல்லாத் தலைகளுக்கும் பொருந்தும் குல்லாய், சரிதானே?

இந்தக் காலத்தில் நீங்கள் சொல்வது போல, அர்ஜுனனுக்கு ஒரு existentialistic dilemma, 'போரிடுவதா, வேண்டாமா?'. கிருஷ்ணன் சொல்கிறான், செய்கைதான் எல்லாவற்றுக்கும் தீர்வு, மனப்போராட்டம், காரியம் மேற்கொள்ளாமல் இருப்பதற் கான மனச் சமாதானம், என்று. எந்தக் கோட்பாடு ரீதியாக ஆராய்ந்தாலும் செயலாற்ற வேண்டியது உன் கடமை, என்கிறான் கிருஷ்ணன்.

உலகத்திலுள்ள கோடிக்கணக்கான உயிரினங்கள் அனைத்தும் தனித்தும், ஏதோவொரு வகையில் ஒன்றோடொன்று தொடர்பு உடையனவாகவும் இருக்கின்றன. சமுத்திரத்திலுள்ள நீர்த் திவலைகள் மாதிரி என்று வைத்துக் கொள். சமுத்திரத்தில் உலகம் தோன்றியதிலிருந்து எத்தனை நீர்த் திவலைகள் தோன்றி மறைந்திருக்கும்? உயிரினங்களின் பிறப்பும் இறப்பும் இப்படித் தான். ஆத்மாதான் அந்தச் சமுத்திரம், பீஷ்மன் உடல், உன் உடல், எல்லாம் நீர்த்திவலை. நீ அம்பு விட்டு பீஷ்மனின் ஆத்மாவைக் கொன்றுவிட முடியும் என்றா நினைக்கிறாய். அல்லது அவனால் தான் உன் ஆத்மாவைக் கொன்றுவிட முடியுமா, ஆத்மா என்றால் என்ன? எது அழிவு இல்லாததோ அது ஆத்மா. ஒரு சூரியன், மாலை நேரத்தில், காற்றசைவினால் ஒரு குளத்தில் நூற்றுக் கணக்கான சூரியர்களாகச் சலனமுறுவது போல், பிரபஞ்சம் முழுமைக்குமான ஓர் ஆத்மா, மாயையினால் கோடிக்கணக்கான ஆத்மாக்களாகப் படர்கின்ற பாவனைதான் அலகில்லாத விளையாட்டு. இதை விளையாட்டு என்று உணர்கின்றவன், ஐயோ, பாட்டனைக் கொல்ல வேண்டுமா, ஆசிரியரைக் கொல்ல வேண்டுமா என்று கதி கலங்கிப் போய்விட மாட்டான் என்றான் கிருஷ்ணன்.

கீதோபதேசத்தில் நாரதன் குறுக்கிடுகின்றேன், மன்னிக்கவும். Steve Weinberg என்கிறவன் இப்பொழுது உங்கள் காலத்திய பெரிய விஞ்ஞானி. அவன் எழுதியுள்ள 'The First Three Minutes' என்ற புத்தகத்தை நீங்கள் படித்திருக்கக் கூடும். பிரபஞ்சம் தோன்றியதைப் பற்றிச் சொல்லும்போது, முதல் மூன்று நிமிஷங்களைப் பற்றிக் கூறுகிறான். ஆரம்பத்தில் - இப்படி ஆரம்பம் முடிவு என்று சொல்வதே அபத்தம், நாம் புரிந்து கொள்ள வேண்டாமா, அந்தச் சௌகரியத்துக்காகச் சொல் கிறேன் - என்ன இருந்தது? தனக்குள் தான் ஆழ்ந்த சூன்யம். Weinberg இதை 'Nothing' என்றும் 'Singularity' என்றும் கூறுகிறான்.

'சூழ்ந்து அகன்று தாழ்ந்து உயர்ந்து முடிவில் பெரும் பாழேயோ' என்கிறதே திருவாய்மொழி, அதுவேதான். இதைத் தொடர்ந்து நிகழ்வது Big Bang. அண்ட கோளங்கள் வெடித்துச் சிதறிப் பரவுகின்றன. பிரபஞ்சத்தின் எல்லை விரிந்துகொண்டே போகின்றது. மீண்டும் இவை ஒடுங்கித் தன்னுள் தான் ஆழ்ந்து சூன்யமாகும் நிலை வரக்கூடும். அது மறுபடியும் வெடித்து... விஞ்ஞானமும் மெய்ஞ்ஞானமும் சந்திக்கும் புள்ளி இதுதான். அதைச் சொல்ல வந்தேன்.

சகடக் கால் போல் தொடர்ந்து இது நிகழ்ந்து கொண்டிருப்பது தான் நியதி. இது தொடர்ந்து நிகழ்வதில் ஒவ்வோர் உயிருக்கும் பங்கு உண்டு. கடல் - மேகம் - மழை - நதிகள் என்ற சக்கரத்தில் நதிகள் மீண்டும் கடலில் சங்கமமாகிச் சகடக் கால் தொடர்ந்து ஓட உதவுகின்றன. அதுபோல்தான் உலகிலுள்ள எல்லா உயிர்களின் பிணைப்பும், ஒவ்வொன்றும் அது ஆற்றவேண்டிய கடமையும். அணுவைக் காட்டிலும் சிறிய உயிராக இருந்தாலும் அதற்கென்று விதிக்கப்பட்டுள்ள கடமைதான் அதன் அடை யாளம் என்பதோடு மட்டுமல்லாமல் அதன் இருக்கைக்கும் அர்த்தம் தருகிறது. அதனால்தான் கிருஷ்ணன் அர்ஜுனனிடம் கூறுகிறான், நீ க்ஷத்திரியன், போர்வீரன், உன்னிடமிருந்து ஒரு பொறுப்பை, கடமையை, சமூகம் எதிர்பார்க்கிறது. அதுதான் அநீதியை எதிர்த்துப் போரிடுதல். உன்னையும், உன் சகோதரர்களையும் வஞ்சித்ததோடு மட்டுமல்லாமல், உன் மனைவியை, ஒரு பொதுச் சபையில் துகிலுரித்து மாபெரும் அவ மானம் செய்திருக்கிறான், அதோ நிற்கிறானே துரியோதனன். அவனைத் தண்டிக்க வேண்டியது க்ஷத்திரியன் என்ற முறையில் உன் கடமையல்லவா, அவனுக்கு ஆதரவாக உன் முன் நிற்கும் உன் பாட்டனும் ஆசிரியனும் நீ பேரன் என்றோ அல்லது மாணவன் என்றோ அவர்களுக்கு விதிக்கப்பட்டுள்ள கடமையை மறந்து விடவா போகிறார்கள்? மனம் தளர்ந்து, சோர்ந்து ஒரு கோழையைப் போல் உட்கார்ந்து விட்டாயே? தனுவுண்டு, காண்டீபம் அதன் பேர் என்று அன்று சொன்னாயே, அதை நினைவுபடுத்திக் கொள். எழு, போரிடுவது உன் தர்மம், என்று.

பாட்டனையும் ஆசிரியனையும் கொல்வது பாவமில்லையா, என்கிறான் அர்ஜுனன். கிருஷ்ணன் சொன்னான். பாபம், புண்ணியமென்று எதுவுமில்லை. ஞானம், அஞ்ஞானந்தான் உண்டு. அடிப்படையில் பார்க்கப் போனால், சரி, தப்பு

விவகாரம். உன் பாட்டன் அவனுக்கு எது சரி என்று பட்டிருக்கிறதோ, அது பொதுநோக்கில் அநீதியாக இருந்தாலும் அதைப் பற்றிக் கவலைப்படாமல் பேரன்களோடு போராட வந்திருக்கிறான். நீ உனக்கு எது சரி என்று படுகின்றதோ அதற்காகப் போராட வேண்டும். உன் ஆற்றலின் எல்லையை உணர்வதுதான் ஞானம். உன் ஆற்றலின் எல்லை நான். உன் ஆற்றலின் எல்லையை நீ உணரும்போது, அதாவது நீ நானாக ஆகிய நிலையில், பிரபஞ்சம் உன்னுள் ஒடுக்கம், இந்த அனுபவம் வேண்டுமென்றால் என்னைப் பார், இதுதான் விஸ்வரூபம், என்ன தெரிகிறது, என்று.

அர்ஜுனன் மெய்சிலிர்த்துச் சொன்னான், அகிலமே என் கண் முன் விரிந்து, படர்ந்து கொண்டே போகிறது. பலப்பல வண்ணங்களாக, பலப் பல வடிவங்களாக, எனக்குத் தெரிந்த கடவுளர் அனைவரும் உன்னுள் அடக்கம். அதோ சூரியன், சந்திரன், ரிஷிகள், எத்தனை கோடி உயிரினங்கள், பிதாமகன், ஆசாரியார், கௌரவர்கள், நாங்கள், யார் பகைவர்கள், யார் நண்பர்கள், அண்ட பகிரண்டங்கள் அனைத்திலும் ஊடுருவிப் பல கோடி ஆதித்தியர்களாகப் பிரகாசிக்கும் இந்த ஒளி சாம்ராஜ்ஜியத்தில், நிகழ்கணமே நிரந்தரத்துவமாகத் தோன்றும் அவ்வனுபவத்தை எப்படிச் சொல்வது, நான் கொஞ்சம் கொஞ்சமாகக் கரைந்து நீயாக ஆகிக் கொண்டு வருகிறேன். ஆம்... ஆம்... ஆம்... நான்தான் நீ... நான்தான் காலம், பிரபஞ்சத்தை அழிப்பவன் நான். அழிவது யாவும் மீண்டும் தோன்றும். தோன்றுவதும் மறைவதும் அனைத்தும் விளையாட்டு. கொல்கின்றவனும் யாருமில்லை, கொல்லப் படுபவனும் யாருமில்லை. நான்தான் அந்த அநாதிக் காலத்திய தன்னுள் தானாய் ஆழ்ந்த சூன்யம், என்று.

பார்த்தீர்களா, நீ என்று கிருஷ்ணனை விளித்துப் பேசிக் கொண்டு இருந்தவன், கொஞ்சம் கொஞ்சமாக விஸ்வரூப அனுபவத்தில் கரைந்து கரைந்து, நான் - நீ வேறுபாடற்று, அதாவது இந்தக் காலத்திய தத்துவ பரிபாஷையில் சொல்லப் போனால் subject-object relationship மறைந்து, எல்லாம் ஒன்றாகிப் போகிற நிலையில், பேசத் தொடங்கி விடுகிறான். பராங்குச நாயகி பேச வில்லையா? 'காண்கின்ற நிலம் எல்லாம் யானே, காண்கின்ற விசும்பு எல்லாம் யானே, காண்கின்ற வெம் தீ எல்லாம் யானே, காண்கின்ற இக்காற்று எல்லாம் யானே, காண்கின்ற கடல்

எல்லாம் யானே' என்று அவள் அடுக்கிக் கொண்டே போகிறாளே அந்த நிலைதான் இது. பகவத் கீதையில் அர்ஜுனன் இவ்வாறு பேசுவதாக வரவில்லையே என்று கேட்காதீர்கள். பேசியிருக்கக் கூடும். கிருஷ்ணன் ஜரா என்கிற வேடனிடம் சொன்னதை நான் உங்களிடம் சொல்கிறேன். அவ்வளவுதான். கீதையிலே வருகின்றதே, 'சர்வபூதாத்மபூதாத்மா' என்று. இதற்கு என்ன அர்த்தம்? இந்நிலையை அடைந்துவிட்ட அர்ஜுனனால் வேறு எப்படி பேசியிருக்க முடியும்? இந்தப் பார்வை வந்த பிறகுதான், விளையாட்டை விளையாட்டு விதிகளுக்கேற்ப விளையாட வேண்டுமென்று அவனுக்குப் புரிகிறது. அது என்ன விளையாட்டு? நன்மை, தீமை விளையாட்டு. உலகத்தில் எல்லாருமே நல்லவர்களாக இருந்துவிட்டால் உலகம் படு 'போரா'க இருக்கும்.

சாந்தோக்ய உபநிஷத் படித்திருக்கிறீர்களா, அதில் வருகிறது இந்தக் கதை. சின்னக் கதை. பிரஜாபதியின் மக்கள் செல்வங்கள் தாம் அசுரர்களும் தேவர்களும்.

இரண்டு இனங்களுக்குமிடையே ஓயாமல் சண்டை. இதுதான் விளையாட்டு. வாழ்க்கையைச் சுவாரஸ்யமாக்கும் விளை யாட்டு. தேவர்கள் உத்கீதத்தை (சாமவேத இசை) மூக்காகக் கொண்டார்கள். அசுரர்கள் அதில் தீமையைப் புகுத்தினார்கள். அதனால்தான், நாம் இப்பொழுதும் மூக்கினால் நறுமணம், துர்மணம் இரண்டையும் முகர வேண்டியிருக்கிறது. தேவர்கள் உத்கீதத்தை வாக்காகக் கொண்டார்கள். அசுரர்கள் அதில் தீமையைப் புகுத்தினார்கள். அதனால்தான், நாம் இப்பொழுது நல்ல, கெட்ட வார்த்தைகள் இரண்டையும் நம் வாயினால் பேசுகிறோம். உத்கீதத்தை தேவர்கள் கண்ணாகக் கொண்டார் கள். அசுரர்கள் அதில் தீமையைப் புகுத்தினார்கள். அதனால்தான் நாம் பார்க்கத் தகுந்தது, பார்க்கத் தகாதது இரண்டையும் நம் கண்களால் பார்க்கிறோம். தேவர்கள் உத்கீதத்தைக் காதாகப் போற்றினார்கள். அசுரர்கள் அதில் தீமையைப் புகுத்தினார்கள். அதனால்தான் நாம் இப்பொழுது நல்ல விஷயங்கள், கெட்ட விஷயங்கள் இரண்டையும் நம் காதால் கேட்கிறோம். தேவர்கள் உத்கீதத்தை மனதாகக் கொண்டார்கள். அசுரர்கள் அதில் தீமையைப் புகுத்தினார்கள். அதனால்தான், நாம் இப்பொழுது நம் மனத்தால் நல்லவை, கெட்டவை இரண்டைப் பற்றியும் சிந்திக்கிறோம். தேவர்கள் உத்கீதத்தைப் பிராணனாகக் கொண்டார்கள். ஆனால் அதில் தீமையைப் புகுத்தப் பார்த்த

அசுரர்கள் தோல்வியடைந்தார்கள். ஏன்? பிராணன் என்றால் உயிர். பிராணன் போனால் மரணம். பிறப்பு, இறப்பு ஆகிய இரண்டைப் பொருத்தவரையில், மனிதனுக்குத் தேர்ந்தெடுக்கும் உரிமை ஏதுமில்லை. அதாவது option ஏதும் கிடையாது. மனிதனுடைய சுதந்தரம், பிறந்த பிறவியில் நன்மை, தீமையைத் தேர்ந்தெடுப்பதில் மட்டுந்தான் இருக்கிறது. விளையாட்டு என்றால் என்ன என்று இப்பொழுது உங்களுக்குப் புரிகிறதா? கிருஷ்ணன் அர்ஜுனனுக்கு மட்டும் உபதேசிக்கவில்லை. உலகத்துக்கே உபதேசிக்கிறான். அக்காலத்தில், சாங்கியம், யோகம், மீமாம்சம், வேதாந்தம், பக்தி ஆகிய மார்க்கங்களுக் கிடையே ஓயாமல் கொள்கைப் போர். கிருஷ்ணன் இக் கோட்பாடுகளுக்கிடையே சமன்வயத்தை, அதாவது உடன்பாட்டை உருவாக்குகிறான். அடிப்படையில், பார்க்கப் போனால், இவை அனைத்தும் கர்மம், பக்தி, ஞானம் என்ற பாகுபாட்டில் அடங்கும். கர்மம் என்றால், யக்ஞம், சடங்குகள், அனுஷ்டானங்கள். மீமாம்சத்தில் சொல்லப்படுவன. பக்தி என்பது கர்ம அனுஷ்டானங்களைக் கடந்த நிலையில், தான் தேர்ந்தெடுக்கும் இறைப் பொருளோடு உரையாடும் இதய மொழி. மெய்ப்பொருள் ஒன்றுதான். மாயையினால் விளையும் வடிவத் தோற்றங்கள் தெளிந்து, அந்த ஒன்றாகவே ஆகிவிடுதல் தான் ஞானம். கம்பன் சொல்கிறானே, தொல்லையில் ஒன்றேயாகித் துறைதொரும் பரந்த சூழ்ச்சி என்று. அதுதான் இது. கிருஷ்ணன் இந்த மூன்று பாதைகளையும் சொல்லி, எது வேண்டுமோ அதை எடுத்துக் கொள்ளுங்கள் என்று ஏலத்துக்கு விடவில்லை. மூன்றுக்குமிடையே ஒரு golden meanஐ, சமன்வயத்தை, உருவாக்கித் தருகிறான்.

மீமாம்சம் வற்புறுத்தும் யக்ஞம், அதாவது வேள்வி வேண்டியது தான். ஆனால் வேத காலத்திய யக்ஞமாக இருக்க வேண்டாம் என்கிறான். யக்ஞம் என்றால் தியாகம். வேத காலத்தில் தங்களுக்குப் பலன் கிட்ட வேண்டுமென்று யக்ஞம் செய்தார்கள். வேள்வி செய்த ராஜாக்களும் செய்து வைத்த புரோகிதர்களும் பலனடைந்தார்கள். கிருஷ்ணன், பலனை எதிர்பார்த்துச் செய்யும் காரியம் எதுவுமே யக்ஞமாகாது. அது தியாகமில்லை என்கிறான். அதனால்தான், உன் கர்மாவை அதாவது, கடமையைச் செய். ஆனால் பலனை எதிர்பார்த்துச் செய்யாதே என்று கூறுகிறான்.

இதில் ஒரு subtle psychology விஷயமும் அடங்கியிருக்கிறது. பலன் கிடைத்தாக வேண்டுமென்று மிகவும் விரும்பி ஒரு

காரியத்தைச் செய்யும்போது, அந்தப் பலன் கிடைக்காவிட்டால், என்ன ஆகும்? ஏற்படுவது frustration, விரக்திதான். பலனை எதிர்பார்க்காமல் ஒரு காரியத்தை அக்காரியத்துக்காகவே கடமையாகச் செய்யும்போது, நாம் ஒரு பலனையும் எதிர்பார்க்க வில்லை என்பதால், பலன் கிடைக்கவில்லை என்றாலும், விரக்தி உணர்வு தோன்றுவதற்கு வழியேயில்லை.

கிருஷ்ணன் அர்ஜுனனிடம் கேட்டான், அன்று, துருபதன் சபையில் நீ போட்டியில் பங்கேற்றபோது பலன் பாஞ்சாலி என்று உனக்குப் பொதுவாகத் தெரிந்திருந்தாலும் அந்த மச்சயந்திரத்தில் நீ குறிவைத்த தருணத்தில், பாஞ்சாலியைப் பற்றி நீ நினைத்தாயா, என்று. அர்ஜுனன் சொன்னான், அந்தத் தருணத்தில் பாஞ்சாலியைப் பற்றி நான் நினைத்திருந்தால், அவள் கிடைக்காமல் போய்விட்டால் என்ன செய்வது என்ற மனச் சலனத்திலேயே, குறி தவறிப் போயிருக்கும், என்று. கிருஷ்ணன் கூறினான், ஆகவே, நீ உன் கடமையிலேயே கண் வைத்து, உன் கர்மத்தை ஆற்றினாய். இல்லையா? அதனால்தான் சொல் கிறேன், பலனை எதிர்பார்த்து உன் கடமையைச் செய்யாதே, என்று. இதுதான் கிருஷ்ணன் சொல்லும் கர்மயோகம், காலத்துக் கேற்ற திருத்தங்களுடன்.

வேதத்தில் பக்தி சொல்லப்பட்டிருந்தாலும் அனுஷ்டானங்களில் அவை காட்டிய அக்கறைதான் அதிகம். வர்ணாஸ்ரம தர்மத்தில் சடங்குகள்தாம் முக்கியம். கிருஷ்ணன் இதை எதிர்த்த காரணத்தினால் ஜாதி வேறுபாடுகளைக் கடந்த பக்தி தர்மத்துக்கு முக்கியத்துவம் தருகிறான். யாகங்களையோ விரதங்களையோ ஒருவன் மேற்கொள்ள வேண்டுமென்ற அவசியமில்லை. என்னை ஏற்றுக்கொண்டு, வாடாத மலராகிய உன் மனத்தினால் என்னை வழிபட்டு, நீ என்ன செய்தாலும் அதன் பலனாகிய, பாவமோ, புண்ணியமோ அது என்னைத்தான் சாரும் என்ற நம்பிக்கையுடன் இரு என்கிறான் கிருஷ்ணன். இப்படி நினைத்துவிட்டால், பாட்டனைக் கொல்வதா, ஆசிரியனைக் கொல்வதா என்ற அச்சங்கள் தோன்றுவதற்கு வழியேயில்லை. கீதையில் இவ்வாறு சொன்னதை, பின்னர் இராமானுஜர் 'பிரபத்தி' என்றார். புரிகிறதா? சரணாகதித் தத்துவம். இதுவும் ஓர் அற்புதமான psychological point. பொறுப்பை அவனிடம் ஒப்படைத்து விட்டு, நீ சும்மா இருக்க வேண்டுமென்று அர்த்தமில்லை. நீ உன் கடமையைச் செய்துகொண்டே, அதன்

பொறுப்புச் சுமையை அவனிடம் ஒப்படைத்துவிட வேண்டும். கர்ம யோகத்துக்கும் பக்தி யோகத்துக்கும் என்ன அழகான உடன்பாடு, பாருங்கள்!

ஞான யோகத்திலும், கடமையையும் பக்தியையும் வற்புறுத்திச் சொல்கிறான் கிருஷ்ணன். நீங்கள் உங்கள் லோகமான்ய திலகரை ஓர் அரசியல்வாதியாகத்தான் பார்க்கிறீர்கள். கீதையைப் பற்றி எவ்வளவு அற்புதமாக அவர் சொல்லியிருக்கிறார் தெரியுமா உங்களுக்கு? அறிவுத் தளத்தில் இதயத்தின் மொழியாகிய பக்தி உணர்வுடன் பலனை எதிர்நோக்காத கடமையைத் தொடர்ந்து செயலாற்ற வேண்டுமென்பதைத்தான் (ஞானாமூலக - பக்தி - ப்ரதான - கர்ம - யோக) கீதை சொல்கிறது என்கிறார் திலகர்.

அபிமன்யு இறந்தபோதும், அவனுக்கு மிகவும் நெருங்கிய வர்கள் மரணமுற்றபோதும், மனம் கலங்காமல், அர்ஜுனனால் போராட முடிந்ததற்குக் காரணம், அவன் பெற்ற கீதோபதேசந் தான். அஸ்வத்தாமா, பாண்டவர் பாடி வீட்டை நிர்மூலமாக்கிய போதுகூட, மனச்சோர்வு கொள்ளாமல், அவனுடன் போராடச் செல்கிறான் அர்ஜுனன்.

ஜரா என்கிற வேடன், கிருஷ்ணனைக் கேட்டான். அர்ஜுனனுக்கு அடுத்ததாக நான்தான் உங்களிடமிருந்து கீதையைக் கேட்கிறேன் இல்லையா, என்று. கிருஷ்ணன் புன்னகையுடன் கூறினான், ஆமாம், நீ கீதையைக் கேட்பதற்கு முன்னாலேயே உன் கடமையைச் செய்து விட்டாய், என்று. என்ன கடமை என்றான், ஜரா என்கிற வேடன். தன் மீது ஜரா என்கிற வேடன் எய்திருந்த அம்பைப் புன்னகையுடன் காட்டினான் கிருஷ்ணன்.

21

அப்பொழுது, ஜரா என்கிற வேடன் கேட்டான், நீ பிருந்தா வனத்தை விட்டு வந்த பிறகு, அங்குப் போக வேண்டுமென்ற எண்ணம் வரவே இல்லையா, என்று. சில விநாடிகள் மௌனமாக இருந்துவிட்டு, பிறகு புன்னகையுடன் கூறினான் கிருஷ்ணன், போனேன் என்று.

நாரதா, என்ன கதை விடுகிறாய், கிருஷ்ணன் மறுபடியும் பிருந்தாவனம் போனதாக, மஹாபாரதமோ, ஹரிவம்சமோ, பாகவதமோ கூறவில்லை. நீ போனான் என்கிறாயே, என்று கேட்கிறீர்களா? நான் கதைவிடவில்லை. அன்பர்களே, கிருஷ்ணனே ஜரா என்கிற வேடனிடம் போனதாகக் கூறியிருக்கிறபோது, அவன் சொன்னதைக் காட்டிலும் நீங்கள் குறிப்பிடும் நூல்கள் சொல்வதுதான் சரி என்று வைத்துக் கொள்ள முடியுமா? எப்பொழுது போனான் தெரியுமா?

யாதவர்கள், ஒருவரையொருவர் அடித்துக் கொண்டு அடியோடு நிர்மூலமானார்கள் என்ற செய்தி வந்தது. அவன் சஞ்சலப் படவில்லை. அவன் எதிர்பார்த்ததுதான். அவன் காலமும் நெருங்கிக் கொண்டிருக்கிறது என்பதை அவன் உணர்ந்தான்.

அதற்குள் பிருந்தாவனம் சென்று, ராதாவைப் பார்த்துவிட வேண்டுமென்ற ஆசை அவனுக்கு ஏற்பட்டது. எத்தனை வருஷங்கள் ஓடிவிட்டன!

கிருஷ்ணன் ஜரா என்கிற வேடனிடம் சொன்னதை அப்படியே அவன் வாக்கில் தருகிறேன்.

பிருந்தாவன நினைவு வந்ததும், நான் மறுபடியும் சிறுவனாகி விட்டேன். அங்கும் இங்கும் ஓடியாடித் திரிவது போன்ற பிரமை.

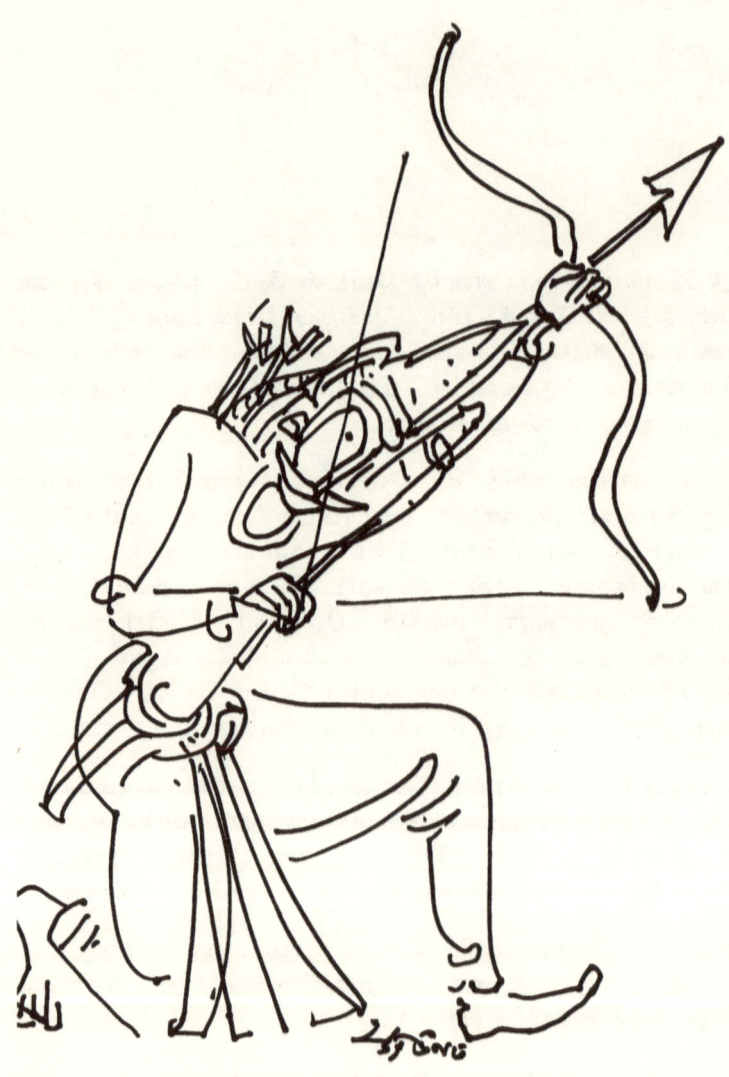

அன்று நான் வாசித்த குழலிசை என் மனத்தை நிறைத்தது. பிருந்தாவனத்தில் இருந்தபோது நான் நடத்திய வாழ்க்கைதான் சத்யம். பிறகு அமைந்த என் அரசியல் வாழ்க்கை முழுவதும் பொய் என்ற எண்ணத்தை என்னால் தவிர்க்க முடியவில்லை.

ராதாவைப் பார்த்தாக வேண்டுமென்ற வெறி! அவள் என் உள்ளத்தின் அடி ஆழத்தில் ஒளி செறிந்த புள்ளியாக மினு மினுத்துக் கொண்டிருந்தாள். அவள், என் மறுபாதி. நான் புரிந்த சாகசங்கள் அனைத்துக்கும் அவள்தான் அடிவானத்து விடி விளக்கு. ஊக்கத்தின் ஊற்றுக்கண். அவளைப் பார்த்தாக வேண்டு மென்ற ஆவல் விஸ்வரூபமெடுத்து என்னை ஆட்கொண்டது. நான் பிருந்தாவனத்துக்குப் புறப்பட்டேன். பிருந்தாவனத்துக்குச் சென்றதும்தான் பலராமன் சொன்னது பொய் என்று தெரிந்தது. சில ஆண்டுகளுக்கு முன்பு அங்குப் போயிருந்த அவன், நான் இல்லாமல் பிருந்தாவனம் சோபையை இழந்துவிட்டது என்றான். அது என்னைப் பாராட்டுவதற்காகச் சொல்லப்பட்ட வார்த்தை என்று புரிந்து கொண்டேன். பிருந்தாவனம் பச்சைப் பசேலென்றிருந்தது. மரங்கள் பூத்துக் குலுங்கின. பசுக்கள் மேய்ந்து கொண்டிருக்க, இளங்கன்றுகள் அங்குமிங்கும் துள்ளி விளையாடிக் கொண்டிருந்தனர். பால் குடங்களைத் தூக்கிக் கொண்டு சென்ற இளம் பெண்கள், குழலிசையில் ஆழ்ந்து நின்றார்கள். அவர்கள் பக்கத்தில், அவர்களை உராய்ந்து கொண்டு நின்ற குழந்தைகள். இயற்கை அளித்த ஆடையைத் தவிர வேறு எதுவும் அவை பூணவில்லை.. என்னை யாரும் அடையாளம் கண்டுகொண்டதாகத் தெரியவில்லை. பீதக ஆடையை அணிந்து வந்திருக்கலாமோ என்று எனக்குத் தோன்றிற்று. குழலூதிக் கொண்டிருந்த ஒரு சிறுவனிடம் நான் சென்றேன். வாசிப்பதை நிறுத்திவிட்டு, என்னை ஏற இறங்கப் பார்த்தான் சிறுவன். உன் பேரென்ன தம்பி, என்றேன்.

கிருஷ்ணன்.

திடுக்கிட்டேன்.

கிருஷ்ணனா, என்றேன்.

ஆமாம், ரொம்ப வருஷம் முன்னாலே இங்கே கிருஷ்ணன்னு ஒரு பையன் இருந்தானாம். நல்லா குழல் வாசிப்பானாம். ரொம்ப விஷமக்காரப் பயலாம். இந்த ஊர்லே இருக்கிற எல்லாருக்கும் அவனைக் கண்டா ரொம்பப் பிடிக்குமாம், எல்லாருக்கும் நல்லது

பண்ணிருக்கானாம். அதனாலே, பொறந்ததிலிருந்து எட்டு வயசு வரைக்கும் இங்கே பசங்க எல்லாருக்கும் கிருஷ்ணன்னுதான் பேரு. அப்புறந்தான் வேற பேரு, சரி, உங்க பேரென்ன, என்றான் அச்சிறுவன்.

நல்லா குழல் வாசிக்கிறியே, வாசி கேக்கறேன், என்றேன் நான்.

மிக அற்புதமாக வாசித்தான் அச்சிறுவன். மெய் மறந்து கேட்டேன்.

திடீரென்று இசை நின்றது.

உங்களுக்கு வாசிக்கத் தெரியுமா, என்று கேட்டான் அச்சிறுவன்.

ரொம்ப நா முன்னாலே வாசிச்சது, குழலைக் கொடு, வாசிச்சுப் பாக்கறேன் என்றேன் நான்.

அந்தப் பையன் குழலைக் கொடுத்தான்.

வாசிக்கத் தொடங்கினேன். நாதமே எழும்பவில்லை!

வாசிக்கத் தெரியாதா என்று கேட்டான் அந்தச் சிறுவன்.

அரசியலில் புகுந்து விளையாடி இசையைத் தொலைத்து விட்டேன் என்று அப்பொழுதுதான் எனக்குப் புரிந்தது. ராதாவைச் சந்தித்தால், இழந்த இசை மீண்டும் வரலாம். அடிவானத்து விடிவெள்ளி பொய்க்காது.

குழல் வாசிக்கத் தெரியாத நீயும் ஒரு ஜென்மமா என்பது போல், அச்சிறுவன் என்னிடமிருந்து குழலைச் சிறிது கோபத்துடன் பிடுங்கிக் கொண்டான்.

இசையையும் குழந்தைப் பருவத்தையும் இரண்டையுமே இந்தப் பிருந்தாவனத்தில் எங்கோ தொலைத்து விட்டேன் என்று எனக்குத் தோன்றிற்று.

அந்த கோவர்த்தன கிரி அப்படியே இருந்தது. இந்திரன் எவ்வளவு ஆவேசத்துடன் இடி இடித்து, மின்னல் தொடுத்து, மழை பொழிந்து, பிருந்தாவனத்தையே அழிக்க முற்பட்டான். எத்தனை பேருக்குக் குடையாக நின்று காத்தது இம்மலை! புள்ளினங்கள் ஆனந்தமாகப் பறந்து கொண்டிருந்தன. யமுனை சலசலத்து ஓடிக் கொண்டிருந்தது.

அங்கே அந்தக் காளிந்தி மடு! பூமிக்கும் ஆகாயத்துக்குமாக நிமிர்ந்து நின்று விஷத்தைக் கக்கிய அக்கொடிய பாம்பு! அதை அடக்க நான் ஆற்றில் குதித்தபோது, ஆயர் சிறுவர்கள் அனைவரும் அலறினர். ராதா அலறவில்லை. அவளும் ஆற்றில் குதித்து விட்டாள்! நான் பாம்பை அடக்கிய பிறகு, அவள் என்னை அணைத்துக் கொண்டு கரையேறினாள். என்ன சுகானுபவம். என்ன துணிச்சலான பெண்!

நான் பிருந்தாவனம் செல்வதற்கு முன்பே கோகுலத்தில் ராதாவைச் சந்தித்திருக்கிறேன். அவளுக்கு அப்பொழுது பத்து வயது, எனக்கு மூன்று. அன்று கோகுலத்தில் விசேஷ நாள். பௌர்ணமிப் பண்டிகை. ஆற்றங்கரைக்குச் சென்று, நீராடி விட்டு, நிலாச் சோறு சாப்பிடுவார்கள்.

குழந்தைகளுக்கு ஒரே கொண்டாட்டம்.

கண்ணா, ஒரு இடத்திலே உட்காரு, எங்கேயும் போயிடாதே, உன்னைத் தேடிண்டிருக்க முடியாது என்று கண்டிப்பான குரலில் சொல்லிவிட்டு, பண்டிகைக் காரியங்களைக் கவனிக்கப் போய் விட்டாள் என் அன்னை யசோதை.

நான் ஒரு மரத்தடியில் உட்கார்ந்திருந்தேன். அம்மா போகும் போது என் கையில் வெண்ணையைத் திணித்து விட்டுப் போயிருந்தாள். ஒரு கையில் வெண்ணையை வைத்துக்கொண்டு, இன்னொரு கையினால் மணலைக் கீறிக் கொண்டிருந்தேன். என் வாய் முழுவதும் வெண்ணெய்.

அப்பொழுது திடீரென்று என் எதிரே நிழலாடியது. நான் நிமிர்ந்து பார்த்தேன். வாட்டசாட்டமான, ஒரு நடுவயதுப் பெண் நின்று கொண்டிருந்தாள். அவள் முகத்தில் புன்னகை.

வெண்ணெய் சாப்பிடறயா, கண்ணா, என்றாள் அவள்.

நான் ஒன்றும் பேசாமல் அவளையே பார்த்துக் கொண்டு இருந்தேன்.

அவள் என்னருகில் வந்து உட்கார்ந்தாள். என்னைக் கடித்து விழுங்கி விடுவதுபோல் பார்த்தாள். கொழுகொழு என்றிருந்த என் சரீரம் அவளைக் கவர்ந்திழுக்க வேண்டுமென்று இப்பொழுது தோன்றுகிறது. அவள் ஆடையென்று எதுவும் அதிகமாக அணியவில்லை.

அவள் என்னை அப்படியே அள்ளி எடுத்து அவள் மடியில் வைத்துக் கொண்டாள். என் வாயிலிருந்த வெண்ணெயைத் தன் நாக்கினால் நக்கிச் சுவைத்தாள். என் கையிலிருந்த வெண்ணெயை எடுத்துத் தன் வாயில் போட்டுக் கொண்டாள்.

கண்ணா, உனக்கு நான் பாலே தரேன், எதுக்கு இந்த வெண்ணெய் என்று சொல்லிவிட்டுப் பெரிதாகச் சிரித்தாள். என்னை அவள் தன் மார்போடு இறுக அணைத்துக் கொண்டாள். அவள் மார்பு நனைந்திருந்தது. நான் பால் குடிக்கத் தொடங்கினேன். பெரிய முலைக் காம்பினின்றும் அருவி போல் பெருகியது பால். பாலைச் சுவைக்கச் சுவைக்க என் பசி அதிகரித்தது.

ஒரு கையினால் அவளுடைய இன்னொரு முலைக் காம்பை நெருடிக் கொண்டே, பால் குடிக்கும் நிலையில், அவள் முகத்தைக் கூர்ந்து கவனித்தேன்.

அவள் என் அருகில் வந்து நின்றபோது, அவள் முகத்தில் தெரிந்தது சதிப் புன்னகை. இப்பொழுது அது கொஞ்சம் கொஞ்சமாக மறைந்து, முகத்தில் ஒரு தாயின் வாத்ஸல்யம் தோன்றியது. நான் தொடர்ந்து பால் குடித்துக் கொண்டே இருந்தேன். பால் வற்றவேயில்லை. வாத்ஸல்ய பாவம் சிறிது சிறிதாக மறைந்து, அவள் இப்பொழுது மைதுனத்தின் உச்ச கட்டத்தில் இருப்பது போல், சந்தோஷ ஆரவாரம் செய்தாள்.

நான் பால் குடிப்பதை நிறுத்தவில்லை. சம்போக ஆனந்தத்தின் எல்லை நிலம், மரணம். அவள் அப்படியே கீழே சாய்ந்தாள்.

மறுபடியும் நிழலாடியது. அவள் மடியிலிருந்து இறங்கி, நிமிர்ந்து பார்த்தேன்.

என்னெதிரே ஒரு பத்து வயதுப் பெண். இடுப்பில் கைகளை வைத்துக் கொண்டு, என்னையும் அவளையும் மாறி மாறிப் பார்த்தாள். அவள் முகத்தில் தெரிந்தது பிரமிப்பா அல்லது திகைப்பா என்று எனக்குப் புரியவில்லை. அவள் அருகில் வந்து குனிந்து, விழுந்து கிடந்தவள் மூக்கருகே கையை வைத்துப் பார்த்தாள்.

இவ செத்துப் போயிட்டா. யார் நீ, குழந்தையா, ராட்சசனா என்றாள் அந்தச் சிறுமி.

நான் பதில் சொல்லவில்லை. புன்னகை செய்தேன்.

அவள் திடீரென்ற என்னைத் தூக்கி, இறுகக் கட்டி, கன்னத்தில் முத்தமிட்டாள். பிறகு, தான் செய்ததற்குச் சிறிது நாணம் அடைந்தவள் போல், என்னைக் கீழே இறக்கி விட்டு, சிறிது விலகிச் சென்று, மறுபடியும் கைகளை இடுப்பில் வைத்துக் கொண்டு நின்றாள்.

என் பேர் ராதா, நீ?

கிருஷ்ணன்.

ஓ, நீதானா அந்த விஷமக்காரப் பையன் என்று புன்னகை செய்த வாறே என்னை மறுபடியும் கட்டிக் கொண்டாள்.

நான் இந்த ஊருக்குப் புதுசு, ஆனா உன்னைப் பத்தி தெரியும். இவளை ஏன் கொன்னே, என்றாள் ராதா.

நான் தொடர்ந்து புன்னகை செய்து கொண்டே இருந்தேன்.

இவ பால் ஏன் நீலமா இருக்கு என்று கேட்டுக் கொண்டே என்னைப் பார்த்தாள் ராதா. புன்னகைதான் என் பதில்.

கோகுலத்திலிருந்து பிருந்தாவனம் நாங்கள் குடிபெயர்ந்தபோது ராதா, பர்ஸானிலிருந்து நிரந்தரமாகத் தங்குவதற்கு அங்கு வந்துவிட்டாள்.

மறுபடியும் அவளை நான் குழல் வாசிக்கத் தொடங்கியபோது சந்தித்தேன். அவளைப் பார்த்த பிறகே என் குழலில் இசை பிறந்தது.

பிருந்தாவனத்தில் அப்பொழுது ஹஸ்தின் என்ற ஒரு முரட்டுக் காளை இருந்தது. ராதா என்னிடம் சொன்னாள், உன்னால் அதை அடக்க முடியாது என்று. அடக்கிக் காட்டுகிறேன் என்றேன். பலராமனும் நண்பர்களும் சொன்னார்கள், கிருஷ்ணா இந்த முரட்டு விளையாட்டு வேண்டாம், என்று.

நான் கேட்கவில்லை. ஹஸ்தின் கட்டப்பட்டிருந்த இடம் நோக்கிச் சென்றேன். குழல் ஊதத் தொடங்கினேன். ஹஸ்தின் சீறிப் பாய்ந்து என்னை நோக்கி வந்தது. நான் தொடர்ந்து வாசித்துக் கொண்டிருந்தேன். அது என் அருகில் வந்து நின்றது. குழல் இசை அதை ஈர்த்தது. நான் தொடர்ந்து வாசித்துக்

கொண்டே, அதன் கட்டுகளை அவிழ்த்தேன். அதன் முதுகை ஒரு கையினால் தடவிக் கொண்டே, அதன் மீது உட்கார்ந்தேன்.

யார் என்னுடன் வருகிறீர்கள், என்று கேட்டேன்.

ஹஸ்தின் சீறிப் பாய்ந்தது. குனிந்து அதன் காதருகே குழல் வாசித்தேன். அது என்னைப் பார்த்தது. அங்கு நின்று கொண்டிருந்த அனைவரும் பயத்தில் உறைந்திருந்தனர்.

நான் வருகிறேன், என்றாள் ராதா.

தைரியமிருக்கா, என்றேன் நான். நீ அருகிலிருக்கும்போது, நான் ஏன் பயப்பட வேண்டும் என்றாள் அவள். நான் அவள் கைகளைப் பற்றினேன். அவள் ஏறி என்னைக் கட்டிக் கொண்டே என் பின்னால் உட்கார்ந்தாள்.

கூட்டம் ஆரவாரித்தது.

இப்பொழுது உனக்கு உண்மையைச் சொல்கிறேன், ஜரா. ராதாவைக் காதலித்தது போல், என் எட்டு மனைவிகளில் யாரையும் நான் காதலிக்கவில்லை. என் அந்தரங்கத்தை நான் சாகும்போது இப்பொழுது உன்னுடன் பகிர்ந்து கொள்கிறேன். நான் எத்தனையோ சாகசங்கள் செய்திருக்கலாம். ஒவ்வொரு சாகசம் முடிந்ததும், ராதாவின் முழு நிலா போன்ற முகமும், மல்லிகை பூத்தாற் போன்ற புன்னகையும் நான் குழல் ஊதும்போதெல்லாம் அவள் கொடிபோல் என் மீது படர்ந்து நின்ற தோற்றமும் என் நினைவுக்கு வரும். மறுபடியும் சொல்கிறேன், அவள் என்னின் மறுபாதி.

மதுராவுக்குப் போவதற்கு முதல் நாள் இரவு யமுனைக் கரையில் அவளை நான் சந்தித்தேன்.

ராதா, நாளைக்கு நான் மதுரா போறேன், என்றேன் நான்.

தெரியும், என்றாள் அவள்.

இதுக்கப்புறம் நாம சந்திப்போமா, இல்லையான்னு எனக்குத் தெரியலே.

தெரியும்.

அக்ரூரர் சொல்றார், நான் ஜென்மம் முழுவதும் பிருந்தா வனத்திலே இருக்கிறதுக்காகப் பொறக்கலேன்னு.

தெரியும்.

தெரியும் தெரியும்னா என்ன அர்த்தம் என்று எரிச்சலுடன் கேட்டேன்.

நம்ம கல்யாணம் நடக்காதுங்கிறதும் தெரியும், நாம மறு படியும் சந்திக்கிறது சந்தேகந்தான்கிறதும் தெரியும். நானோ நீயோ வேற யாரையானும் கல்யாணம் பண்ணிண்டாலும் இப்பொ நமக்கிருக்கிற சந்தோஷம் அப்பொ இருக்குமாங்கிறது யோசிக்க வேண்டிய விஷயங்கிறதும் தெரியும், போறுமா, என்றாள் ராதா.

சாபமா, என்றேன் நான். சாபமில்லே, சத்தியம் என்றாள் அவள் புன்னகையுடன்.

அந்தக் காட்சி என் மனத்தை விட்டு அகலவில்லை.

அப்பொழுதுதான் எனக்குத் தெரிந்தது. நினைவுச் சுகத்தில் ஆழ்ந்தவாறே, ராதா வீட்டருகே வந்துவிட்டேன் என்பது.

அவள் வீடு மாறவில்லை. அப்படியே இருந்தது.

அவள் வீட்டு வாசலில் நிறையக் குழந்தைகள் விளையாடிக் கொண்டிருந்தன.

என்னைப் பார்த்ததும் விளையாட்டை நிறுத்திவிட்டு அவை என்னைப் பார்த்தன. ராதா வீடு இதுதானே, என்றேன் நான்.

குழந்தைகள் ஒன்றையொன்று பார்த்துக் கொண்டன.

ஓர் எட்டு வயது சிறுவன், மற்றைய குழந்தைகளைத் தள்ளிக் கொண்டு என் முன் வந்து நின்றான்.

எதிரே அந்த வீட்டு வாசலில், தன்னுடைய விரிந்த கருங்கூந்தலை ஆற்றிக் கொண்டே, ராதா என்னைப் புன்னகையுடன் நோக்குவது போல் ஒரு பிரமை. குழலிசை என் காதில் ஒலித்தது. ராதா பாட்டி வேணுமா உங்களுக்கு என்றான் அந்தப் பையன்.

பாட்டியா? நான் திடுக்கிட்டு நின்றேன். குழல் நரைத்த, சரீரம் தளர்ந்த ஒரு மூதாட்டி, அந்த வீட்டு வாசலிலிருந்து, கையைக் குடையாக்கி, இடுங்கிய கண்களுடன் என்னைப் பார்ப்பது போன்ற ஒரு காட்சி என் மனத்திரையில் தோன்றி மறைந்தது.

குருக்ஷேத்திரத்தில் நான் அர்ஜுனனுக்கு உபதேசம் செய்தேன்,
காண்டீபா, மூப்பு இளமை இவையெல்லாம் சரீரத்துக்குத்தான்.
ஆத்மாவுக்கு இளமையில்லை, மூப்பில்லை, அது நித்யமானது.
இதை யார் உணர்கின்றானோ அவனுக்கு மரணம் ஒரு
பொருட்டில்லை, என்று.

அதை நானே மறந்துவிட்டேன்!

ராதா பாட்டிதானே வேண்டும் என்றான் அந்தச் சிறுவன்.

இல்லே, நான் தேடிண்டு வந்தது ஒரு சின்னப் பொண்ணு,
பாட்டியில்லே, என்று சொல்லிக் கொண்டே ராதாவைப்
பார்க்காமலேயே திரும்பி விட்டேன். நீ எனக்காகக் காத்துக்
கொண்டிருப்பாய் என்று எனக்குத் தெரியும்.

நானா, என்று கேட்டான் ஜரா என்கிற வேடன்.

நீ இல்லை, உன் அம்பு என்றான் கிருஷ்ணன் புன்னகையுடன்.

ஜரா என்கிற வேடனுக்கு கிருஷ்ணன் சொன்ன தன் கதையை,
ஜரா என்கிற வேடன் என்னிடம் கூற, அதை நான் ஒரு வார்த்தை
கூடப் பிசகாமல் அப்படியே உங்களுக்குச் சொல்லிவிட்டேன்.

இது பாகவதமோ, ஹரிவம்சமோ, விஷ்ணுபுராணமோ இல்லை.
தயவு செய்து இதில் காணும் உபதேசங்கள் என்ன என்று தேடி
அலையாதீர்கள்.

இதுதான் அடியேன் நாரதனுடைய உபதேசம்!